கள்ளி — 2

ஸீரோ டிகிரி இலக்கிய விருது 2023

ஐந்தாம் பரிசு பெற்ற நாவல்

கள்ளி — 2

ஸீரோ டிகிரி இலக்கிய விருது 2023

ஐந்தாம் பரிசு பெற்ற நாவல்

வா.மு.கோமு

எழுத்து பிரசுரம்

Title: Kalli-2
Author's Name: Va mu Komu

Published by Ezutthu Prachuram

Ezutthu Prachuram
(An imprint of Zero Degree Publishing)
No. 55(7), R Block, 6th Avenue,
Anna Nagar,
Chennai - 600 040

Website: www.zerodegreepublishing.com
E Mail id: zerodegreepublishing@gmail.com
Phone: 89250 61999

Ezutthu Prachuram First Edition: October 2023
ISBN: 978-93-95511-51-3
TITLE NO EP: 456

Cover Design & Layout: Vijayan, Creative Studio

1. ஆனெ வெலெ!

சொல்லப்பம்பாளையம் கிராமத்திலிருந்த நான்கு வீதிகளிலும் இரண்டு நாட்களாய் விடிய விடிய டியூப்லைட் வெளிச்சமானது பிரகாசமாய் பகல்போன்றே காட்சியளிக்கச் செய்து கொண்டிருந்தது. ஊருக்கும் தெற்கே அரைகிலோமீட்டர் தூரத்தில் காட்டுக்குள் நின்றிருக்கும் கருப்பனுக்கு இன்று திருவிழா. மொத்தமாகப் பார்த்தால் ஊருக்குள் நாற்பது வீடுகள் தேறும். சுற்றிலும் தோட்டம் காடுகளில் இருக்கும் வீடுகளையும் சேர்த்திக் கணக்கிட்டாலும் மொத்தமே நாற்பது வீடுகள்தான்.

தோட்டத்தில் வீடு வைத்திருப்பவர்களுக்கு ஊருக்குள்ளும் ஓட்டு வீடுகள் இருக்கின்றன. அவையெல்லாம் ஊருக்குள் நின்றிருக்கும் மாரியம்மனுக்கு, திருவிழா என்றால் மட்டுமே பூட்டியிருந்த கதவுகளின் பூட்டு நீக்கப்பட்டு, ஒட்டடைகள் அடிக்கப்பட்டு, புதுச் சுண்ணாம்புப்பூச்சு வாங்கிக்கொள்ளும். உறவுசனம் வெளியூரிலிருந்து வந்தால் தங்கியிருந்து போக வசதிப்பட ஒரு வார காலம் வீடு கலகலப்பாய் இருக்கும். உறவுசனம் விடைபெற்றுப்போன பிறகு பூட்டானது மீண்டும் கதவுக்கு ஏறிவிடும். மீண்டும் திருவிழா என்றால்தான் அது திறக்கவும்படும்.

கோவில் சிறியதாக இருந்தாலும் கொட்டுமொளக்கு பெரிதாக இருக்க வேண்டுமென்பதுதான் கிராமத்தார்களின் ஆசையும் கூட. ஆங்காங்கே நகர்ப்புறங்களில் நின்றிருக்கும் மாரியம்மன், மாகாளியம்மன் கோவில்

விசேஷங்களுக்குச் சென்று பார்த்து வந்தவர்களாக இருந்தமையால் அந்தக் கொண்டாட்டத்தில் பாதியளவேனும் இருக்கணுமில்லையா? என்று தடபுடல் செய்ய ஆரம்பித்துவிட்டார்கள் கிராமங்களிலும்.

அதில் ஒன்றுதான் சாலையெங்கிலும் வெறுமனுக்கே குச்சி நெட்டி ஒயர் இழுத்து ஒவ்வொரு குச்சிக்கும் ஒரு டியூப்லைட் மாட்டி இரவை பகலாக்கிவிடுவது. ஒவ்வொரு விளக்கினருகிலும் கொத்துக்கொத்தாய் இரவுப் பூச்சிகள் மொய்த்துக்கொண்டு சுற்றிப் பறந்து களைத்து, கொத்துக் கொத்தாய்க் கீழே கிடக்கும். இரவுப் பூச்சிகளுக்கு வெளிச்சத்தின் மீது அவ்வளவு காதல். அதற்கான மின்சாரத் தேவை சாலையில் ஏற்கனவே நின்றிருக்கும் மின்கம்பத்தின் பெட்டியிலிருந்துதான்.

இந்த வருடம் வெளியூரிலிருந்து வந்த உறவுசனமெல்லாம் ஊருக்குள்ளிருந்த வீட்டில் கொண்டாட்டம் போட வழியில்லாமல் தோட்டத்தில் தென்னையோலைத் தடுக்கை வாசலில் போட்டு அங்கேயே கிடக்க வேண்டியதாகிவிட்டது. ஊருக்குள் இருந்த காலி வீடுகளில் வெளிமாநிலத்து வங்குவால்கள் வாடகைக்கு வந்து குடியேறிவிட்டனர். முதலாக உள்ளூர் கோவில் மணியக்காரர்தான் வாடகைக்கு வீடு கேட்டு வந்த அவர்களை அழைத்துப்போய் பூட்டைத் திறந்து வீட்டைக் காட்டினார்.

அப்போது வீட்டினுள்ளிருந்து ஒரு சாரைப்பாம்பு சரசரவென அவர்களின் வருகையை எதிர்பார்க்காமல் மிரண்டு வெளிவாசலுக்கு வேகமாய் ஊர்ந்தது. இந்தியில் எதையோ சொல்லிய அரை டவுசர் பையன் ஓடிப்போய் அதன் வாலைப் பிடித்து மேலே தூக்கி மணியக்காரரைப் பார்த்துச் சிரித்தான். இவருக்கோ சிறுவயதிலிருந்தே பாம்பென்றால் பயம். “அதை அடிச்சுக் கொல்லுடா! வேடிக்கை காட்டிட்டு நிக்கான்!” என்று சத்தமிட்டார்.

பின்பாக அவன் பாம்பை வெளியில் கொண்டு சென்று கொன்று வீசிவிட்டு வந்தான். எங்கே பாம்பு இருந்த வீடென்றால் தங்குவதற்கு பயப்படுவார்களோவென மணியக்காரர் யோசித்தார். அவர்கள் புலி வந்தால் கூட பயப்படாதவர்களாய் இருந்தனர். மாதம் ஆயிரம் ரூபாய் என்று முடிவாயிற்று. வீட்டினுள் ஐந்துபேர் தங்கினர். ஆயிரம் சொளையாய் வாடகைப் பணமாய் வருகிறதேயென மீதம் பூட்டப்பட்டு இருந்த வீடுகளின் கதவுகளும் திறந்தன.

அவர்களெல்லாம் திங்களூரில் பல வேலைகளுக்கும் சென்று வருகிறார்கள். காதில் கடுக்கன் போட்டுக்கொண்டு மண்டை முடிக்கு நீலவர்ணம், சிவப்பு வர்ண சாயமடித்து, அரைக்கால் டவுசர் போட்டு வாயில் பான்பராக் மென்று, உள்ளூர்ச் சாலைகளில் புரீச்செனத் துப்பிச் செல்லும் பயல்களை, உள்ளூர்வாசிகள் அதிசயத்தைப் பார்ப்பதுபோல சில மாதங்கள் பார்த்தார்கள். அவர்களிடம் பேச்சுக்கொடுத்தாலும் அவர்கள் பேசும் மொழி இவர்களுக்குப் புரிவதுமில்லை. ஆனால் சமீப காலங்களில் அவர்கள் கொஞ்சமேனும் தமிழில் பேச ஆரம்பித்து விட்டதால் அவர்களும் மனுசங்கதானே! என்கிற நினைப்பில் சொல்லப்பம்பாளையமே ஏற்றுக்கொண்டது. இது இங்கு மட்டுமல்ல. எங்குமே இப்படித்தான்.

ஒவ்வொரு கிராமத்திலும் வயது முதிர்ந்த பெரியவர்கள் வீட்டினுள் புழுக்கம் தாங்காமல் விநாயகர் கோவில் கல்லுத்திண்டில் அமர்வது போன்றே சொல்லப்பம்பாளையத்திலும் கோவில் திண்டில் நான்கைந்துப் பேர் அமர்ந்திருக்கத்தான் செய்தார்கள். அவர்களுக்கு வெளிமாநிலப் பெண்கள் தங்கள் ஊருக்குள் பேண்ட், டீசர்ட் அணிந்து செவச்செவன்னு சுற்றுவதைப் பார்க்க வேடிக்கைதான்.

குசும்புக்காரக் கிழவாடி அவர்களைத் தங்கள் அருகில் வருமாறு அழைப்பார். ‘டே தம்பி இங்க வா!’ எங்கிருந்தோ இங்க வந்து சேர்ந்து கம்பேனிக்கி போயிட்டு வந்துட்டு இருக்கீங்களே... சம்பாதிச்ச காசு பூராத்தியும் சொக்கா வாங்கவும் உருளைக்கிழங்கு வாங்கவும் சோத்துக்கும் செலவு பண்ணிட்டா என்ன மிச்சமிருக்கும்?’ அவர்களும் அரைகுறை தமிழில் பேசப்பேச இவர்களுக்கு பொக்கைவாய்ச் சிரிப்பு மட்டுமே மிச்சமாகும்.

‘நாமெல்லாம் முந்திப்பொறக்காமெ இப்போ எம்பட ஆயா வயித்துல பொறந்திருக்கோணும். நம்ம காலத்துல டிவி பொட்டியக் கண்டமா, செல்போனு டப்பியைக் கண்டமா?’ என்று பெருமூச்சு விடுவார்கள். பெருசுகள் வாழ்ந்தகாலம் அப்படி. திடீரென எல்லாமும் மாறிவிட்டதை அவர்கள் தினமும் பேசிப்பேசிச் சலிப்படைந்து போய் கட்டிலில் சாய்கிறார்கள். ஒருகாலத்தில் அரிசிச் சோற்றுக்கு ஆளாய்ப்பறந்தவர்கள் இன்று கம்மங்கூழுக்கும், ராகிக்கூழுக்கும் ஏங்குகிறார்கள்.

அவர்களின் மருமகள்களுக்கோ, பேத்திகளுக்கோ அவற்றைப்

பிடிப்பதில்லை. இரவுச் சாப்பாட்டுக்கு தோசை என்று காய்ந்த காகிதம் தொட்டுக்கொள்ள கொஞ்சம் சட்னியுடன் இவர்கள் குண்டானில் வந்துவிழுகிறது. வயிறு சாமத்தில் பசிக்குமே என்று அதையும் விழுங்கி வைக்கிறார்கள். தினமும் இரவில் மூன்று சொம்புத் தண்ணீர் குடித்து வயிற்றைக் குளிர்ச்சியாக வைத்துக்கொள்கிறார்கள்.

வானம் இரவு பனிரெண்டு மணியிலிருந்தே இடறிக்காட்டி மிரட்டிக்கொண்டிருந்தது. ஆங்காங்கே மரங்களில் அணைந்திருந்த மயில்கள் சாமம் ஏமம் பார்க்காமல் வானம் இடறிய சமயமெல்லாம் சப்தமாய்க் ‘குவ்வேஏக் குவ்வேக்’கென கேவின. மழை பெரிதாக வந்துவிட்டால் சிரமம்தான். மின்சாரம் கூட போய்விட வாய்ப்பிருக்கிறது.

கருப்பன் கோவிலினுள் பூசாரிகளைத் தவிர்த்து உள்ளூர் பெரிய மனிதர்கள் மட்டும் போட்டிருந்த சேரில் அமர்ந்திருந்தபடியே தலைதொங்க தூக்கத்திலிருந்தார்கள். அந்தச் சமயத்தில் காற்று விசுவிசுவென வீசத் துவங்கிடவே மழைவாசம் கிழக்கிலிருந்து வரத்துவங்கிற்று. கோவில் சுவர்களிலும், ஆலமரத்திலும் வர்ணமயமான தோரண சீரியல் விளக்குகள் மினுக்கட்டாம் போட்டுக்கொண்டிருந்தன. கோவிலைச் சுற்றிலும் மரம் கண்டபக்கமெல்லாம் ஒவ்வொரு திசை பார்த்தும் கட்டப்பட்டிருந்த கொடை ரேடியோக்கள் அமைதிகாத்துக்கிடந்தன இருளில். சீனாபுரம் பக்கம் மின்னல் கீற்றுகள் பளீரிட்டு மறைந்தன.

மொரசனாடிப்பூசாரி திண்டிலிருந்து எழுந்தமர்ந்து தன் இரு கைகளைத் தேய்த்து முகத்தில் சூடாய்த் தேய்த்துக்கொண்டவர் மடியிலிருந்து ஒரு பீடியை எடுத்துப் பற்றவைத்தார். சற்று தூரத்தில் மொண்டிக்கருப்பனுக்கு பூஜைசெய்யும் பூசாரி எழுந்து சடவு முறித்துக்கொண்டே ‘கிழக்கே நல்ல மழையாட்டம் இருக்குது முருகேசா! இங்க வெறும் தூத்தல் மட்டும்தான் சித்தங்கூரியத்துல வரும் பாரேன்!’’ என்றார்.

அவர் சொன்னவிதமாய்த்தான் கொஞ்சம் நேரத்தில் சலசலத்து தூறல் மழை வந்து சேர்ந்தது சொல்லப்பம்பாளையத்திற்குள். ‘திங்களூரோட கடேசி. அதுக்கும் மேல அந்தப் பக்கமெல்லாம் போய் தூத்தல் போடமாட்டேன் பார்த்துக்க!’ என்பது போன்றே சிணுங்க ஆரம்பித்தது மழை. தோட்டங்களில் வாசலில் தென்னந்தடுக்கில்

படுத்திருந்த உறவுசனம் எல்லாரும் குய்யோமுய்யோவென எழுந்து வீட்டினுள் ஓடினர்.

முரசனாடி பூசாரிக்கு சேலம்தான் சொந்த ஊர். பரனேறிப்பூசாரி பொள்ளாச்சிப் பக்கம். இப்படி பூசாரிகள் எல்லோரும் வெளியூரிலிருந்து தான் தங்கள் கோவிலுக்கு நான்கு நாள் முன்பாக வந்து சேர்ந்து விழாவுக்கு அடுத்த நாள் கணக்குவழக்குப் பார்த்து மறுபூஜை முடித்துக் கிளம்புவார்கள். கருப்பனாடிப்பூசாரிக்கு உள்ளூர்தான். கோவில் தர்மகர்த்தாவும், மணியக்காரரும் உள்ளூர்தான். திருவிழா நடைபெறும் நாளை முடிவு செய்வது, மேளக்காரனுக்குப் பேசுவது, அன்னதான நிகழ்ச்சிக்கு ஏற்பாடு செய்வது, பத்திரிகையடித்து அதை விநியோகிப்பது, கோவிலில் மறுசீரமைப்பு என்று பாங்கு பார்ப்பதெல்லாம் எல்லோருமே கலந்து ஆளுக்கொரு பணிகளை எடுத்துக்கொள்வார்கள். எல்லோருக்குமே விழா திருப்தியாக முடியவேணுமென்ற எண்ணம்தான்.

கொரோனா என்று இரண்டு வருடங்கள் விசேஷமின்றி கருப்பன் அமைதி காத்திருந்தான். மொத்தமாய் நான்குவருட காலமாக சாமிகள் பூஜைகள் ஏதுமின்றி வீற்றிருந்தன. எல்லாமும் சீராகி எல்லா ஊர்களிலும் கோவில்ச்சாட்டு நடைபெறவும் கருப்பன் எல்லோரது கனவிலும் சென்று, 'தாமசம் பண்றீங்கடா!' என்று குரல் கொடுத்தார்.

மாதாமாதம் அமாவாசை மதிய பூஜைக்கு வந்திருந்த நெருங்கிய உறவுசனம் அதைப்பற்றிப் பேசிக்கொண்டதும் விழா பற்றிய தீர்மானத்தைக் கொண்டு வந்தார்கள். இதோ நாளை விடிகாலையில் கொட்டுமொளக்கு பெரிதாக இருக்கும் கோவிலில். எல்லாச் சாமிகளும் அலங்கரிக்கப்பட்டு பட்டாடை உடுத்தி, கழுத்து நிறைய மாலைகளுடன் காட்சிதரும். கோவில் நிறைத்தபடி சனம் பதிபக்தியோடு கருப்பனின் ஆசிபெற்று வீடு செல்வர்.

OOO

பெய்ய ஆரம்பித்த மழைத்தூறல் திங்களூரின் சுற்றுவட்டாரம் முழுதுமே பெருந்துளிகூட இல்லாமல் சிணுங்கட்டமாகவே

அரைமணி நேரம் பெய்வதும் பின்பாக அரைமணி நேரம் நிற்பதுமாக போக்குக்காட்டிக்கொண்டிருந்தது. கருப்பனுக்கு விழா எடுக்கும் உள்ளூர்வாசிகள் கூட அவ்வளவு துடியாய் இருக்கமாட்டார்கள். வழூவில் பல வீடுகளில் விடிகாலை நான்கு மணியிலிருந்தே விளக்குகள் எரிந்தன. எல்லாவீட்டு பாத்ரூமிலும் தண்ணீர் போசி உருளும் சப்தம் கேட்டபடியிருந்தது.

மல்லிகா குளித்து முடித்து, தன்னிடம் இருப்பதிலேயே எடுப்பான மஞ்சள் வர்ணச் சேலையை அணிந்திருந்தாள். கேஸ் அடுப்பில் தண்ணீர் கொதித்துக்கொண்டிருந்தது. டீத்தூளைப் போட்டு இறக்கி வைத்தால் போதும். தன் அப்பன் மல்லி கோவில் பக்கமெல்லாம் வருவதற்கு விரும்பமாட்டாப்ல என்று அவளுக்குத் தெரியும். வயது போன காலத்தில் சாமி நம்பிக்கையும் போய்விட்டது மல்லிக்கு.

மல்லி பெரியபாளையத்தில் இருக்கவேண்டியவன்தான். அவன் சம்சாரம் குஞ்சாள் செத்து இப்போது நான்கு வருடங்களாகிவிட்டன. அவளின் இழவு காண முத்தாப்பண்ணாடியின் மகளோடு காதலென்று ஓடிப்போன தன் மகன் சண்முகன் வந்து சேர்ந்துவிடுவான் என்று குழிமேட்டில் குஞ்சாளைப் புதைக்கப்போகையில் கூட அரைமணி நேரம் தாமதப்படுத்தினான்.

பெத்த அம்மாளின் சாவுக்கு கூட மகன் வரமாட்டானா? அப்படியென்ன பயம் அவனுக்கு? வந்தால் பண்ணாடிகள் அடித்துக் கொன்றுவிடுவார்களா? அப்படித்தான் பண்ணாடிகள் வழிமேல் விழி வைத்து 'வக்காலி வந்தால் காலையும் கையையும் ஒடித்துக் கிடையில கிடக்காப்ல பண்ணிடுவோ'மென வடிவுக்கரசியின் தம்பிக்காரன் தன் பங்காளிகளோடு காத்திருப்பதாய்ச் சொன்னார்கள் மல்லியிடம்.

ஒருபுறம் மகன் சண்முகன் வந்து வெட்டுப்பட்டுப்போவதை விட அவன் வராமலேயே இருக்கணும் மதுரெ வீரா! பரட்டத்தலச்சி தாயே! என்று உள்மனதில் உருகிக்கொண்டிருந்தான். ஆனால் வெளியில் உறவுசனத்திடம் அப்படிக் காட்டிக்கொள்ள முடியுமா? பத்து வருடங்களுக்கும் மேலாகவா இன்னமும் வன்மத்தை மனசில் வைத்துக்கொண்டு சுற்றுவார்கள்? தன் மகன் மீதான கவலையே அவனையும் முடக்கிவிட்டதுதான் உண்மை. இப்போது குஞ்சாளைப் புதைத்த குழிமேட்டில் வைத்த முள்ளுக்கத்தாழைகூட செழிப்பாய் வந்துவிட்டது சுடுகாட்டில்.

முத்தாப்பண்ணாடியும் போய்ச்சேர்ந்து வருடம் ஐந்தாறு ஆகிவிட்டது. அவரது பண்ணையம் அவரோடு முடிந்துவிட்டது. கட்டுத்தாரையில் நின்றிருந்த எருமைகள் இல்லை. பட்டிபோட்டு நின்றிருந்த ஆடுகளுமில்லை பட்டியுமில்லை. இப்பவோ எப்பவோவென முத்தாப்பண்ணாடியின் சம்சாரம் கிடையில் விழுந்துவிட்டதாகத் தகவல் வந்திருக்கிறது இவனுக்கு. வடிவுக்கரசியின் தம்பி வேலுச்சாமி தான்தோன்றியாய் பாட்டிலடித்துக்கொண்டு ஊருக்குள் சுற்றுவதாய்ச் சொன்னார்கள்.

அவனுக்கும் வயது முப்பதுக்கும் மேலாகிவிட்டது. இவன் முத்தாப்பண்ணாடியிடம் பண்ணையத்துக்கு இருந்தபோது அவன் காங்கயத்தில் படித்துக்கொண்டு அத்தை வீட்டிலிருப்பதாய்ச் சொன்னார்கள். மல்லியே அவனை நோம்பி நொடி சமயத்தில் பார்த்தது அப்போது. இப்போது அவனே நேரில் வந்து நின்றாலும் யாரு எவரென மல்லிக்குத் தெரியப்போவதில்லை.

குஞ்சாள் போன பிறகு சாப்பாட்டுப் பிரச்சினை மல்லிக்கு வந்துவிட்டது. குடிக்க ஆரம்பித்துவிட்டான். அவனுக்கு ரேசனிலிருந்து வாங்கி வரும் அரிசியைக்கூட சமைக்கத் தெரியவில்லை. சொந்த ஊருக்குள்ளேயே பசியெடுக்கையில் தன் வட்டலைத் தூக்கிக்கொண்டு வீடு வீடாய்ச் சென்று பழையது கேட்டு வாங்கி அவர்கள் வீட்டுத் திண்ணையிலேயே அமர்ந்து சாப்பிட்டு முடித்துவிட்டுக் கைகழுவக் கிளம்பினான்.

மல்லியை யாரேனும் பார்க்கும்போதெல்லாம் வட்டிலும் கையுமாகவே ஊருக்குள் திரிந்தான். பல வீட்டுச் சாப்பாடு சாப்பிட்டால் உடம்பு நன்றாயிருக்கும் என்பார்கள். ஆனால் நாளுக்கு நாள் மல்லி இளைத்துக்கொண்டே போனான். முகச்சவரம் என்ற ஒன்றை மறந்தே போனான். ஒடுக்குவிழுந்த முகத்திற்குள் அவன் கண்கள் நெற்றிக்கும் சற்றுக் கீழே குழிக்குள் இருந்தன. அவை இரண்டும் எல்லோரையுமே உற்று உற்றுப் பார்த்தன.

குஞ்சாள் உயிரோடு இருந்தபோது மல்லிகாவை மூங்கில்பாளையத்து மாரனுக்குக் கட்டிக்கொடுத்திருந்தான் மல்லி. அதில் குஞ்சாளுக்கு வருத்தம்தான். தன் சொந்தத் தம்பி பையனுக்கே குடுக்கவேணுமென பிடிவாதமாய் இருந்தாள். மாரனுக்கும் நிரந்தரமான வேலை என்று எதுவுமில்லை. ஒருநாள் காட்டுவேலைக்குப் போவான். குப்பை

லாரிக்குப் போவான். மறுநாள் இலையறுக்கப் போவான். சாதகக் கோளாறு இருப்பதாயும், இடம் மாறினால் சரியாகிவிடுமெனவும் மாரனின் அம்மா போய்ச் சேர்ந்ததும் சொல்லப்பம்பாளையம் வந்து சேர்ந்தார்கள்.

வீட்டின் பின்புறத்தில் சாலை ஒன்றை கொரோனா சமயத்தில் தன் அப்பனுக்காக எழுப்பினான் மாரன். அப்பனைப் பார்த்துப் போக ஒருமுறை வந்த மல்லிகா, பெரியபாளையத்தில் தன் அப்பனின் நிலையைக் காணச் சகிக்காமல் சொல்லப்பம்பாளையத்திற்கே கூட்டிவந்துவிட்டாள். வீட்டின் பின்பக்கச் சாலையில் மல்லி, உடல்நிலை மோசமடைந்த மாரனின் அப்பனுக்கு உதவியாய் இப்போது இருந்தான். மாரன் திங்களூரில் கம்பெனி ஒன்றில் எடுபிடி ஆளாய்ப் போய்ச் சேர்ந்துகொண்டான்.

பாயில் தூங்கிக்கொண்டிருந்த தன் மூத்த மகள் மஞ்சுளாவையும் அவளது தம்பி மதியழகனையும் பார்த்தவள், அவர்களைத் தட்டி எழுப்பினாள். சடவு முறித்துக்கொண்டு பாப்பா மஞ்சுளாதான் முதலாக எழுந்து அமர்ந்தாள். விளக்கின் ஒளி கண்களைக் கூச வைக்கவே புறங்கையை நெத்திக்கு வைத்துக்கொண்டு, ‘ஏம்மா எழுப்புனே?’ என்று முனகினாள். வெளியே மழைத்தூறல் சீராய் இப்போதுதான் தூற ஆரம்பித்திருந்தது.

“கருப்பசாமி கோய்லுக்குப் போயே ஆகணும்னு ரெண்டுநாளா சொன்னவ இப்பிடித் தூங்கீட்டு இருந்தா ஆச்சா சாமி? போயி பல்லு தேய்ச்சிட்டு பாத்ரூம்ல வெந்தண்ணி வெளாவி பக்கெட்டுல வச்சிருக்கேன். மளார்னு குளிச்சிட்டு ஓடியா! புதுத்துணி போட்டுக்கலாம்!” என்ற மல்லிகா ஸ்டவ்வை அணைத்துவிட்டிருந்தாள்.

“இதென்னம்மா வெளிய சிணுங்குஞ் சிணுங்குனு மழை பெய்யுமாட்ட இருக்குதே!” இழுத்தவாறு மஞ்சுளா அம்மாவிடம் சொன்னாள்.

“பெருசாவா பேயுது... அப்பிடியே தம்பியை எழுப்பியுடுடி. அவன் வாயில இருந்து சூப்புற பெருவெல்லை பிடிங்கியுடு... பாலு வருதா எந்த நேரமும் அவனுக்கு வெல்லுல?” என்றதும் மஞ்சுளா தம்பியின் சூப்புவிரலைப் பிடுங்கிவிட்டாள். அவன் முனகிக்கொண்டே மீண்டும் விரலை வாய்க்குள் கொண்டு போக

தம்பியின் முதுகில் பொத்தென ஒன்று வைத்தாள். அவனும் பாயில் எழுந்தமர்ந்து “போடி குண்டி!” என்றான் கோபத்தில்.

“அக்காளை அப்படியெல்லாம் சொல்லக்கூடாது சாமி” என்றாள் மல்லிகா. சில்வர் தம்ளரில் டீயை ஊற்றி மறு தம்ளரில் ஊதி ஊதி டீயை ஆற்றிக்கொண்டிருந்தாள் அவள். மஞ்சுளாவின் தம்பி மதியழகனுக்கு திடீரெனத்தான் கோவில் ஞாபகம் வந்தது போல பாயிலிருந்து எழுந்தவன், “நான்தான் பர்ஸ்ட்டு குளிப்பேன்... குண்டி அப்பறமேத்திக்கி தண்ணி வாத்துக்கட்டும்!” என்று சொல்லிவிட்டு திடுகுப்பென வீட்டிலிருந்து வெளியில் ஓடினான்.

மல்லிகாவுக்கு இப்போது மஞ்சுளாவின் மூஞ்சியைப் பார்க்க சிரிப்பாணியாய் வந்தது. மஞ்சுளா ‘உம்’மென்று முகத்தை வைத்திருந்தாள். தம்பியை எழுப்பிவிடாமல் இருந்திருந்தால் முதல் குளியலைத் தானே போட்டிருக்கலாமென நினைத்தாள்.

கோவிலிலிருந்து கொடைரேடியோ சப்தம் விடிகாலையிலிருந்தே கேட்டபடியிருந்தது வழுவுக்குள்ளும். கோவில் ஒரு கிலோமீட்டருக்கும் அப்பாலிருந்தது. கருப்பசாமி பாடல்களும் அம்மன் பாடல்களும் மட்டுமே கொடை ரேடியோவில் திரும்பத் திரும்பப் பாடிக்கொண்டிருந்தன. ‘இரண்டு வருடத்திற்கு ஒருமுறை விசேஷம் செய்யப்படும் கோவில் அதுவென்றும், கொரோனா என்று இரண்டு வருடங்களாக சாட்டாமல் விட்டிருந்தார்கள் என்றும் இப்போது தான் திருவிழா வருகிறது’ என்றும் மஞ்சுளாவுக்கு முன்பாகச் சொல்லியிருந்தாள் மல்லிகா. மஞ்சுளாவின் பள்ளியில் பிள்ளைகள் ‘நோம்பி வருது, நோம்பி வருது!’ என்றும், ‘கிடா வெட்டுவாங்க! எங்கப்பன் ஒரு கிடா சாமிக்கி வெட்டுது தெரியுமாடி?’ என்றும் பேசிக்கொள்ளத்தான் மல்லிகாவிடம் நோம்பி பற்றிக் கேட்டாள்.

நான்கு வருடங்களுக்குப் பிற்பாடு ஊருக்குள் விழா எடுத்திருக்கிறார்கள். சக்தி உள்ள சாமி. கரகாட்டம், பாவைக்கூத்து, சினிமா என்று எந்த ஆடம்பரச் செலவுகளையும் கருப்பசாமி தன் கோவில் விசேஷத்தில் ஏற்றுக்கொள்ளாது. கோவில் பூசாரிகள் கோவில் வீடு புகுந்த நாளிலிருந்து பக்தியைத் தவிர வேறு சிந்தனைகள் எதுவுமில்லாமல் இருக்க வேண்டும். வீட்டுக்கு தூரமான பெண்கள் வாடையே கோவில் புறத்தில் இருக்கக்கூடாது. பூசாரியின் வீடுகள் நல்ல கிழமைகளிலெல்லாம் வருட நாட்களில் கூட விரதமிருக்க

வேண்டும். அந்த நாட்களில் வேறு வீடுகளில் தண்ணீர் கூட குடிக்கக்கூடாது.

பாப்பா மஞ்சுளாவை இரண்டாம் வகுப்பு படிக்கையில் ஒருமுறை அந்தக் கோவிலுக்குக் கூட்டிப் போயிருக்கிறாள் மல்லிகா. ஆனால் அவளுக்கு அது ஞாபகத்தில் இல்லையாம் இப்போது. அப்போது மதியழகன் இவள் இடுப்பிலிருந்தான். அப்போது மாரன் இவளோடு இருந்தான். இப்போது இல்லாமல் போய்விட்டான். கொரோனா இரண்டாவது அலையில் சளி காய்ச்சல் என்று விழுந்திருந்தான் அவன்.

ஆஸ்பத்திரி மருந்துகளிலேயே தப்பித்து தெப்புத்தேறியவன் பின்பாக கம்பெனிக்கு வேலைக்குச் செல்லாமல் கொஞ்சம் நாள் தோட்டம் காடுகளுக்கு வேலைக்குச் சென்றான். பின்பாக தடுப்பூசி வந்துவிட்டது என்று ஊருக்குள் பலர் ஆஸ்பத்திரி சென்று ஊசியைப் போட்டுவர இவனுக்கும் குத்திக்கலாமா வேண்டாமா? என்றே இருந்தது. மல்லிகா எப்படியோ வழூவுப்பெண்களோடு நடந்துபோய் குத்திக்கொண்டு வந்துவிட்டாள்.

மாரனுக்கு ஊசியை நினைத்தாலே பயமாய் இருந்தது. ஊசி போட்டிருக்காவிட்டால் ரேசனில் ஜாமான்கள் கிடைக்காதெனப் புரளியை மெதுவாகக் கிளப்பியிருந்தார்கள். ரேசன் ஜாமான் இல்லையென்றால் எப்போதைக்குமே குடுக்க மாட்டார்களே! என்று மிரண்டுபோனவன் ஒரே முடிவாய் ஆஸ்பத்திரிக்கு ஆதார் அட்டையைத் தூக்கிக்கொண்டு சென்றான்.

போய் வந்தவன் மூன்றாம் நாளில் தூங்கி விழிக்கவில்லை. அட்டாக் என்றார்கள். மொக்கறக்கையாட்டம் இருந்தவனுக்கு ஏன் வந்ததென யாருக்கும் தெரியவில்லை. ஊரே துக்கத்தில் இருக்கையில் அட்டாக் என்று அதே நாளில் பொம்மியாயா போய்ச் சேர்ந்தது. வழூவுக்குள் கொரோனா நான்கைந்து பேரை தன் கணக்கிற்காகக் கூட்டிப்போய்விட்டது.

ஒரு வாரம் அழுது தீர்த்த மல்லிகா ரோட்டு வேலைக்கு மம்பட்டியையும் சட்டியையும் தூக்கிக் கொண்டாள். தனக்கு வாய்ச்சது அவ்வளவு தான் என்றே நினைத்திருந்தாள் அவள். முன்பாக ஊர்ப்பண்ணாடியின் தோட்டத்திற்கு வழூவுப்பெண்களோடு

வேலைக்குப் போய்வந்தாள். சில நாட்கள் வேலை இருப்பதும், சில நாட்கள் இல்லாமல் போவதும் தொடரவே அட்டை கொடுத்து ரோட்டு வேலைக்குச் சேர்ந்துகொண்டாள். தோட்ட வேலை இருக்கையில் அதற்கும் பெண்களோடு சென்று வந்தாள்.

மாரனின் தம்பி கூட இரண்டு தடுப்பூசிகளையும் போட்டுக் கொண்டு நன்றாகத்தான் இருக்கிறான், ஊருக்குள் பக்கத்து வீதியில் அவன் மனைவி குழந்தைகளுடன். அவனையும் அவன் சம்சாரத்தையும் ஏன் இவளையுமே கூட அந்த ஊசி ஒன்றும் செய்யவில்லை. வாரம் தவறாமல் அவர்கள் பெருந்துறை சென்று மாட்டுக்கறி எடுத்துவந்து சமைத்துத் தின்கிறார்கள். இவள் மாரன் போனதிலிருந்து வீட்டினுள் கறி சமைப்பதேயில்லை. பிள்ளைகள் இருவரும் கறிச்சோறு என்றால் சித்தப்பனூட்டுக்குச் சென்று சாப்பிட்டுவிட்டு வந்துவிடுவார்கள்.

ஊருக்குள் கோவில் சாட்டியதிலிருந்து மல்லிகாவின் வாயும் நாவும் ஆட்டுக்கறிக்கு ஆசைப்பட ஆரம்பித்துவிட்டது. ஆட்டுக்கறி ஒரு கிலோ வாங்கணுமென்றால் கையில் சொளையாய் ஒரு நோட்டு வேண்டும். மாமனாரும் தன் அப்பனும் இருக்கிறார்கள். இவள் சித்தப்பனூட்டு பிள்ளைகள் என்று எல்லோருக்கும் போசியில் போட்டுக் கொடுத்தனுப்ப வேண்டும். ஒரு கிலோ என்னாத்துக்கு ஆவும்? மதியம் கறியாக்கினால் இரவே சட்டியைச் சொரண்ட வேண்டுமே!

கொரோனாவிற்குப் பிற்பாடு மளிகை, காய்கறி ஜாமான்கள் வாங்க சந்தைக்குச் செல்லவேண்டியதில்லாமல் போய்விட்டது. வழுவுக்குள் வாரத்திற்கு இரண்டுமுறையாச்சும் ஆட்டோவில் காய்கறிகள் விற்பனைக்கு வந்துவிடுகிறது. ‘வாங்கம்மா வாங்க! எங்க வண்டியிலெ கத்திரிக்கா, மிளகா, வெண்டைக்கா, மாங்கா, பாவக்கா, உருளைக்கிழங்கு, தக்கோளின்னு எல்லாமும் குறைஞ்ச விலையில தர்றோம். இப்பத்தான் காலையில ஃப்ரஸ்ஸா நேரடியா கொள்முதல் பண்ணிட்டு வர்றோம்! வாங்கம்மா வாங்க!’ என்று குட்டி ரேடியோ ஒன்று ஆட்டோவில் எந்த நேரமும் திரும்பத் திரும்பச் சொல்லிக்கொண்டேயிருக்கிறது.

எல்லோரும் திங்களூர் சந்தைக்கு வியாழன் அன்று செல்வதை விட்டொழித்துவிட்டார்கள். சந்தைக்குள் வடமாநிலத்து மனிதர்கள் கூட்டம்தான் இருக்கிறதென்கிறார்கள். போக வெங்காய வண்டியும்

வருகிறது. சின்னவெங்காயம் அஞ்சு கிலோ நூறு ரூபாய்க்குக் கிடைக்கிறது. வாங்கி வீட்டினுள் பரப்பிப் போட்டால் அப்படியே கிடக்கிறது.

சொல்லப்பம்பாளையம் ஊருக்குள் மாரியம்மன், மாகாளியம்மன் கோவில்கள் வேறு இருக்கின்றன. வருடம் தவறாமல் கொரோனா இல்லையென்கிறபோது ஊர்க்காரர்கள் சாட்டி விழா எடுத்து விடுவார்கள். கிடாவெட்டு வீடு வீடுக்கு நடக்கும். வழுவிலிருந்து பெண்கள் எல்லோருமே கிடாவெட்டு நாளின் மாலையிலும் அடுத்த நாளிலும் கூட வீட்டிலிருக்கும் போசிகளைத் தூக்கிப் போனால் வீடு வீடுக்குக் கறிக்கொழம்பும் சோறும் வாசலில் நின்று வாங்கிக் கொண்டு வந்து வயிறார இரண்டு நாட்கள் வைத்துச் சாப்பிடலாம். ஊருக்குள் எல்லா வீட்டுக்காரர்களுமே முகம் சுளிக்காமல் இவர்களது போசியில் கறியாய்ப் போடுவார்கள். கெட்டிக்கொழம்பு, எலும்புக்கொழம்பு, வறுவல் எனத் தனித்தனியாய்க் கொடுப்பார்கள். போக பொன்னி அரிசிச் சோறும்.

இரண்டு வருடங்கள் கழித்து இவளுக்குக் கறிச்சோறு மீது ஆசை வந்துவிட்டது. தன் அப்பனுக்கு தம்ளரில் டீ ஊற்றிக் கொண்டுபோய்க் கொடுத்துவிட்டு, கோவிலுக்குப்போய் வருவதாய் ஒரு வார்த்தை சொல்லிவிட்டு வந்தாள். பக்கத்துவீட்டு சண்முகம் பொண்டாட்டி, ‘மல்லிகா!’ என்று குரல் கொடுத்தாள். ‘ஒச்சேனு உண்டுக்கா!’ என்று இவளும் வீட்டினுள்ளிருந்து பதில் குரல் கொடுத்தாள். மஞ்சுளாவும், மதியழகனும் குளித்து முடித்து புதுத்துணி அணிந்திருந்தார்கள்.

அவை மாரனின் கருமாதிக்குச் சொந்தபந்தம் எடுத்துக் கொடுத்தது தான். இவள் அணிந்திருக்கும் மஞ்சள் வர்ண சேலையும் கூட கருமாதியன்று ஐம்பது ரூபாய் பணத்தோடு வைத்துக் கொடுத்தது தான். பிள்ளைகள் இருவருக்கும் முகத்துக்கு பவுடர் அடித்துவிட்டு, இவளும் கொஞ்சமாய் பூசிக்கொண்டு வீட்டை விட்டு வெளிவந்தவள், கதவைப் பூட்டிச் சாவியை இடுப்பில் செருகிக்கொண்டாள்.

இருட்டு மெதுவாக விலகிக்கொண்டிருக்கையில் வானமும் முழுதாய் வெளுத்திருந்தது. மழைத்தூறல் சுத்தமாய் நின்றிருந்தது. மழை நிக்கோணும் சாமீ! என்று தனியாக ஒரு பூஜையைக் கோவிலில் போட்டார்களோ என்னவோ? வழுவிலிருந்து ஆண்கள் யாரும் கருப்பராயன் கோவில் விசேஷத்திற்கு வரவில்லை. மதுரைவீரன்

கோவில் திண்டில் சின்னான் ‘கொதீந்தாக் கொதீந்தாக்கு… தாக்கு தாக்கு தாக்கு… கொதீந்தாக்கு!’ என்று வாயிலேயே மத்தளச்சத்தம் போட்டுக்கொண்டு குத்தாட்டமாடிக்கொண்டிருந்தான். கொஞ்சமாய் காத்தாலை குடி குடித்திருப்பான் போல. அதான் ஆட்டம் தன்னப்போல வந்திருக்கிறது அவனுக்கு.

அவன் மட்டுமே பளீரெனக் கிளம்பிய பெண்களையும் பொடுசுகளையும் பார்த்து ஆட்டத்தை நிறுத்திவிட்டு, திண்ணையிலிருந்து எட்டிக்கீழே குதித்தான். “எங்க காலங்காத்தால சீவிச் சிங்காரிச்சுட்டு போயிட்டு இருக்கீங்க? யாருக்குக் கல்யாணம்? தொணைக்கி நான் வரவா?” என்று கேட்டான். “உம்பட கல்யாணத்துக்குத்தான் சின்னா…” என்றாள் குப்பி சிரித்தபடி, ஏனென்றால் அவன் வேட்டி நழுவி கால்வழியே கீழே விழுந்திருந்தது அப்போது. நல்லவேளை அண்ட்ராயர் போட்டிருந்தான்.

என்னத்தவோ ஆடீட்டுப்போச்சாறான் என்று கால்நீட்டிக் கிடந்த அவன் வீட்டு பொம்மி நாய் தானும் திருவிழா பார்க்க வருவதாய்க் கிளம்பிற்று. ‘அங்க வந்து நீயி பன்னாட்டு பண்ணலாம்னு பாக்கியா? வேட்டுப்போடுவாங்க தெரிஞ்சுக்கோ! காது ஜவ்வு கிழிஞ்சு போயிரும் பாத்துக்க! ஓடிப்போ ஊட்டுக்கு!’ என்று நாயை கல்லெடுத்து எரிவது போல பாசாங்கு காட்டிய சின்னான் அவர்களோடு சேர்ந்து கொண்டான். நாய் சற்று தூரம் ஓடிப்போய் நின்று சோகமாய் அவனைப் பார்த்துவிட்டு வீடு நோக்கி ஓடிப்போயிற்று.

“எனக்கா குப்பீ கலியாணம்? இருக்கட்டும் நடக்கட்டும்! சேரிச்சேரி யாருகோட எனக்குக் கலியாணம்… நயன்தாராவோடயா? எனக்கு அவளைப் பிடிக்காதுன்னு உனக்கே தெரியும்ல… என்னை ஏங்கொண்டி அவகூடயே மறுக்கா மறுக்காவும் கலியாணம் பண்ணி வெக்கிறீங்க?” என்றான். இவன் நயன்தாரா என்றழைப்பது இவன் பொண்டாட்டி பழனாளைத்தான். இவன் போதையில் ஆர்வமாய்ப் பேச அவர்களோ தமாசாய் பேசிக்கொண்டே கோவிலை நெருங்கிக் கொண்டிருந்தார்கள்.

பெரும் பெரும் பாறை உருளைகள் பாறைமீதே சாயாமல் கிடந்திருக்க அதையொட்டி பாறைமீதேறி அவர்கள் நடந்தார்கள். பாறைமீதிருந்த குழிகளில் தேங்கியிருந்த தண்ணீர் தெளிந்து கிடந்தது. அதில் எலிகாப்டர் பூச்சிகள் ஏரோட்டிக்கொண்டிருந்தன. நேர்வழியில்

கோவிலுக்குச் செல்வதானால் உள்ளூர் வீதி போய் பின்பாக தெற்கே ஒத்தையடிப்பாதையில் கோவிலுக்கு வரவேண்டும் இவர்கள். போக பைக்கு, டிவிஎஸ் என்று போக வர இருந்துகொண்டே இருக்கும். இவர்களோ குறுக்குப் பாதையில் நடந்து வந்திருந்தார்கள். கோவிலும் ஊரைவிட்டுத் தெற்குக் கடைசியில்தானேயிருந்தது. ட வடிவில் போய்வரவேண்டியதில்லைதான். எல்லா ஊர்களுக்கும் குறுக்குப் பாதைகள் இருக்கவே செய்கின்றன.

பாறை உச்சிக்கி வருகையில் மேற்குப் பார்த்து இறக்கத்தில் சற்று தூரத்தில் கோவில் தெரிந்தது. முரசன் பிரம்மாண்டமாய் விழிகளை வடக்குப் பார்த்து முறைத்தபடி நின்றிருந்தார். அவரது கழுத்து முழுதும் மாலைகள் நிரம்பியிருந்தன. கோவில் காம்பவுண்டு சுவர் மஞ்சள் வர்ணத்தில் இருந்தது. புதுப்பூச்சு பூசியிருக்கிறார்கள் போல. மூன்று பரண் போட்டிருந்தார்கள். பரண்மீது ஆட்டுக்கிடாய்கள் மல்லாக்கப் படுக்கப்போட்டுக் கட்டி வைக்கப்பட்டிருந்தது. அவை வானம் பார்த்து வெயிலில் படுத்திருந்தன. அவ்வப்போது ‘பேஏஏஏ!’ என்று கத்தட்டம் போட்டன. இவர்கள் பாறைச் சரிவில் கீழே முகப்பிலிருந்த பெரிய ஆலமரத்தடியை நோக்கி இறங்கினார்கள்.

கோவிலினுள் மத்தளச் சப்தம் ஒலிக்க, யார் கேட்கிறார்களோ இல்லையோ கொடை ரேடியோவும் பக்திப் பாடலை சப்தமாய் பாடிக்கொண்டிருந்தது. கோவில் காம்பவுண்டினுள் உள்ளூர் சனமும் அவர்கள் உறவுக்காரச் சனமும் பிதுங்கி நின்றிருக்க, காம்பவுண்டின் வெளியேயும் சனக்கூட்டமாய் இருந்தது. சிறுவர்களுக்கான விளையாட்டு ஜாமான்கள் கடைகள் ஏழெட்டு இருந்தன.

எல்லாக் குழந்தைகள் கையிலும் பொம்மைகள் இருந்தன. பேப்பை வைத்திருந்த குழந்தைகள் அமர்ந்திருந்த பெரியவர்களின் காதுக்கருகே சென்று பேப்பை ஊதி மகிழ்ந்து சிரித்தனர். பேப்பையோ, விசிலோ கையிலில்லாத சிறுவர்கள், ‘குன்னாங் குன்னாங் குர்ர்ர்ர்!’ என்று வாயிலேயே சப்தமிட்டபடி ஓடிக்கொண்டிருந்தனர்.

ஐஸ்கிரீம் ஆட்டோ இரண்டு கோவிலை விட்டுத் தள்ளி நின்றிருந்தது. இந்த மழைநாள் ஈரத்திலும் அதனருகில் சிறுகூட்டமிருந்தது. கோவில் வெளிவாசலில் ஊதுபத்தி, சூடம், தேங்காய் பழமென கட்டிலில் போட்டு இரண்டு மூன்றுபேர் விற்றுக்கொண்டிருந்தார்கள்.

கிழக்கிலிருந்து சூரியன் கிளம்பி சுள்ளென அடித்தான் அவர்கள் முதுகில்.

கோவில் கமிட்டியாரே இலவசச் சாப்பாட்டுப் பந்தல் போட்டு வழங்கிக் கொண்டிருந்தார்கள். அந்த இடத்தில் கோவில்மணியக்காரர் சாப்பாடு போடுபவர்களிடம் எதோ கைநீட்டிச் சொல்லிக்கொண்டே கோவிலினுள் சென்றார். பந்தலுக்குள் கணிசமானோர் கையில் பாக்குமட்டைத் தட்டில் தக்காளிச்சோறு சாப்பிட்டுக்கொண்டிருந்தார்கள். அன்னதானம் என்றால் பூஜை நடக்கையிலும் கூட மக்கள் சாப்பாட்டுத் தட்டுடன்தான் நிற்பார்கள். சாப்பிட நேரம் காலம் அவர்களுக்குக் கிடையாது.

தின்று முடித்துவிட்டு வெளிவருபவர்கள் சாப்பிடச் செல்பவர்களிடம், 'கொழம்புல கொஞ்சம் காரம் தூக்கலா இருக்கு மச்சான்... ஆனா ரசம் சூப்பரு. நானு ரெண்டு விசுக்கா ரசம் ஊத்திச் சாப்பிட்டேன்' என்று சாப்பாட்டு நாயமே பேசுவார்கள். கோவிலில் சாப்பிடாமல் கிளம்பும் ஆட்களிடம் உறவுசனம் வையும். 'கோவில் திருவிழாவுக்கு வந்துட்டு அன்னதானம் சாப்பிடாம போகக்கூடாதுப்பா! சாமியே கோவிச்சுக்கும்!' என்பார்கள்.

பூக்கடைக்காரர்கள் விரைவாக மாலைகள் கட்டிக்கொண்டிருந்தார்கள். அவர்களின் கைவிரல்கள் பம்பரமாய்ச் சுழன்றபடி இருந்தன. ஏழெட்டு சாமியாடிகள் கோவிலினுள் காவிவேட்டியோடு சீக்கிரம் சீக்கிரமென எல்லோரையும் அவசரப்படுத்திக்கொண்டிருந்தார்கள். கோவில் மணியக்காரரைத் தேடிக்கொண்டிருந்த பூசாரி அவரைப் பார்த்ததும் 'பூசையை ஆரம்பிச்சிறலாமுங்க!' என்று அழைத்துக்கொண்டு சென்றார். அத்தனை இரைச்சலிலும் மணிச்சப்தம் கேட்க ஆரம்பித்தது கோவிலினுள் கிணிங் கிணியென.

வழுவிலிருந்து வந்திருந்த இருபது இருபத்தைந்து பெண்களும் ஆலமரத்தடி நிழலில் நின்றுகொண்டார்கள். கிளிவேட்டைக்கு சாமியாடிகள் இவர்களுக்குச் சற்றுமுன்னால்தான் வந்து போவார்கள். அதன்பின்புதான் பரணேறிச்சாமிகள் பரண் ஏறுவார்கள். அதன் பின்பாகத்தான் கிடாவெட்டு நடக்கும். எல்லாச் சாமிகளுக்கும் பூஜைகள் நடந்தபடியே இருக்கும். வழுவுக்கார சனங்கள் கோவிலுக்குள் செல்ல மாட்டார்கள். பூசாரிகள் இவர்களுக்காக எல்லாம் முடிந்து சனம் குறைந்துகொண்டிருக்கும் சமயத்தில் தட்டில்

சூடமேற்றி மணி பிடித்தபடி திருநீறு கொண்டுவந்து கொடுப்பார்கள்.

மல்லிகாவிடம் மதியழகன் கோன் ஐஸ்கிரீம் கேட்டு நச்ச ஆரம்பித்தான். இவன் மட்டுமல்ல, எல்லாச் சிறுவாடுகளும்தான். கோவிலுக்குள் மத்தளச்சப்தம் வேகமாயும், சப்தமாயும் இருந்தது. கொடைரேடியோவில் எந்த அறிவிப்புகளையும் செய்ய ஆள் இல்லை போலிருக்கிறது. அது நிறுத்தி வைக்கப்பட்டுவிட்டது. அதனால் மத்தாளச்சப்தம் பெரும் ஒலியாய்க் கேட்டது. வானம் நோக்கி வெடி விட்டார்கள். திடும் திடுமென பொட்லி வெடி வைத்தார்கள். நெஞ்சுக்குழியே ஒவ்வொருவருக்கும் ஏறி இறங்கிற்று அதன் சப்தத்தில்.

அம்மாக்களை நச்சிப் பணம் வாங்கி ஓடிவந்த வழூவுப்பிள்ளைகள் ஐஸ்கிரீம் ஆட்டோ முன்பாகக் கூடினார்கள். ஆளாளுக்கு வாங்கிக் கொண்டு தங்கள் அம்மாக்களுக்கும் வாங்கியவர்கள் ‘ஓய்ய்ய்ய்!’ என்று ஒலி எழுப்பியபடி ஆலமரத்தடிக்கு ஓடினார்கள். ‘வாங்கின ஒடனேயே மளார்னு ஓடியாந்திடணும் பிள்ளைங்களா! அங்கயே நின்னுட்டு இருக்கப்பிடாது!’ என்றே பிள்ளைகளிடம் எச்சரித்து அனுப்பியிருந்தார்கள் அவர்கள்.

மஞ்சுளா தம்பியின் பின்னாலேயே ஓடி வந்தவள் தன் அம்மாவுக்கென வாங்கி வந்திருந்த ஐஸ்கிரீமை அம்மாவிடம் கொடுத்தாள். யாரேனும் பார்க்கிறார்களாவெனச் சுற்றிலும் பார்வையை ஓட்டிய மல்லிகா சின்ன வெட்கமுடன் வாங்கி நாவில் சுவைத்தாள். சின்னான் ஆலமரத்தடியிலேயே கேட்கும் மத்தளச் சப்தத்திற்கு ஏற்ப கையை காலை ஆட்டி ஆடினான். கட்டியிருந்த வேட்டி வேறு அவனுக்கு இடைஞ்சலாய் இருந்தது போல. அடிக்கடி ஒரு கையால் தூக்கிப்பிடித்துக்கொண்டான். எல்லாருக்கும் அவன் ஆட்டம் பார்க்க சிரிப்பாணியாய் இருந்தது.

“அட பிள்ளைங்களா எனக்கொரு ஐசுக்கிரீமு வாங்கித்தாருங்களேன்... நானும்தான் நக்கிப்பாத்துக்கறேனே!” உடலை ஆட்டிக்கொண்டே சிறுவர்களிடம் சென்று கையை நீட்டினான். அவனுக்குப் போக்குக் காட்டி அவர்கள் அங்குமிங்கும் ஓடினார்கள். அவன் மஞ்சுளாவிடம் வந்து நின்று கேட்கையில், “ஒரு ஐஸ்கிரீமு வெலை அம்பது ரூவாண்ணா!” என்றாள். “ஐயோ! ஆனை வெலெ! ஆனை வெலெ, நாக்கு ஒத்துறா சாமீஈ” என நெஞ்சைப் பிடித்துக்கொண்டு அவன்

நிலத்தில் சாய்ந்து கிடக்க, சிரிப்பாணி களைகட்டியது அங்கே!

மஞ்சுளாவுக்கு கோவிலுக்குள் சென்று ஆட்டம் பார்க்கவேணுமென அப்போது தோணிற்று. இவள் கூடப்படிக்கும் சீனிவாசனும், மூர்த்தியும் அவர்களது அப்பா சாமியாடிகள் என்றார்களே! சாமி எப்படி ஆடுவார்கள்? பார்க்கத்தான் வேணும். ஆனால் அம்மா விடமாட்டாளே! ஏன் எல்லோரும் இங்கேயே நிற்கிறார்கள்? எல்லாரும் கோவிலுக்குள் போய்த்தானே சாமி பார்க்கிறார்கள்.

தம்பி உதட்டோரமெல்லாம் வெள்ளையாய் ஐஸ்கிரீம் அப்பியிருக்க அவனைப் பார்க்கவே இவளுக்கு வேடிக்கையாய் இருந்தது. குரங்கு மூஞ்சி போல இருந்தது. அருகில் போய் அவனது வாயைத் துடைத்துவிட்டாள். அப்படியே அவனை இழுத்துக்கொண்டு பின்பக்கமாய் நகர்ந்தாள்.

"குண்டி, என்னை எங்கடீ இழுத்துட்டுப் போறே? ஐஸ்கிரீம் கடை அங்க இருக்கு... கூட்டிட்டு போயி எனக்கு இன்னொரு ஐஸ்கிரீம் வாங்கிக் குடுடி!" என்றான்.

"கோவிலுக்குள்ள போயி சாமியாட்டம் பாக்கலாம்டா!"

"ஐ! ஆட்டம் பார்த்துட்டு வந்து ஐஸ்கிரீம் வாங்கித் தர்றியாக்கா!"

"அம்மாட்ட மறுக்காவும் காசு வாங்கணும்டா... குடுப்பாளோ மாட்டாளோ தெரியலியே!"

"இன்னிக்கி நோம்பிங்கறதால நம்மளை நொட்டுக்கையை வச்சுட்டு நொட்டமாட்டா. மணிப்பர்சுல நோட்டு நோட்டா அம்மா வச்சிருக்கா அக்கா. அதெல்லாம் கேட்டா குடுப்பா இன்னிக்கி! நம்முளுக்கு குடுக்குறதுக்குத்தான் கொண்டாந்திருக்கா" என்றான் மதியழகன். இருவரும் நைசாக ஆலமரத்தின் பின்பக்கமாக நகர்ந்து தெற்கே புற்களுக்குள் ஓடினார்கள்.

கோவிலுக்குள் செல்ல வடபக்கமாய் வாசல்புற முன்பக்க கேட் ஒன்றும் கிழக்குப் பார்த்துச் சற்று சிறிதான கேட் ஒன்றும் திறந்து வைக்கப்பட்டிருந்தன. அக்காவின் கைபிடித்து அவன் கோவில் காம்பவுண்டு சுவருக்கு அருகில் வந்து சேர்ந்தான். கிழக்குப் பார்த்துத் திறந்திருந்த கேட்டினருகே சென்றவர்கள் 'பொதுக்'கென கோவிலின் காம்பவுண்டினுள் போய்விட்டார்கள்.

ஜனக்கூட்டம் கோவிலினுள்ளே பிதுங்கிக்கொண்டிருந்தது. பக்கத்தில்தான் மத்தாளங்களின் சப்தமும் பேப்பை ஒலியும் சலங்கைச் சப்தமும் கேட்டன. இருவரும் தள்ளு முள்ளு போட்டு முண்டியடித்து முன்னுக்குப் போக முயற்சித்தார்கள். "அக்கா திரும்பிப்போயிடலாமக்கா!" என்று மதியழகன் சொன்னது கூட ஜன இரைச்சலில் மஞ்சுளாவின் காதில் கேட்கவில்லை.

அவனது ஒரு கையைப்பிடித்து முன்னால் இழுத்துப் போவதிலேயே குறியாய் இருந்தாள். மூர்த்தி, சீனிவாசனுடைய அப்பாக்கள் ஆட்டமாடுவதைப் பார்த்துவிட வேண்டும். பார்த்துவிட்டு பள்ளியில் அவர்களிடம், 'ஆட்டம் பயங்கரம்!' என்று சொல்ல வேண்டும். எப்படியோ தள்ளுமுள்ளு போட்டு ஒவ்வொருவர் கால்களுக்கிடையேயும் நுழைந்து முன்புறம் வந்து சேர்ந்துவிட்டார்கள்.

பெண்கள் பலர் 'ஊஸ்ஸ்ஸ்ஸ் ஊஊஸ்ஸ்ஸ்!' என கைகளை உயரத் தூக்கிப் பிணைத்துக்கொண்டு முன்னும் பின்னுமாக ஓடிக்கொண்டிருந்தார்கள். கோவில் மணியக்காரர் தலையில் உருமாலைக்கட்டோடு சம்பிரதாயத்துக்கு மத்தாளம் முன்பாக நின்று ஒரு ஆட்டம் ஆடிவிட்டு ஒதுங்கினார். கழுத்து நிறைய மாலைகளோடு பூசாரிகள் பல்லை வெறுவிக்கொண்டும் கண்களை உருட்டிக்கொண்டும் தாளத்திற்கு ஏற்ப ஆடினார்கள். ஊதுபத்தி வாசனை எங்கிலும் நிறைந்திருந்தது. மஞ்சுளா, தம்பியிடம் "மூர்த்தியோட அப்பா பாரு... கழுத்துல மாலைங்களைப் போட்டுட்டு ஆடுறாப்ல!" என்றாள். "மூர்த்தியா? அதெவன்டி?" என்றான் இவனும்.

சித்தங்கூரியத்தில் மஞ்சுளாவுக்கும் தலை சுழன்று வருவது போலவும், யாரோ ஆடிக்கொண்டும் ஓடிக்கொண்டுமிருந்த பெண்கள் மத்தியில் ஓடவும் குதிக்கவும் இழுப்பது போலவும் இருக்க மண்டையை ஆட்டிக்கொண்டு 'இல்லை இல்லை'யென சொல்லிக் கொண்டாள். ஒரு நிமிசம்தான். மீண்டும் தள்ளாட்டமும் இழுவையும் தனக்குள் நிகழ்வதாய் நம்பினாள் மஞ்சுளா.

என்ன முயற்சித்தும் முடியாமல் தம்பியைப் பிடித்திருந்த கையை எடுத்துக் கொண்டு 'உஸ்ஸ்ஸ்' என்று பாம்பு சீறுவது போலச் சீறிக்கொண்டு முன்னால் பாய்ந்தாள். பாய்ந்தவள் ஈர நிலத்தில் விழுந்து உருண்டாள். "அக்கா அக்காவ்! அக்கா அக்கோவ்!" மதியழகன்

பயந்து போய் அக்காளை நோக்கி ஓட முயற்சித்தான். அக்காளுக்கு என்னாச்சு? அம்மோவ்! அக்காளுக்கு நோவு வந்துருச்சும்மோவ்!

உஸ்ஸ்ஸ் என மேலே பார்த்துக்கொண்டு வந்த சாமியாடிப் பெண் ஒருவர் மதியழகன் மீது விழுந்து விட வேடிக்கை பார்த்து நின்றிருந்த சனங்களுக்கிடையே பரபரப்பு தொற்றிக் கொண்டது. பின்னாலேயே ஆடிவந்த சாமியாடிகள் கீழே கிடந்த மதியழகனை மிதித்து மிதித்துக் குதித்து தாளத்திற்கேற்ப வளைந்து ஓடினார்கள். மதியழகன் வாயிலிருந்து சற்றுமுன் சாப்பிட்டிருந்த ஐஸ்கிரீம் முழுக்கவும் வெளிவந்து நிலத்தில் தண்ணீர் போல கொடேர்ச்செனக் கொட்டியது.

மஞ்சுளாவை இருவர் பிடித்துத்தூக்கி நிறுத்தி அடிக்க ஆரம்பித்தார்கள். அடித்தவர்கள் ஓங்கி உதைக்கவும் செய்ய திடுகுப்பென அவள் மண்ணில் விழுவதும் பின்பாக அவர்களே தூக்கி மிதித்துக் கீழே தள்ளவுமென நடந்தேறியது அங்கே! மதியழகனின் ஒரு காலை ஒரு பெரிய மனிதர் பிடித்து இழுத்துக் கொண்டே வடபக்க கேட்டுக்கு நகர்ந்தார். அவரைத் தடுப்பார் யாரும் அங்கில்லை.

மதியழகனையும் மஞ்சுளாவையும் ஊர்க்காரர்களுக்கு அடையாளம் தெரிந்துபோயிற்று. “நம்ம சாமி கோயிலுக்குள்ள வேணும்னே அனுப்பி உட்டுருக்கானுங்க பாரு... எவ்ளோ ஏத்தமிருக்கும் அவனுங்களுக்கு?” கேட்டுக்கு வெளியே இருவரையும் இழுத்து வீசின பிறகும் அவர்கள் விட்டபாடில்லை. வந்தவர்கள் எல்லாம் சிறார்கள் என்று பாராமல் நங்கு நங்கென மிதித்துவிட்டுச் சென்றார்கள். மஞ்சுளாவின் மண்டை கிழிந்து ரத்தம் ஊற்றியது. மதியழகன் மூச்சுப்பேச்சில்லாமல் மிதி வாங்கிக்கொண்டு கிடந்தான். ஒவ்வொரு மிதிக்கும் அவன் உடல் வெறுமனே அசைந்ததே தவிர அவனிடம் பேச்செதுவுமில்லை.

மஞ்சுளா வடக்கே விழிகளைத் திறந்து பார்த்தபடி குப்புறக்கிடந்தாள். முகமானது தரை மண்ணோடு ஒட்டிக்கிடக்க அவளிடமும் பேச்செதுவுமில்லை. இத்தனை களேபரத்திலும் கோவில் மணியம் வேட்டியை மடித்துக்கட்டிக்கொண்டு வெளிவந்தவர் “உட்டுத்தொலையுங்கடா! செத்துகித்து வெச்சிடப்போறதுக! சாமி குத்தமாப்போயிரும்டா!” என்று மிதித்தவர்களையும் மிதிக்கப்போகிறவர்களையும் தள்ளிக்கொண்டு கோவிலுக்குள்

சென்றார். சாமியாட்டம் கோவிலுக்குள் நிற்காமல் தொடர்ந்து நடந்தபடியேதான் இருந்தது. கிளி வேட்டைக்குச் செல்வதற்கான முன்னேற்பாடுகள் நடக்கத்தொடங்கின. வாணவெடிகள் தொடர்ந்து வெடிக்க ஆரம்பித்தன.

“ஐயோ என் சாமிகளா! இப்பிடிக் கெடக்குதுங்களே!” வழுவுப்பெண்களின் கதறல் ஒலி வடபக்க வாசலருகே ஒருசேரக்கேட்டது. “தூக்கீட்டு ஓடீருங்க.. எல்லோரும்! சாமி கோயல்ல வந்து என்ன பண்ணோணும் என்ன பண்ணக்கூடாதுன்னு தெரியாம திமுருக்குன்னே பண்டறீங்களா? ஓடுங்க தூக்கீட்டு ஆசுபத்திரிக்கி! இங்க கெடந்து எதாச்சிம் ஆச்சுன்னா பூஜையெல்லாம் நின்னுபோயிரும். ஐயரைக் கூட்டியாந்து சாமிக்கி தனியா சீரு செய்யணும்! ஓடுங்க தூக்கீட்டு! நிமிசம் நிக்கப்பிடாது பாத்துக்க!”

சின்னான், மஞ்சுளாவைத் தூக்கிக்கொண்டு பிதுரு கெட்டவனாட்டம் பெருந்துறை ரோட்டுக்கு காட்டுக்குள் தப்புறு குப்புறுவென ஓட ஆரம்பித்தான். பின்னாலேயே மல்லிகா மதியழகனைத் தூக்கித் தோளில் போட்டுக்கொண்டு சின்னான் ஓடிய பாதையிலேயே ஓடினாள். பொறவுக்கே வழுவுக்காரர்கள் வாயில் வந்ததையெல்லாம் சொல்லித்திட்டிக் கொண்டே ஓடினர்.

OOO

மல்லிகா ஆஸ்பத்திரியிலிருந்து பிள்ளைகளோடு வழுவுக்கு அடுத்த நாள் மாலையில் வந்துசேர்ந்துவிட்டாள். பிள்ளைகளை திங்களூர் அரசு மருத்துவமனைக்குத்தான் தூக்கிப்போயிருந்தார்கள். குழந்தைகள் என்பதால் டூட்டியிலிருந்த டாக்டர் உடனேயே மருத்துவம் பார்த்தார். இன்று மதியமே பிள்ளைகள் முகத்தில் தெளிவையும், சுறுசுறுப்பையும் கண்டதால் வீட்டுக்குக் கூட்டிச்செல்லும்படி கூறிவிட்டார். பிள்ளைகளின் சித்தப்பங்காரன்தான் ஆஸ்பத்திரியிலிருந்து ஆட்டோ வைத்து அவர்களை வீட்டுக்கு கூட்டி வந்திருந்தான்.

வழுவே இரண்டு நாட்களாய் சாவுக் களையோடு பேச்சு மூச்சில்லாமல் இருந்தது. எல்லாவீடுகளும் இதைப்பற்றியே பேசி மாய்ந்து ஓய்ந்து சாய்ந்தன. மல்லிக்கு தகவல் கேட்டதும் ஆஸ்பத்திரிக்குப் போய்

பேரக்குழந்தைகளைப் பார்க்கவேணுமென்றிருந்தது. அவனால் அத்தனை தூரம் தடி ஊன்றிக்கொண்டு போக முடியாது. அழைத்துப்போவாரும் யாருமில்லை. எப்ப வருவாங்க? எப்ப வருவாங்க? சாமிகளா! என்று மனதில் போட்டு உழப்பிக்கொண்டே கிடந்தான்.

ஆட்டோவிலிருந்து இறங்கிய குழந்தைகளைக் கண்ணுற்றதும் எங்கிருந்துதான் அவனுக்கு அழுகை வந்ததோ... அப்படி வாசலில் மண்டியைப்போட்டுக்கொண்டு அழுதான் வெகு நேரம். பிள்ளைகள் பத்திரமாய் வந்தது கண்டு சித்தங்கூரியத்தில் ஆட்கள் வீட்டுக்கு வரத்துவங்கவே தடியூன்றிக்கொண்டு பின்புறமிருந்த கூரைச்சாலைக்கு வந்துவிட்டான். நாலுசனம் வருமிடத்தில் அழுதுகொண்டு நிற்கமுடியாது. குழந்தைகளிடம் நாளைக்கிக்கூட பேசிக்கொள்ளலாம், என்று மனதைத் தேற்றிக்கொண்டான் மல்லி.

சொல்லப்பம்பாளையத்து கறி விருந்துக்குக்கூட யாரும் போசி தூக்கிச் செல்லவில்லை. பிள்ளைகள் ஆஸ்பத்திரியில் கிடக்க கறி ஒண்ணுதான் கேடா? என்று யாரும் செல்லவில்லை. காலகாலமாய் இப்படியான சம்பவம் நடந்து அவர்கள் கேள்விப்பட்டிருக்கவுமில்லை. தெரியாமல் குழந்தைகள் செய்துவிட்ட தப்புக்காக இப்படியுமா பார்த்துப் பழக்கப்பட்ட மனிதர்கள் கூட நடந்துகொள்வார்கள்? நாளை எந்த முகத்தை வைத்துக்கொண்டு பார்ப்பார்கள்? ஒரு காரியம் என்றால் வழுவிற்கே வந்து கூப்பிடுவார்களே... இனி எப்படி வருவார்கள்?

மல்லிகா வீடு வந்த தகவலறிந்ததும் வழுவுக்காரர்கள் முச்சூடும் அவள் வீட்டின் முன் கூடிற்று. வீட்டினுள் பாயில் கிடந்த மதியழகனையும், மஞ்சுளாவையும் பார்த்துக் கண்ணீர் சிந்தினார்கள். மஞ்சுளாவின் மண்டையில் ஆஸ்பத்திரி கட்டு போட்டிருந்தார்கள். “அங்கேம் போனீங்க சாமீகளா! “பிள்ளைங்களை பத்திரமா கிட்டக்கயே வச்சிக்கறது உட்டுட்டு இவொ அப்பிடி எங்கெ பராக்குப் பார்த்துட்டு இருந்தா?” என்று ஆளாளுக்கு பேசிப்பேசி அழுதவண்ணம் அவரவர் வீடு சென்றார்கள்.

மல்லிகாவால் எந்தப் பதிலையும் யாருக்கும் சொல்ல முடியவில்லை. இரண்டு நாட்களாய் அழுதழுது அவள் முகம் வீங்கிப்போய்க் கிடந்தது. கோவில் விசேஷத்துக்கென்று கிளம்பிப்போய் இப்படியெல்லாம் ஆகிவிடுமென அவள் நினைத்தாளா என்ன?

நேரம் சரியில்லை என்று மூங்கில்பாளையத்திலிருந்து இங்கு வந்து சேர்ந்து ஐந்து வருடங்களுக்கும் மேலாகிவிட்டன. நேரம் எங்கு போனாலும் விடாது போலிருக்கிறது.

பக்கத்து வீட்டு சண்முகன் அவன் பொண்டாட்டி முத்தாளோடு மல்லிகா வீட்டினுள் வந்தான். முத்தாள் கையில் கஞ்சிச்சோத்து சட்டியோடு வந்திருந்தாள். வீட்டினுள் இருந்த வட்டில்களை எடுத்து அதில் கஞ்சிச்சோற்றைக் கரண்டியால் போட்டு மின்விசிறியைப் போட்டு விட்டாள். சுடுகஞ்சிச்சோற்றிலிருந்து ஆவி பறக்க ஆரம்பித்தது.

“நடந்தது நடந்துபோச்சு மல்லிகா. இனி அதையே நினைச்சிட்டு இருக்காமெ சோத்தை உண்ணு. பிள்ளைங்களுக்கும் நானு ஊட்டி உடறேன். மாத்திரை மருந்து குடுத்து உட்டுருக்காங்களா ஆஸ்பத்திரியில இருந்து? மாத்திரையைப் போடவச்சுத் தூங்கப்பண்ணு” என்றாள் முத்தாள். இவளும் பாயில் கிடந்த மஞ்சுளாவைத் தூக்கி அவளுக்கு கஞ்சிச்சோற்றை ஊட்டி விட்டாள். ஏனோ மஞ்சுளாவும் மதியழகனும் இன்னமும் திடீர் திடீரென மிரண்ட விழிகளில் ஒரு பேச்சுப் பேசாமல் இருந்தார்கள். முத்தாள், மதியழகனுக்கு ஊட்டிவிட்டாள்.

“அவங்கெல்லாம் ஏன் அத்தெ என்னையும் அக்காளையும் ஒதைச்சாங்க?” என்றான் மதியழகன். முத்தாள் பதிலொன்றும் சொல்லாமல் விசும்பினாள். அதே கேள்வியை இரவில் தூங்கும் வரை மதியழகன் மல்லிகாவிடமும் கேட்டுக்கொண்டே தூங்கிப்போனான். மல்லிகாவுக்கோ மணியக்காரர் இருந்தும் இப்படி நடந்துவிட்டதே என்ற எண்ணம் இப்போதுதான் வந்தது. அந்த ஆள் பார்த்துச் சொல்லியிருந்தால் இப்படி இவர்கள் அடிபட்டிருக்க மாட்டார்கள் தானே! மாரன் போனபிறகு வழுவினுள் ஆதரவு கேட்டு யாரிடமும் மல்லிகா போய் நிற்கவில்லை. சொந்தக்காலிலேயே நிற்கும் வெறியோடு இருந்தாள்.

சம்பாதிக்கும் பணத்தை எண்ணி எண்ணிச் செலவு செய்யும் நிலைக்கு வந்தாள். ஐந்து வயிற்றுப்பாட்டுக்கும் அவள் ஒருத்திதான் சம்பாதிக்க வேண்டும். தறிக்கு நூல் போடச் சென்ற தன் பழைய பெரியபாளைய வாழ்க்கையை நினைத்துப்பார்த்தாள். இங்கேயும் தறிகள் திங்களூரில் இருக்கின்றனதான். ஆனால் இவளையெல்லாம்

இந்த ஊரில் சேர்த்திக்கொள்வார்களா? என்று தெரியவில்லை.

போக வழுவிலிருந்து தறித்தொழிலுக்கு யாரும் செல்வதுமில்லை. தறியோட்டக்கூட ஆண்கள் செல்வதில்லை. அவர்களெல்லாம் பனியன் கம்பெனிகளுக்குச் செல்கிறார்கள். சாமத்தில் வீடு திரும்புகிறார்கள். அவர்களோடு சேர்ந்து சென்று சாமத்தில் வீடு திரும்ப முடியுமா? பிள்ளைகளும் பெரியவர்களும் என்ன செய்வார்கள்?

மணியக்காரர் தோட்டத்திற்குக் களையெடுக்கவும் கடலைக்காய் பிடுங்களுக்கும் வாழையிலை அறுப்பதற்கும் உள்ளூர்ப் பெண்களோடு போய்வந்துகொண்டிருந்தாள். மணியக்காரர் கண் இவள் மீது விழுந்துவிட்டது. இவள் நாசுக்காய் ஒதுக்கினாள். மாரன் போன பிறகு சில நாட்கள் மனநிலை பாதித்தவள் போன்றிருந்தாள். முத்தாள்தான் பார்த்துவிட்டு தோட்டவேலைக்கு மீண்டும் அழைத்துப்போனாள் இவளை. பொம்மை மாதிரி வேலை செய்யத் தொடங்கினாள் மல்லிகா.

அப்படியான நாளொன்றில் மணியக்காரர் இவளை வாழைத் தோப்பினுள் கீழே கிடத்திவிட்டார். இவளுக்கு என்ன நடந்ததென்றே தெரியவில்லை. எந்த எதிர்ப்பையும் காட்டும் நிலையிலும் இவள் இல்லை. ஆனால் இவள் கையில் ஐநூறு ரூபாய் நோட்டுக்களைத் திணிக்க ஆரம்பித்தார் மணியக்காரர். இவளுக்கு பணத்தேவை இருந்தது.

ஒரு கட்டத்தில் சாமத்தில் இவள் வீடுவரை அவர் வருமளவுக்கு ஆகிற்று. அரசல் புரசலாய் வழுவுக்குள் இதுபற்றிப் பேச்சுகள் சுற்றிக்கொண்டுதான் இருந்தன என்றாலும், அவள்தான் என்ன செய்வாள்? என்றும் பேசிக்கொண்டனர். பேச்சுத்தானேயொழிய பெண்கள் யாரும் கண்ணால் அப்படிக் காங்கவில்லை வழுவினுள்.

மல்லிகாவுக்கு இப்போது மணியக்காரர் ஞாபகம் வந்துவிட்டது. கூடப்படுத்து உருண்ட மனுசன் என் பிள்ளைகளை நாலுபேர் மிதிக்க விட்டுவிட்டாரே? அவர் ஒரு பேச்சு சொன்னால் ஊரே தட்டுவதில்லையே இன்றுவரை. எப்படியாயினும் எல்லாமும் நடந்து முடிந்துவிட்டது. இனி இதுவெல்லாம் இல்லையென அழித்துவிட முடியாதுதான்.

அன்றைய இரவு நடுசாமத்தில் “பிள்ளே! ஏ பிள்ளே மல்லி!”

என்றொரு குரல் இவள் வீட்டின் கதவுக்கருகில் மெதுவாய்க் கேட்டது. தூக்கம் பிடிக்காமல் பாயில் உருண்டுகொண்டிருந்த மல்லிகாவுக்கு அந்த அழைப்பு மணியக்காரருடையதுதான் என்று தெரிந்தது. தன்னையே ஒருமுறை கிள்ளிப் பார்த்துக்கொண்டாள் அவள்.

ஒருவேளை அந்த மனிதன் ஞாபகமாகக் கிடந்ததால் அப்படி அவர் குரல் எப்போதும் போலக் கேட்கிறதோவென்று. ஆனால் மீண்டும் அழைப்பொலி கேட்டது அவளுக்கு. ‘மல்லி!’ எழுந்து வீட்டினுள் விளக்கைப் போட்டுவிட்டுப் போய் சத்தமில்லாமல் தாழ்ப்பாளை நீக்கினாள். எதிர்க்கே அவரேதான். வாங்க! என்றுகூடச் சொல்லாமல் வீட்டினுள் வந்தவள் பாயில் அமர்ந்தாள். வீட்டினுள் நுழைந்த கோவில் மணியம் கதவைச்சாத்தித் தாழிட முயற்சிக்கையில், “அதையொண்ணும் தாழ் போடாதீங்க, அது சும்மா சாத்தியிருந்தாலே போதும்” என்றாள். அவரும் சும்மா சாத்திவிட்டு வீட்டின் வடபக்க மூலையிலிருந்த சேரைத் தூக்கி வந்து நடுவீட்டில் போட்டு அதில் அமர்ந்தார்.

“த்தேன் ஃபேனைக்கூடப் போடாம படுத்திருக்கே? ஆஸ்பத்திரியில இருந்து வந்துட்டதா சாயந்திரம் ஊருக்குள்ள பேசிக்கிட்டாங்க! அதான் பார்த்துட்டுப் போலாம்னு வந்தேன்...”

“பாத்துட்டீங்கல்ல கெளம்புங்க!”

“என்ன இப்பிடிச் சொல்றே?”

“நீயும் தானய்யா கோய்லுக்குள்ள இருந்தே அன்னிக்கி? தெரியாம வந்துட்ட பிள்ளைங்களை அந்த மிதி மிதிச்சிருக்காங்க... நீ தடுத்தியாய்யா?”

“இங்க பாரு, நாஞ் சொன்னங்காட்டித்தான் இதோட வுட்டானுங்க! இல்லீன்னா மிதிச்சே கொன்னிருப்பானுங்க! நடந்தது நடந்துபோச்சு. இனி என்ன பண்ணுறது? ஆமா இங்கிருந்து யாருமே சோத்துக்குக் கூட எவளுங்களும் ஊருக்குள்ள வரலியே... ஏன்னு தெரியுமா உனக்கெதாச்சிம்?”

“எனக்கு அதெல்லாம் தெரியாது சாமி... வரலீன்னா நீங்களே வச்சிருந்து நாலு நாளைக்கி வெதுப்ப வேண்டீது தானெ...”

“செரி டம்ளரையும் தண்ணியையும் எடுத்துக்குடு மல்லி.”

“சித்த சாமி சாமியா இருப்பேய்யா... இங்க குடிக்காதே... கொண்டு போயி உங்கூட்டுல வெச்சுட்டு குடிச்சுக்கொ. குடிச்சுப்போட்டு அதப்பண்ணு இதப்பண்ணு வாயில வெய்யின்னு எம்பட உசுரை வாங்குவேய்யா நீயி. இங்கயே பிள்ளைங்களுக்கு இப்பிடி ஆயிடிச்சேன்னு அவ அவ நொந்து நூலாயிக்கிடக்கா.”

“என்னமோ ஓவராத்தான் பண்டறியா இன்னிக்கி. அதிசயத்தை வச்சிருக்கறாப்ல பிலுக்குறே? எவனாச்சிம் சொல்லிக்குடுத்துட்டானா?”

“எவனும் சொல்லிக்குடுக்குல சாமி! நீ எந்திரிச்சுப் போ” என்று மல்லிகா சொல்லவும் பக்கத்து வீட்டிலிருந்து முத்தாள்தான் குரல் கொடுத்தாள்.

“யாருகூடளே மல்லிகா பேசிட்டு இருக்கே? இரு வர்றேன். த்தே, லெய் பைக்க!” என்க, சண்முகனும் எழுந்தான்.

கோவில் மணியம் திடுகுப்பென எழுந்து மல்லிகா வீட்டிலிருந்து கதவை நீக்கி வெளிவாசலுக்கு வருகையில் வீதி விளக்கில் ஏற்கனவே நான்கைந்து ஆட்கள் காங்கரீட் சாலையில் நின்றிருப்பதைப் பார்த்து அவரது இதயம் வேகமாய்த் துடிக்க ஆரம்பித்துவிட்டது. மான மருகாதியெல்லாம் போயிடுமாட்ட இருக்கே... ஊருக்காரங்கங்களுக்கு என்னான்னு பதிலு சொல்றது? பொண்டாட்டி பிள்ளைங்களுக்கு என்ன பதிலு சொல்றது? பலவாறாக யோசித்தவர் இவராகவே அவர்களைப் பார்த்து தொண்டையைச் செருமிக்கொண்டு பேசினார்.

“ஒண்ணுல்ல, மல்லிகா பிள்ளைங்களோட வந்துட்டதா தெரிஞ்சி தான் பாக்க வந்தேன். கேசு கீது குடுத்துடாதேயாயா... அப்புறம் கோயில்காரங்க எல்லாருமே நடையா நடக்க வேண்டி வரும். அதனால பிள்ளைங்களுக்கான செலவுகாசு பூராமையும் தந்துடறதா சொல்லிட்டுப் போலாம்னு வந்தேன்” இவராகவே சொல்லியவர் நிதானமாக நடக்க ஆரம்பித்தார்.

நின்றிருந்தவர்கள் யாரும் எதுவும் சொல்லாததும் இவருக்கு நிம்மதியாய் இருந்தது. இருந்தும் “நாளையும் பின்னயும் இந்தப் பக்கமெல்லாம் வந்தீன்னா மருவாதி கெட்டுப்போயிருமய்யா... பார்த்துப் பெரிய மனுசனா நடந்துக்க!” என்றொரு குரல் அவருக்குக் கேட்டது. அது யாருடைய குரல் என யோசித்துப்பார்த்தும் அவருக்குத் தெரியவேயில்லை.

ooo

2. ஒத்தெ நாடிடா பையா!

பழனிச்சாமிக்கு சாமிநாதனின் தற்கொலை பற்றியான ஞாபகம் வருகையில் உள்ளூர் மாரியம்மன் கோவில் கல்லுக்கட்டில் கால்நீட்டிக்கிடந்திருந்தான். அரசமர நிழல் சொகுசாய் இருந்தது. அட்டணங்கால் போட்டுக்கொண்டு ஒரு காலை ஆட்டிக்கொண்டிருந்தான். உள்ளூர் பொன்னாத்தா மளிகைக்கடைக்குச் செல்கையில், "காலை இந்த ஆட்டு ஆட்டக்கூடாதடா பையா.. அப்புறம் எல்லாமே ஆடிப்போயிரும்!" என்று சொல்லிக்கொண்டே சென்றது. இவன் உடனே, அது நிசமாலுமே தப்போ? என்று ஆட்டுவதை நிப்பாட்டிக்கொண்டான். சுளுக்கை எறும்புகள் விரைவாக திண்டில் ஊர்ந்துகொண்டேயிருந்தன. எங்கு எதற்காக இவ்வளவு விரைவாய்ச் செல்கின்றன என்றுதான் தெரியவில்லை.

எத்தனையோ பேர் திண்டில் படுத்துக்கிடக்கையில் சுளுக்கையிடம் கடிவாங்கி, கடிபட்ட இடமானது தவக்காய் அளவு வீங்கிப்போய் 'கருமம் கருமமென' கத்தியிருக்கிறார்கள். சுளுக்கைகள் இவனை அண்டி வந்தாலே மிரண்டு தலைதெறிக்க விலகி நகர்ந்தோடின. இவனுக்கு உடம்பு முழுக்க விஷமென நினைத்து ஓடியிருக்கலாமென நினைத்தான். இவனைக் கடித்தால் அதே இடத்தில் சுருண்டு விழுந்து செத்துவிடும்கள்.

நண்பர்களோடு முந்தைய காலங்களில் வேட்டைக்குச் செல்கையில் எதாவது கடிவாங்காமல் இவன் திரும்ப மாட்டான். தேள், பூரான் என இவனைப் பலதும் கடித்து அதே இடத்தில் பம்பரமாய் கிறுகிறுவெனச் சுற்றி மயக்கமாகியிருக்கின்றன. பின்பாக சாவுகாசமாய் நண்பர்கள் கால்செருப்பால் மிதித்துக் கொன்றிருக்கிறார்கள். எந்தக் கடிபட்டாலும் அப்போதே மஞ்சளைத் தண்ணீரில் கலக்கிக் குடித்துவிட வேண்டுமென்கிறார்கள். வேட்டையாடும் காட்டுக்குள் மஞ்சளுக்கு எங்கே போவது? அப்படியே கடிபட்ட இடத்தில் நாலு இலைகளைக் கசக்கித் தேய்த்துவிட்டுக் கிளம்ப வேண்டியதுதான்.

சாமிநாதன் இறந்து மூன்று வருட காலத்திற்கும் மேலிருக்கலாமென நினைத்தான். எதற்காக அவன் அப்படி சாவைத் தேடிக்கொண்டான் என இவனுக்கு எதுவும் விளங்கவில்லை. அவன் சாவு முடிந்து மூன்று வருடங்கள் கழித்து இப்போது ஏன் அவன் நினைப்பு வந்தது? காலையில் வாக்கிங் செல்பவன் ரயில் ரோட்டில் அல்லவா சென்றிருக்கிறான். எதிர்க்கே வந்த மெயிலில் நேருக்குநேர் மோதியிருக்கிறான். கறித்துணுக்குகள் ஒரு கிலோ மீட்டருக்கும் மேலாக பீஸ் பீஸாகப் போய்க் கிடந்தனவெனவும், காகங்கள் கத்திக்கொண்டே ரயில்ரோட்டில் திரிந்தனவென்றும் சொன்னார்கள்.

ரயில்வே லைனில் இறக்கும் உடல்களின் கோரம் இவனுக்கு சின்ன வயதிலிருந்தே அறிமுகம்தான். இன்னாரென்று எப்படியும் ஒரு சிறு அடையாளம் காட்டிக்கொடுத்துவிடும். அந்த இழவுக்கு இவனால் அவர்கள் வீட்டு வாசல்படிக்குச் சென்று இழவு காண முடியாமல் போயிற்று. அவனது பாப்பா இப்போது காலேஜ் படிப்பில் இருக்கிறது. நல்ல சாமர்த்தியசாலி சாமிநாதன். தைரியமானவனும் கூட. அதனால்தான் தைரியமாய் ரயிலையே சாய்த்துவிடலாமென நேருக்கு நேர் மோதியிருக்கிறான். அவனைப் பொறுத்தவரை ரயிலை அவன் பீஸ் பீஸாக நொறுக்கித்தள்ளிவிட்டான். அப்படித்தான் அவன் கடைசி நிமிடங்களில் நினைத்திருக்க வேண்டும்.

திடீரென சின்னச்சாமியண்ணனின் ஞாபகம் கூட அவனுக்கு வந்தது. இதே கல்லுக்கட்டில் அவரோடு இணைந்து படுத்துக்கொண்டு பல விசயங்கள் பேசியிருக்கிறான். அவரும் கொரோனா சமயத்தில் இறந்துபோனார். அவரை நினைத்தாலே இவனுக்கு ‘இந்திரன் வந்ததும் சந்திரன் வந்ததும் இந்த சினிமாதான்!’ பாடல் ஞாபகத்திற்கு

வந்துவிடுகிறது. அது உள்ளூர் பஞ்சாயத்து எலக்சன் நேரம் என்று இவனுக்கு ஞாபகம் இருக்கிறது.

சின்னச்சாமி அரசாங்க உத்தியோகம் பார்த்துப் பணி ஓய்வு பெற்றவர். இறக்கும்வரை அவருக்குத் திருமண நினைப்பு இல்லை. அதற்கான காரணமெல்லாம் உணரும் பருவம் வருகையில் ஊராரே சொன்னார்கள். அண்ணன் மனைவி நான்கு குழந்தைகள் பெற்றிருக்க, திடீரென அண்ணன் அட்டாக்கில் இறந்துவிட்டாராம். அண்ணி இவரிடம் அப்போதே சத்தியம் வாங்கிக்கொண்டதாம். கல்யாணம் எதுவும் பண்ணிக்கொள்ள வேண்டாமென்று!

இவனுக்கு இப்போது நினைக்கையில் எல்லாமே ஆச்சரியமாய் இருக்கிறது. சத்தியம் செய்து கொடுப்பதெல்லாம் ஒருகாலத்தில் எவ்வளவு கௌரவச் செயலாக இருந்திருக்கிறது! இன்று எந்தச் சத்தியங்களும் அடுத்த அரைநாளிலேயே மீறப்படுகின்றன. அப்படி வாழ்ந்திருக்கிறார்கள் அன்று.

பஞ்சாயத்து எலக்சன் நேரத்தில் அவரது மற்றொரு வீட்டில் எந்த நேரமும் நண்பர்களின் கூட்டமாய் இருக்கும். எலக்சனில் நிற்பவர்கள் சாராயத்தை லிட்டர் கணக்கில் அந்த வீட்டில் இறக்கி வைத்துவிட்டுப் போய்விடுவார்கள். எப்படியும் இருபது ஓட்டுகள் கெட்டி என்கிற நினைப்புதான் அவர்களுக்கு. ஒருநாளின் இரவில் பெரியசாமி என்கிற நண்பர் சின்னச்சாமி அண்ணனிடம் பாடல் பாடச் சொல்லி போதையில் தூண்ட, அவரும் கட்டிலில் படுத்திருந்தபடியே ரசித்துப்பாடிய பாடல்தான் ‘இந்திரன் வந்ததும்’. திரும்பத்திரும்ப பாடச்சொல்லி அவர் கேட்க, ‘அருமைங்கண்ணா!’ என்று ஏனையோரும் மீண்டும் தூண்ட, அண்ணன் ஒருகட்டத்தில் சலித்துப்போய் பாட ஆரம்பித்தார்.

“ஹேய்! இந்திரன் வந்ததும் சந்திரன் வந்ததும் இந்த சினிமாதான்.. அந்த எம் ஜி ஆர் வந்ததும் என் டி ஆர் வந்ததும் இந்த சினிமா தான்... கலை வளர்ந்ததும் இங்கேதான்... எல்லாரும் மூடீட்டு போயித் தூங்குங்கடா தூங்கித் தொலையுங்கடா கேனக்கூதிகளா! சாமக்கோடாங்கிகளா!” அண்ணன் அவ்வளவுதான்!

அதே அண்ணன்தான், சுந்தரி ஒருநாள் இவனைத் தேடி ராவில் வருகையில் அவளை வழிமறித்து, ‘உனக்கு விருப்பமுன்னா என்ற

வீட்டுல இப்ப யாருமில்ல... நீ முன்னாடி போயி இரு வீட்டுல. கதவை சும்மாதான் சாத்தீட்டு வந்து இங்க நின்னுட்டு இருந்தேன். போ நான் வர்றேன்!' என்று சொன்னாராம். சுந்தரி அப்போதே இவனிடம் வந்து சேர்ந்ததும் சொன்னாள்.

சுந்தரி இவனைப் பொறுத்தவரை பொய்பேசும் பெண்ணல்ல தான். அவர் நியாயமாகவும் மரியாதையாகவும்தான் சொல்லியிருக்கிறார். இவனும் அவர்மீது எந்தவிதமான கோபத்தையும் வைத்துக்கொள்ளவில்லை. சுந்தரியோ இவன் போய் அந்த அண்ணனிடம் சண்டைகட்ட வேண்டுமெனச் சொல்லியிருக்கிறாள். சண்டையானால் இவள் விசயம் ஊருக்குள் எப்படியும் ரெண்டுநாள் பேசப்படும். இவன் அம்மாவின் காதுக்குப் போகும். எல்லாமே திட்டங்கள்தான்.

ஊருக்குள் இவன் வயதையொத்த நண்பர்கள் எல்லோரும் ஒருகாலத்தில் இவனோடு இதே கல்லுக்கட்டில் கிடந்து, பின்பாக வாழ்க்கையை நகர்த்த பிழைப்பைப் பார்த்துப் போய்விட்டார்கள். பழனிச்சாமிக்கு வயது நாற்பதை நெருங்கிவிட்டது. இன்னமும் பொண்ணு கிடைக்குமென இவன் அம்மா தெரிந்த பக்கமெல்லாம் இவனது ஜாதகத்தை எடுத்து நீட்டிக்கொண்டிருக்கிறது.

கல்லுக்கட்டில் கிடந்தால் வாழ்க்கை அவ்ளோதாண்டா! என்று எப்போதோ இவனுக்கு அரும்பு மீசை வளரும் காலத்தில் சொன்ன இவனது அப்பனை மண்ணுக்குள் புதைத்து பத்து வருடகாலத்திற்கும் மேலாகிவிட்டது. அப்பன் நடுநிலைப்பள்ளியில் தலைமை ஆசிரியராக இருந்தமையால் அம்மா பென்சன் வாங்கி இவனுக்கு நேரா நேரத்திற்குச் சோறுபோட்டு விடுகிறது. மத்தபடி எப்போதும்போல் காசுக்கு தரித்திரம் பிடித்தது போலத்தான் நடந்துகொள்கிறது. இவனது பைக்கிற்கு பெட்ரோல் போட காசு கேட்டால் முகத்தை உர்ரென வைத்துக்கொள்கிறது. இவன் குரலை உயர்த்தினால் மட்டுமே காசு டீலாவிலிருந்து நசுக்கி நசுக்கிப்பார்த்து இவன் கைக்கு வந்து சேர்கிறது.

பெண் பார்க்கப்போகலாமென கார் ஏற்பாடு செய்தால், அதுக்கு அவ்ளோ வாடகையா? என்று மூச்சே நின்றுவிட்டது போல நெஞ்சைப் பிடித்துக்கொள்கிறது. பொண்ணு ஒரு இருவது பவுனாச்சும் போட்டுட்டு ஊட்டுக்கு வரணுமில்லடா? என்று ஆரம்ப காலத்தில் பேசி நாசம் செய்தது. அப்புறமாக ஒரு ஐந்து வருடத்தில் ஒரு

பத்துப் பவுனாச்சும் பொழைக்க வர்ற புள்ளை கழுத்துல போட்டுட்டு வரணுமல்லடா! என்று இறங்கி நின்றது. சன் டிவி, விஜய் டிவி, கலைஞர் டிவியில் வந்துகொண்டிருக்கும் நாடகங்களை எந்த நேரமும் பார்த்தும், கூடக்கூடவே திரையில் நகரும் பிம்பங்களைப் பார்த்து, “இவ இருக்கா ஊரை ஒழிச்ச முண்டை!” என்று அதுபாட்டுக்கு பேசிக்கொள்கிறது.

மாசா மாசம் கேபிள்காரன் வாசலுக்கு வசூலுக்கு வந்து நிற்கையில் குற்றம் குறை சொல்லி முடித்து அவனுக்குத் தொகை கொடுக்கிறது. விட்டால் கேபிள்காரனிடமே, ‘பன்னண்டு மணி நாடகத்துல வர்ற சிந்தாமணியை ஏப்பா நீயி உசுரோட உட்டு வச்சிருக்கே? அவளைக் கொன்னுபோட்டீன்னா நாடகம் நல்லா இருக்கும்’ என்று சொன்னாலும் சொல்லிவிடும். ஒருநாள் இவனிடமே வெகு சீரியசாய் பேசத் துவங்கிவிட்டது. “நம்ம புவனேசுவரி இருக்கா... இல்லடா அவ புருசனுக்கு சோத்துல வெஷம் வைக்கப்பாக்கறாடா!” என்றது. பழனிச்சாமி குழம்பினான்.

சொந்த பந்தத்தில் யார் புவனேசுவரி? எந்த ஊர்க்காரி அவள்? அவள் புருசன் என்ன வேலைக்குப் போய்க்கொண்டிருக்கிறான்? எந்த மண்டபத்தில் அவனிடம் பேசினோம்? என்றெல்லாம் யோசிக்க ஆரம்பித்துவிட்டான். “அவ எல்லாம் பொம்பளைன்னு சொல்லிக்கறதுக்கே லாயிக்கில்லடா பழனா!” என்றது. “யாரும்மா புவனேசுவரி? அவ வெசம் வைக்கப்போறாள்னு இந்தூருல இருக்குற உனக்கே தெரிஞ்சிருக்குது. அவிங்க ஊர் முழுக்கவுமே இந்த நேரம் தெரிஞ்சிருக்குமேம்மா! எல்லாம் அப்படி நடக்காம ஊர்க்காரங்க பார்த்துக்குவாங்கம்மா” என்றான் இவன். “இவனொரு கூறுகெட்டவன்... இவங்கிட்டப்போயி நாஞ் சொன்னம் பாரு... என்னை எதால அடிச்சிக்கிறது? ஒருமணிக்கி ஜீ டிவில போடற நாடகத்துல சொல்றண்டா!” என்றது. இவன் ஒன்றும் சொல்லாமல் செல்போனை நோண்டினான். நின்று பார்த்துவிட்டு அம்மா நகர்ந்துவிட்டது.

அப்புறம் கொஞ்ச காலம் கழிந்து இவனிடம், “ஏண்டா அந்த வத்தப்பொச்சன் புள்ளைகூட சுத்துறதா ராசக்கா எங்கிட்ட ஒருநாளு சொல்லுச்சே... எங்கியோ ஈரோடெல்லாம் சினிமாக்குக் கூட்டிட்டு போனியாமா? அவ பனியன் கம்பெனிக்கித்தான போயிட்டு

இருக்குறா வேனுக்கு! அவ சம்பாதிச்சு கையில நகைகீது உண்டுனா வச்சிருக்காளா? அவங்கப்பன் குடிகாரனாப்போயிட்டான். அந்தம்மா பத்து உருப்படி ஆடுங்களை வச்சு மேச்சுட்டு சுத்துது. பேசாம அவளையாச்சிம் கட்டிக்கயேண்டா! நானு ஊட்டுல உக்காத்தி எம் மருமவளுக்கு சோறு போடுறேன்!" என்றது.

நாடகம் பார்த்துப்பார்த்து தனக்கொரு மருமகள் சீக்கிரம் வீடு வந்து சேர்ந்துவிட்டால் திட்டிப் பழகுவதற்கு ஒரு பெண் தேவை போலிருக்கிறது அம்மாவுக்கு. வத்தப்பொச்சன் புள்ளை எனக்கு சோத்துல வெசம் வெச்சுட்டாடா பழனா... போட்ட சோத்தை கொண்டி நம்ம டைகருக்குப் போட்டேண்டா பழனா... அது சாப்டுட்டு அவத்திக்கே கக்கி வச்சுட்டு செத்துப்போயிடுச்சுடா பழனா! இங்க வந்து அவளை முடியப்புடிச்சி ஆட்டு ஆட்டுனு ஆட்டி என்னான்னு கேளுடா பழனா! ஆரம்பித்துவிடும் கச்சேரி!

இந்த உள்ளூருக்கார பொம்பளைங்களுக்கு வேலை வெட்டி ஆயிரத்தெட்டு இருந்தாலும் கூடவே அடுத்த ஊட்டுக்குள் நுழைந்து சில ஓட்டை ஒடிசலான தகவல்களைச் சொல்லிவிட்டு பொச்சைத்தட்டிக்கொண்டு போய்விடுவதும் ஒரு பணிதான். அதிலென்ன நிம்மதி அவர்களுக்கென இவனுக்குத் தெரியவில்லை. அம்மா இப்போது என்னடாவென்றால் மாற்று ஜாதியில் கூட பொண்ணெடுக்கத் தயாராகிவிட்டது. அதும் இவன் காதல் செய்கிறான் என்று நினைத்துக்கொண்டு. எல்லாம் இந்த நாடகங்கள் செய்யும் வேலையாக இருக்கணும். கேபிள் ஒயரை கட்செய்துவிட்டால் எல்லாமும் வீட்டினுள் சரியாகிவிடும்.

காலையில் ஆக்கிய சோறும் குழம்பும் மூணுவேளைக்கும் என்ற நிலை மாறிவிடும். ஒருகாலத்தில் முள்ளுவெட்டியும், வெறகு பொறுக்கியும் தலைக்கட்டாய் சுமந்து வந்து வீட்டின் பின்புறத்தில் போட்டு கற்கள் வைத்து அதன்மேல் விறகுபோட்டு அடுக்கி வைத்து அடுப்பில் விறகு திணித்து ஊதாங்குழல் வைத்து ஊதி ஊதி சோறாக்கிய உருவமா இது? இன்று கேஸ் விலை கூடினாலும் விறகு பற்றிப் பேச்சேயில்லை. இவனே சொன்னான் ஒருமுறை. "அம்மா பேசாம இத்தனை பணத்தை கேஸ் சிலிண்டர்காரனுக்கு குடுக்குறதுக்கு வதுலா வாசல்ல மண்ணடுப்பு போட்டு வெறவு வெச்சி சோறாக்கி சாப்புடலாம்மா!" என்று. "அடப்போடா!

அதுக்கு ஒரு பொண்டாட்டியக் கட்டிக்க நீயி. அவகிட்ட சொல்லு, மண்ணடுப்புல சோறாக்கச் சொல்லி!" என்று சொல்லிவிட்டது. இந்தக் காலத்தில் எந்தப் பெண் வருவாள் மண்ணடுப்பில் சோறாக்கி புருசனுக்குப் போட?

அம்மாவுக்கு வத்தப்பொச்சன் பிள்ளைகூட சுற்றியது மட்டும்தான் தகவலாய் வந்து சேர்ந்திருக்கிறது. அந்தப்பெண் கல்யாணமாகாமல் இன்னமும் வேலைக்குப்போய் வந்துகொண்டிருப்பதால் ஊர்க்காரர்களே ஐடியா பண்ணி ஆள் அனுப்பிச் சொல்லியிருப்பார்கள். மற்றவர்களெல்லாம் கல்யாணம் கட்டி பிள்ளை குட்டியோடு இருப்பதாலும், புருஷன் செத்து தனியொருத்தியாய் பையனை வளர்ப்பவர்களாயுமிருப்பதால், இதுகளையெல்லாம் பழனான் கட்டிக்கவா போறான்? என்று ஊராரே ரிஜக்ட் செய்து விட்டார்கள் போல!

எல்லக்காடு சரக்குக்கடையில் பாரில் அமர்ந்திருந்தால் வரும் இவஞ் சோட்டு ஆட்களெல்லாம் தனக்கொரு பொண்டாட்டி வேணுமென்பதையே மறந்துபோனவர்களாக நிம்மதியாய் குடிக்க மட்டுமே வருகிறார்கள். இவனாக, "பொண்ணு அமைஞ்சுதுங்ளா பொன்னுச்சாமி?" என்றால், "சாமானம் வேலை செஞ்சாத்தான பொண்ணுக்கட்ட பறவாப் பறக்கலாமுங்க பழனிச்சாமி... அதெல்லாம் இந்தப் பத்துப்பாஞ்சு வருஷமா குடிச்சுக் குடிச்சு அவட்டை கழண்டுபோயி கெடக்குதுங்க! இனிப்போயி கட்டீட்டு வந்து அவளையும் நோகடிக்க நமக்கு மனசு வரமாண்டீங்குது பழனிச்சாமி. அப்பிடியே கட்டீட்டு வந்தபொறவு இருட்டு கட்டுச்சுன்னா வெளிய வேப்பமரத்தடியில கட்டலப்போட்டு நான் கெடக்க, அவ வாசக்கதவுகிட்டயே நின்னுட்டு எப்படா எந்திரிச்சு ஊட்டுக்குள்ள மாமன் வரும்னு பாத்துப்பாத்து கண்ணுப்பூத்து ஊருக்குள்ள எளவட்டப் பையனைப் பார்த்து அல்லைக்கண்ணை சிமிட்டி அவனுக்கும் நெனைப்ப குடுத்து, அவனை ஒருநாளு இழுத்துட்டு ஓடிப்போயிருச்சுன்னு வெய்யிங்க பழனிச்சாமி... யாருக்கு மானக்கேடு? எனக்கா? எனக்கில்ல. எனக்கென்ன காலம்போன கடைசீல மானக்கேடு வந்து அவுக்குது? அவ கூட்டீட்டு ஓடுன தம்பி நம்ப சொந்தக்காரனா இருப்பான். எதோ காலேஜ் படிப்பை முடிச்சுட்டு மேலபடிச்சோ கிடுச்சோ வெளியூர்ல போயி உக்கோந்து

சம்பாதிச்சு ஊட்டுக்கு நாலு காசு அனுப்புவான். அப்பா, அம்மா அத வச்சுட்டு நிம்மதியா இருப்பாங்க. நாம கட்டீட்டு வந்த கெரகம் அதுக்கெல்லாம் அவனை உட்டுருமா?'' என்பார் பொன்னுச்சாமி.

“ஏனுங் பொன்னுச்சாமி, நெசமாலுமே அவட்டை கழண்டு போச்சா? வயசென்ன உங்களுக்கு ஒரு நாப்பத்தஞ்சி இருக்குமா?''

“நீங்க வேற.. தமாசு பண்டீட்டு! வர்ற ஐப்பசி பொறந்தா ஐம்பத்தியொன்னு ஆவப்போவுது. டெஸ்ட் மேட்ச்சுல ஐம்பதை அடிச்சுட்டு பேட்டைத் தூக்கி ஆடியன்சைப் பார்த்து ஆட்டிக்காட்டிட்டு டொக்கு வச்சுட்டு களத்துல நிக்குறேனுங்க பழனிச்சாமி. ஒரு அறுபது ரன்னு அடிப்பேன்னு நினைக்கிறேன். அப்புறம் அவுட்டாயிருவேன்! நீங்களும் நானெல்லாம் ஒரு காலத்துல சுள்ளிமேட்டூர்ல பந்தாட்டம் போட்டவங்கதான அந்த டில்லிமுள்ளுக்காட்டுக்குள்ள. இப்பவுந்தான் அங்க பசங்க பந்தாடுவாங்களாட்ட இருக்குது. பழக்கதோசத்துக்கு அதுவழியாப் போனா நின்னு சித்தநேரம் பார்த்துட்டுதான் போறது. ஆமா உங்களுக்கும்தான் மண்டையிலயும், தாடியிலயும் நரைச்சமுடிக தெரியுதே... வயசு உங்களுக்கு நாப்பத்தஞ்சு இருக்குமா?''

“இல்லங்க பொன்னுச்சாமி, நாப்பதாச்சு.''

“எப்பப்பார்த்தாலும் உங்க வண்டியில் பொறவுக்கு ஒருத்திய உக்காத்தி வச்சுட்டு சுத்தீட்டே இருப்பீங்களே. அதுல எவளையாச்சியும் ஒருத்திய மூச்சிருந்தீங்ன்னா இந்தநேரம் உங்க பொண்ணோ. பையனோ பாரதி மெட்ரிக்குலேசனுக்குப் போயிட்டு இருந்திருக்குமுல்லோ? பேசுறவன் ஆயிரத்தெட்டு பேசினாலும் நம்ம நேருக்கு பேசமாட்டனுங்க பழனிச்சாமி. ஓரமா போயி பேசிக்கட்டும். நமக்கு தேவையென்ன? ஒரு பொண்ணு. அது எவளா இருந்தா என்ன? வயசு நாப்பதாச்சுன்னு வேற சொல்றீங்க... டை அடிச்சுட்டு கட்டம் போட்ட சட்டெ ஜீன்ஸ் பேண்ட் போட்டுட்டு போனீங்கன்னா புதுமாப்ளெ கணக்கா இருக்கும்ல. பாரு, இத்துப்போன சந்தெக்கடை பனியனு... கேரளா வேட்டி... நல்லாவா இருக்குது. இதென்ன சரக்கு... எஸ் என் ஜே வா? இதான் சிங்கம். இதையெல்லாம் நீங்க குடிச்சா கொடலு குந்தாமணி எல்லாம் என்னையாட்டமே சீக்கிரம் செத்துப்போயிரும். அப்புறம் மேட்டரும் செத்துப்போயிரும் பார்த்துக்கங்க! இளரத்தம் ஓடுற வரைக்கும் எல்லாம் சொகுசாத்தான் இருக்கும். அவட்டை கழண்டுதுன்னா

மனசு உட்டுப்போயிரும்! நானெல்லாம் பைக்க எடுத்தன்னா ஊடு போயிச் சேர்ந்தாத்தான் நெசம். இல்லீன்னா போற வழியில எங்க வேணாலும் டிச்சுக்குழியில கிடப்பேன். எவனும் என்னைய தூக்கி உட்டு, மாப்ளேன்னு சொல்லி தண்ணி ஊத்த மாட்டான். குடிகாரன் கெடக்குறான்னு பார்த்துட்டே போயிட்டு இருப்பானுங்க! உலகம் அப்பிடி மாறிடுச்சுங்க பழனிச்சாமி. நீங்கெல்லாம் காலம் முழுக்க குடிக்கிற சாராயத்தைக் குடிச்சு முடிச்சுட்டீங்க. வயசுல மூத்தவனாச் சொல்றேன். உங்களுக்கெல்லாம் குடி ஆவாது பழனிச்சாமி. என்னைவிட ரெண்டெழுத்து எச்சாப்படிச்சிருக்கீங்க. உங்களுக்கே இதெல்லாம் தெரியும். இருக்குற உங்கொம்மாளும் போயிச்சேர்ந்துட்டுதுன்னு வெச்சுக்கோங்க... சோத்துக்கே சிங்கி அடிச்சுட்டு கெடப்பீங்க. மளார்னு ஒருத்தியை செட் பண்ணி தாலிகட்டுற வேலையப்பாருங்க. கோயல் கொளத்துல கூட்டிட்டு போயி தாலி கட்டுறீங்களா? எனக்கொரு போனைப்போடுங்க. சும்மா வெள்ளையுஞ் சொள்ளையுமா வந்து உங்க முன்னால நிக்குறேன். சரி நான் கிளம்புறேன்..." பொன்னுச்சாமி கிளம்பிவிட்டதும் இவனும் கிளம்பினான்.

எல்லோரும் திருமணத்தைப் பற்றியே பேசுகிறார்கள். குடும்பம் குட்டி என்றிருந்தால்தான் வாழ்க்கை சுகப்படும் என்கிறார்கள். தங்கச்சி முறையாகும் பெண்ணை இழுத்தோடிப்போய் கல்யாணம் கட்டிக்கொள்கிறார்கள். உள்ளூர் சுந்தரி கூட பத்துவருடங்கள் முன்பாக இவனிடம் ஒரு கேள்வி கேட்டாள். அப்போது இவன் கொஞ்சம் காலம் காளீஸ்வரியுடன் தொடர்பில் இருந்தான். காளீஸ்வரி இப்போது ஒடுக்குவிழுந்து விட்டாள். தலைக்கு கருஞ்சாயம் பூசிக்கொண்டு தலைநிறைய மல்லிகைப்பூவுடன் பணிக்குப் போய்வருகிறாள். "அவ கூட உனக்கென்ன ஜோடி?" என்றாள் சுந்தரி. "அவ எனக்கு தங்கச்சி மாதிரிடி லூசு! என் நண்பனோட தங்கச்சி, என்னோட தங்கச்சி தான்!" என்றான். "தங்கச்சீன்னா... உள்ளார திணிச்சா போகாதா அது?" என்றாள். இப்போது அதை நினைத்துப்பார்க்கிறான்.

எல்லோரும் எதையோ ஒரு கருத்தை பேச்சுவாக்கில் சொல்லிக்கொண்டேதான் இருக்கிறார்கள். அப்போதைக்கு அது பெரியதாக தெரியாமல் காலம் கழிந்து யோசிக்கையில் அது முக்கியமான வார்த்தையாகிவிடுகிறது. ஊருக்குள் தங்கச்சிமுறையாகும் பெண்ணைக் காதலித்துக் கட்டிக்கொண்டவனுக்கு இப்போது ஒரு

பாப்பா. இரு குடும்பமும் ஒன்றாகப் போகவரத்தான் இருக்கிறது. ஆரம்பத்தில் கொந்தளிப்புகள் இருக்கத்தான் செய்தன.

எல்லா விசயங்களும் அப்போதைக்கு பரபரப்பைக் கொடுக்கத்தான் செய்கின்றன. பின்பு அமைதியாகிவிடுகின்றன. அடுத்த பரபரப்புகள் தொடர்ந்து நிகழ்ந்துகொண்டே இருக்கின்றன. மனிதர்கள் எல்லோருமே சுடச்சுட வந்த விசயங்களைப் பற்றிப்பேசவே ஆர்வமாய் இருக்கிறார்கள். பழனிச்சாமிக்கு திருமணம் செய்துகொள்ள வேண்டும் என்றால் ஒரே சமயத்தில் இரண்டு பெண்களுக்கு தாலி கட்டிக் கூட்டிவர வேண்டும் என்று தோன்றியது. அப்போது இன்னமும் பரபரப்பாய் இருக்கும். மாரியம்மன் நிஜமாக இருந்திருந்தால் இவன் மண்டையில் தீயைக்கொளுத்தி இந்த நேரம் போட்டிருக்கும்.

பழனிச்சாமி தனக்குத் திருமண வாழ்க்கை ஒத்துவருமா? என்கிற யோசனையில் இறங்கலாமென நினைத்தான். தற்கொலை செய்துகொண்ட சாமிநாதனின் நினைப்பு வந்ததால் எங்கே தானும் கிளம்பி ரயில்ரோட்டுக்குச் சென்று ரயிலோடு மோதிப்பார்த்துவிடுவோமோ! என்றிருந்தது. உலக வாழ்க்கையின் மீதான சலிப்பின் உச்சமே தற்கொலை... என்று தனக்குள்ளேயே சொல்லிக்கொண்டான். தனக்கு இன்னமும் வாழ்க்கை சலிக்கவில்லை என்று உறுதிப்படுத்திக் கொண்டான்.

திருமணம் செய்தால் குடும்பப்பாங்கான பெண் வேண்டுமென்று தான் எல்லோரும் நினைக்கிறார்கள். குடும்பப்பாங்கான பெண்ணுக்கு எங்கே போவது நாற்பது வயதுக்குப் பிற்பாடு? கேரளா போய் தலையை நீட்டிப்பார்க்கலாம். ஆனால் அங்கேயும் இப்போதெல்லாம் ரொம்ப விவரமாகிவிட்டார்கள் என்றே சொல்கிறார்கள். என்ன விவரமானார்கள்? என்று பேசிய பார்ட்டியிடம் இவன் எதையும் கேட்கவில்லை. பொண்ணோட அச்சனுக்கு எப்படியும் ரெண்டு லட்சம் கையில் கொடுத்துவிட்டு பொண்ணுக்கு நகையும் வாங்கி கழுத்தில் போட்டு, பகவதியம்மன் கோவில் பூசாரியின் கையில் தாலி வாங்கி சேச்சி கழுத்தில் கட்டிக்கூட்டிவர வேணும்.

ரெண்டு லட்சத்தை என்ன மயிருக்கு கேரளா போய் சேட்டனுக்குக் கொடுத்து சேச்சியைத் தூக்கி வரவேணும்? மம்முட்டி மோகன்லாலிடம் போய் இப்படியெல்லாம் உங்க நாட்டுக்குள்ளே சீரழிவுகள் நடக்கிறதென ரிப்போர்ட் சொல்ல வேண்டும். அது ஒத்துவராதென

முடிவெடுத்தான் பழனிச்சாமி. அரசமரத்தின் மேலிருந்து காகமொன்று 'கா கா' வென கரைந்தது. ஒறம்பரை வீட்டுக்கு வருமோ?வென நினைத்தான்.

மாமன் ஒருவேளை அத்தையோடு வருமோ?வென நினைத்தான். மாமனிடம் அலைபேசியில் பேசுவதைக்கூட இவன் ஒதுக்கிவிட்டான். மாமனுக்கு இரண்டு பெண்கள் ஒரு பையன். மாமன் செலவில்லாமல் மூன்று திருமணங்களை முடித்துக்கொண்டது. முதல்பெண் வெளியூரில் காட்டுவேலை செய்து பிழைக்கிறது. நினைத்தால் இவனுக்கும் கூட கஷ்டமாகத்தான் இருக்கிறது. அம்மா அவளைக் கட்டிக்கோயேண்டா! என்று ஒரு காலத்தில் இவனிடம் சொன்னபோது காதலின் அதீத உன்னதத்தில் உருண்டு கிடந்தான் இவன்.

மாமன் கூட, 'வந்து தூக்கிட்டு போய் கட்டிக்கடா மாப்ளே!' என்று போதையில் இவனிடம் சொல்லிற்று. இவனோ, 'நாங்காணத்தான் உனக்கு கல்யாணமாச்சு மாம்ஸ்! நாங்காணத்தான் உனக்கு கொழந்தைங்களும் பொறந்துச்சு மாம்ஸ்! நான் தூக்கிக் கொஞ்சிய பாப்பாவை நானே கட்டிக்கிறதா மாம்ஸ்?' என்று அழகாய் பேசியிருந்தான். இப்போது நினைக்கையில் அப்படியெல்லாம் பேசாமல் வாயை இறுக்கிக்கொண்டு 'நீங்க பார்த்து எனக்கு செஞ்சு குடுங்க மாமா!' என்று சொல்லியிருக்க வேண்டும்.

இரண்டாவது பெண் மாற்று ஜாதிக்காரனைக் கட்டிக்கொண்டது. பையன் சேட்டுப் பொண்ணை சிவச்சிவ என்றிருக்கிறாளென கட்டிக்கொண்டான். எல்லாரும் நலமாய் இருக்கிறார்கள். நோம்பி நொடி சமயத்தில் சந்தித்தால் உறவை பலப்படுத்திக்கொள்வதோடு சரி. ஊருலகம் முழுதும் திருமண மண்டபங்களில் பழனிச்சாமி என்கிற பெயரில் எல்லோருக்கும் மொய் எழுதியிருக்கிறான். பூப்புனித விழாவிலும் இவன் மொய் எழுதியிருக்கிறான். திருப்பி அந்த மொய்களை எல்லாம் வாங்காமலேயே காலம் போய்விடும் போலிருக்கிறது.

போக கோவில் கும்பாபிசேகங்களில் அன்னதானத்திற்கு அரிசிமூட்டை கொடுக்கிறான். கோவில் திருவிழாக்களில் நன்கொடைகளை வாரிவழங்குகிறான். கொடை ரேடியோவில், 'பழனிச்சாமி அண்ணனும் அவரது குடும்பமும் பலதும் பெற்று பெருவாழ்வு வாழ அம்மன் அருள் என்றுமிருக்கும்!' என்று சொல்கிறார்கள்.

எல்லா திருவிழா நாட்களிலும் நெற்றி நிறைய விபூதி பூசி சந்தனமும் சிவப்புமாகப் பொட்டிட்டு வெள்ளையும் சொள்ளையுமாக பக்திமானாகக் காட்சி தருவான். கண் மட்டும் பெண்கள் கூட்டத்திலேயே கணுக்கணுவென யாராவது புதியவள் தென்படுகிறாளா? என்று நோட்டம் போடும். அவன் நோட்டம் போடுவதே சாமத்தில் கதைக்கு ஆகுமா இது? என்றுதான். அவன் திருமணம் செய்துகொள்ளவா ஒரு குடும்பப் பாங்கான பெண்ணைத் திருவிழாக்கூட்டத்தில் தேடுவான்? பழனிச்சாமி என்கிற பெயருக்கே அது இழுக்கல்லவா!

பத்துப் பதினைந்து வருடத்திற்கும் முன்பாகவெல்லாம் உள்ளூர்த் திருவிழா என்றால் நண்பர்கள் கூடி திருவிழா அன்று இரவு திரையில் படம் போடுவது நடக்கும். பக்கத்து ஊர்களிலிருந்தெல்லாம் பெண்கள் கூட்டம் கூட்டமாய் வந்து சேர்ந்து திரைக்கும் முன்பாக இடம் பிடித்து அமர்ந்துவிடுவார்கள். என்ன படம்? யார் படம்? என்பதெல்லாம் அவர்களுக்கு வேண்டியதேயில்லை. இதே கோவில் திண்டில் ஜனநெரிசல் அதிகமாயிருக்கும். எல்லா பூஜைகளும் முடிந்தபிறகு திரைப்படம் திரையிடப்படும். பனிக்காலமாக இருப்பதால் வீட்டிலிருந்து பெண்கள் எல்லோரும் போர்வையைக் கையோடு கொண்டு வந்து போர்த்தி அமர்ந்திருப்பார்கள்.

பழனிச்சாமியின் அருகில் திண்டில் அண்டப்புளுகன் அர்ஜுணன் அமர்ந்திருந்தான். யாராவது அவனிடம் நாயத்திற்குச் சிக்கிவிட்டால் கோபியில் கோழிப்பண்ணை இரண்டு இருப்பதாகவும், கோபியிலிருந்து சத்தியமங்கலத்திற்கு ரெண்டு பஸ் இவனுடையது ரூட்டில் ஓடிக்கொண்டிருப்பதாகவும் ஆரம்பித்துவிடுவான். ‘ராஜேஸ்வரி டிராவல்ஸ் யாருது?’ என்று எதிர்க்கேள்வி கேட்பான். ‘என்னோடதுதான்’ என்பான். கேட்பவர் ‘மீறுன சம்பாத்தியக்காரன் போல’ என்று நினைத்துக்கொண்டு அவன் வாழ்க்கை கொடுப்பினை பற்றிப் பொறாமை கொள்வார்.

ஆனால் உள்ளூருக்குள் அவனிடம் யாரும் பேச்சுக்கொடுக்க மாட்டார்கள். அவனது சொந்தப் பெயரே ஊருக்குள் மறந்துவிட்டது எல்லோருக்கும். ‘அண்டப்புளுகனைப் பார்த்தீங்களாப்பா எங்காச்சிம்?’ என்றே பேசுவார்கள். பழனிச்சாமி அவன் அருகில் தான் அமர்ந்திருந்தான். படம் ஓடிக்கொண்டிருந்தது. பழனிச்சாமி சுந்தரியை எதிர்பார்த்திருந்தான். இன்னமும் அவளைக் காணவில்லை. வந்தால் இங்கென்ன வேலை அவனுக்கு.

அண்டப்புளுகன் இவனிடம் சில வார்த்தைகளைப் பேசிவிட்டு பக்கத்தில் அமர்ந்திருந்த ராசாத்தியக்காவிடம் குசுகுசுவெனப் பேச்சு நிகழ்த்திக்கொண்டிருந்தான். இவன் அவனின் தொடையைக்கிள்ளி 'ஆச்சா? ஆயிருமா?' என்றான். 'சித்த பொறு!' என்றான் அவனும். படம் போட்டு அரைமணி நேரத்திற்கும் மேலாகிவிட்டது. கூட்டத்திலிருந்து காடு கரைக்கு சாமத்தில் நழுவும் டிக்கெட்டுகள் எதுவுமில்லை போல இந்த வருடம்! எல்லோரும் படத்திலேயே கவனம் வைத்திருந்தார்கள்.

சிரிப்புக்காட்சி வந்தால் கூட்டமே 'கொல்'லெனச் சிரித்தது. அடுத்த பத்து நிமிடத்தில் அண்டப்புளுகன் திண்டிலிருந்து இறங்கினான். 'ரயில்வே கேட் வரைக்கும் போறேன்! ஆச்சு!' என்று இருளில் ஓரம் போய் கிளம்பினான். அடுத்த பத்தாவது நிமிடத்தில் ராசாத்தியக்கா திண்டிலிருந்து இறங்கியது. "வயிறு ஏனோ ஒரு மாதிரியா இருக்குது பழனிச்சாமி!" என்று சொல்லிவிட்டு ஓரமாய் ஒதுங்கிப்போய் வடக்கே சென்றது.

போர்வையைப் போர்த்திக்கொண்டே செல்வதால், யாரு எவரு? என்று கூட இருட்டில் தெரியாதுதான். பழனிச்சாமி பாக்கெட்டில் கிடந்த பாட்டிலை வெளியிலெடுத்து நான்கு மடக்கு குடித்துவிட்டு ஜட்டி பாக்கெட்டில் போட்டுக்கொண்டான். பின்னால் அமர்ந்திருந்த சீனிவாசன், "எனக்குத் துளி குடேன் பழனிச்சாமி!" என்றான். "இருபது ரூவா குடு" என்றான் இவன். "மடியிலயா முடிஞ்சு வெச்சிருக்கேன் நானு? காத்தால தர்றேன் குடுடா!" என்றான் சீனிவாசன். "காத்தாலயே வாங்கிக்கோ!" என்று முடித்துக்கொண்டான். அவன் பிறகு இவனிடம் கேட்கவில்லை.

கோழிப்பாளையம் செல்லாயி ஓரமாய் நிதானமாய் வந்து இவனை நெகுந்து உக்கோரச் சொல்லிவிட்டு திண்டில் இவனருகில் அமர்ந்துகொண்டது. அதனிடமிருந்து வெத்தலை பாக்கு பொயிலை வாசம் கமகமவென அடித்தது. "தாரு பழனிச்சாமியா? இருட்டுல ஒரு பேரெழவும் தெரியில! என்ன படம் ஓடீட்டு இருக்குது? ஏனோ இந்த வருசம் நேரத்துலயே போட்டுட்டாங்களாட்ட இருக்குதே! நானு ஆடி அசைஞ்சு இப்பத்தான் வந்தேன்!" என்றது. பழனிச்சாமி செல்லாயியிடம் வெத்தலை பாக்கு கேட்டான்.

இடுப்பிலிருந்த சுருக்குப்பையை வெடுக்கென இழுத்து ரெண்டு

வெத்தலை எடுத்து பாக்கு வைத்து சுண்ணாம்பு டப்பியிலிருந்து துளி சுண்ணாம்பு இழுக்கி நீட்டியது. வாங்கி வாயில் போட்டு மென்றான். திரும்பித் திரும்பி சுந்தரி வருகிறாளா? என்றும் பார்த்துக்கொண்டான். சுந்தரி வந்துவிட்டாள் என்றால் கிழக்கே எங்காவது கூட்டிப்போய் சீக்கிரமாய் முடித்துக்கொண்டு வீடு போய் கட்டிலில் விழுந்துவிடலாம் என்றேயிருந்தது. ஏனோ அவள் மீது கடுப்பும் கூடியது.

சித்தங்கூரியத்தில் வடக்கே போன ராசாத்தியக்கா நேம்பாய் வந்து சேர்ந்தது. பழனிச்சாமியின் பக்கத்தில் இடமிருப்பதை உற்றுப்பார்த்துவிட்டு வந்து திண்டில் இவனருகில் அமர்ந்து கொண்டது. “கழுவாமயே வந்து கோயல் திண்டுல உக்கோந்துட்டியாக்கா?” என்றான் குசுகுசுவென அதனிடம். “அட நாஞ் சும்மா சொல்லீட்டு வடக்க போனேன். அந்த அண்டப்புளுகு நாயிதான் கிட்ட உக்கோந்து பொச்சை நோண்டிட்டே இருந்தான். என்ன நோண்டு நோண்டறானுங்கறே பழனிச்சாமி... அப்புடியே கொடையிறான்.. துணிய கிழிச்சுப்போடுவானாட்ட இருக்குதேன்னு, வடக்க போலாமாடான்னேன். சேரின்னுட்டு நான் முன்னால போயி நிக்கறேனுட்டு போனான் பழனிச்சாமி. நீயும் பார்த்துட்டுத்தானே இருந்தே! நானென்ன பொய்யா சொல்றேன். சரீன்னுட்டு நானும் போனேன். போயி இன்னா வரைக்கிம் பாக்குறேன்... அவனை ஆளையே காணோம் பழனிச்சாமி. ‘அட அண்டப்புளுகா... எங்கடா நிக்கே?’ன்னு சத்தம் போட்டும் பார்த்துட்டேன். ஆளையே காணம். நின்னு பார்த்துட்டு மண்டெ காஞ்சு போயி வந்தேன் பாத்துக்கவே! இப்பிடிப்பண்ணலாமா அவன் கேனக்கூதி? அப்புறம் என்ன மயிருக்கு அந்த நோண்டு நோண்டுனானாமா? நாளைக்கி கண்ணுக்கு சிக்கட்டும் அவன்! ரோட்டுல ஒருபுடி புடிச்சு உடறேன் நாலு பேருக்கு முன்னாடி!”

“அவுனுது பெருவெரலு சைசுக்குத்தான் இருக்கும்னு சொல்றாங்கக்கா! அதை நம்பியா சாமத்துல போயி அவனைத் தேடுனீங்க? அவன் இப்பிடியே மேக்கே அவன் ஊட்டுக்கு நடந்து போறதைப் பார்த்தனே நானு! நீங்க பாக்கலையாக்கா?”

“அட நானும் பார்த்தேன். சரி மேக்க போயி வடக்கெ போயிக்குவான்னு நெனச்சுப்போனேன்!”

“அவன் இந்த நேரம் ஒரு தூக்கமே தூங்கியிருப்பானக்கா!”

“சரி அவன் நாயத்தை உடு நீயி! நாமளாச்சிம் போலாமா? நீயும் அவனையாட்டமே என்னை ஏமாத்தீட்டு ஊட்டுல போயி தூங்கீறாதடா சாமி! நெனப்பு தட்டிக்கிச்சுன்னா அது இல்லாம என்னால தூங்கவே முடியாதுடா பழனிச்சாமி. ஒத்தநாடிக்காரியாப் போயிட்டனா நான் வேற... என்ன பண்ணுவஞ்சொல்லு நீயி!”

“நானு சுந்தரி வருவாள்னு பார்த்துட்டு இருக்கேனக்கா... வந்தா கெழக்க கூட்டிட்டு போயிருவேன்!”

“எலும்பும் தோலுமா இருக்கறவளுங்களைத்தான் உனக்குப் புடிக்குதா? அவகிட்டயெல்லாம் எப்படி பையா நீ போறே?”

“அதனாலதான் ராத்திரில இருட்டுல போயிக்கறதுக்கா! நான் வேணா நாளைக்கி உங்கூட்டுக்கு வர்றேன்...”

“ஐயோ, நாளைக்கெல்லாம் அண்ணன் ஊட்டுல இருப்பாருடா! பையன் வேற மஞ்சநீராட்டம் இருக்குதுன்னு பள்ளியோடத்துக்குப் போமாட்டான். இப்ப வாடா போலாம்! டே பழனி வாடா! நானு முன்னாடி போகட்டா! நீ வேணா சித்தநேரங்கழிச்சி வா! சுந்தரிய நாளைக்கிப் பார்த்துக்கோ! செரீன்னு சொல்லுடா!”

“பத்து நிமிசம் உக்கோருக்கா... படம் பாரு சித்தெ!”

“நீ சொன்னாச் சேரி!” என்று பழனிச்சாமியின் இடது கையை எடுத்து தன் மடியில் போட்டு நீவியது அக்கா! கோழிப்பாளையம் செல்லாயி அப்போது இவனது வலது கையை எடுத்து அதனோட மடியில் வைத்துத் திணித்துக்கொண்டது. மெதுவாக அதை உருவினவன் பாக்கெட்டிலிருந்த பாட்டிலை எடுத்து செல்லாயி கையில் கொடுத்தான். அது வாங்கியதும் மெட்டைத்திருகி நீக்கி கமுக்கமாய் குடித்துவிட்டு வெறும்பாட்டிலை இவனிடம் நீட்டியது. மீண்டும் சுருக்குப்பையை எடுத்து வெத்தலை எடுத்தது.

“ராசாத்தியக்கா, நீ முன்னாடி மேக்கால போ... வடக்கால வேண்டாம்” என்றான்.

“நீதான் எஞ்சாமீ!” என்ற ராசாத்தியக்கா திண்டிலிருந்து இறங்கியது! பழனிச்சாமி இறங்குகையில் செல்லாயி இவன் கையைப்பிடித்தது. “அரைமணி நேரத்துல வந்துடறேன்!” என்று சொல்லி நடந்தான்.

அடுத்த நாள் அண்டப்புளுகன் இவனைப் பார்த்ததுமே, “நேத்து காரியம் பண்ணீட்டியா பழனி?” என்று கேட்டான். இவனோ, “ஏண்டா அந்தக்காவை ஏமாத்திட்டு ஊட்டுல போயி தூங்கீட்டே?” என்றான்.

“அட நானு உன்கிட்ட சொல்லிட்டுதான போனேன். கேட்டுக்கு போறேன்னு சொன்னா புரிஞ்சுக்க மாட்டியா? நீ போயிடுவீன்னு தான் நேம்பா சொல்லிட்டு போனேன்! அதையும் கோட்டையுட்டியா? போச்சாது போ!” என்று சொல்லிச் சென்றான்.

ooo

3. கொதீந்தாக்கு கொதீந்தாக்கு

சொல்லப்பம்பாளைய வழுவுப்பெண்களோடு இணைந்து ரோட்டு வேலைக்குச் சென்றிருந்த மல்லிகா, முத்தாளுடன் பணி முடிந்து வீடு திரும்பிக்கொண்டிருந்தாள். பிள்ளைகள் இருவரும் இந்த நேரம் வீடு வந்து சேர்ந்திருப்பார்கள். பிள்ளைகள் அந்தக் கோவிலில் நடைபெற்ற சம்பவத்திற்குப் பிற்பாடு ஒரு வாரம் கழிந்துதான் பள்ளிக்கே சென்றார்கள். ஒவ்வொரு நாள் பிள்ளைகள் எல்லோரும் இவர்கள் ஊருக்குள் நுழைகையில் கோவிலினருகில் குட்டானாய் விளையாடிக்கொண்டிருப்பார்கள். இன்று கோவிலினருகில் ஒரு குழந்தையைக்கூடக் காணவில்லை. துடைத்து வைத்தது போல சுத்தமாயிருந்தது கோவில்.

சின்னான்தான் கோவிலின் பின்புறத்திலிருந்த காட்டுப்புறத்திலிருந்து கடவில் முட்டி வெளிவந்தான். அவன் கையில் அணில்பிள்ளைகள் நான்கு இருந்தன. அவற்றை இவர்களை நோக்கி ஆட்டிக்காட்டினான். முத்தாளுக்கு அணில்பிள்ளைகளைப் பார்த்ததும் நாவில் எச்சில் ஊறிற்று. நல்ல போதையில் இருந்தான் என்றால் ‘இந்தாக்கா கொண்டுட்டு போ!’ என்று கொடுத்துவிடுவான். இன்றென்னவோ அவன் பார்வை சுத்தமாகவல்லவா இருக்கிறது. நடைகூட நேராய் நடக்கிறானே. அவர்கள் அருகில் வருகையில், “என்ன சின்னா… இன்னிக்கி வேட்டைக்கிப் போயிட்டு வர்றாப்ல தெரியுது!” என்றாள் முத்தாள்.

“ஆமாமக்கா, ரெண்டுமணி நேரம் காத்திருந்து புடிச்சேன் மேலப்பாளத்தான் காட்டு வேலீல! உனக்கு வேணுமா? வேணும்னா ஊட்டுக்குப் போயி நூத்தி நாப்பது ரூவா மளார்னு எடுத்தா போ!” என்றான்.

“என்னது? நாலு அணிலு உனக்கு நூத்திநாப்பது ரூவாயா?”

“என்னக்கா பண்றது? கையில நயாப்பைசா இல்லெ. உடும்போ, கீரியோதான் புடிக்கலாம்னு போனேன். ஒண்ணும் கண்ணுக்குச் சிக்குல. ஒரு கோட்டருக்குத்தான் கேக்குறேனக்கா” என்றான்.

“பொடுசா கிட்ட மெரட்டி புடுங்கீட்டு போயிருவியேடா!”

“பொடுசா கிட்ட இல்லியாமாக்கா... உடும்பு கெடச்சிருந்துதுன்னா திங்களூரு சாராயக்கடைக்கிக் கொண்டு போயிருந்தா எப்பிடியும் ஐநூறு ரூவா மாட்டியிருப்பேன். இன்னிக்கி எனக்கு ராசி இல்ல! சரி உன்கிட்ட பணமிருக்குதா இல்லியா?”

“இருக்குதுடா, அணிலைக் கொண்டா... வந்து கொடலை உருவி சுத்தம்பண்டிக்குடுத்துட்டு போலாம்லடா” என்றபடி மடியிலிருந்த சுருக்குப்பையை எடுத்து கையை விட்டு நூற்றி ஐம்பதாகவே குடுத்தது அவன் கையில்.

“கொடலை உருவி கத்தியில அரிஞ்சு குடுத்தா மேல நூறு ரூவா கேப்பேன் சம்மதமாக்கா?” என்றான் சின்னான்.

“அந்த வேலையை நானே செஞ்சுக்குவேன் போடா!” என்றது அக்கா. மல்லிகா வியாபாரம் முடியும் முட்டும் வீடு போகாமல் அங்கேயேதான் நின்றாள். சின்னான் ‘இரு சித்தெ’ என்று சாடை காட்டியிருந்தான் மல்லிகாவிடம்.

“மல்லிகா... உங்க சண்முகன் என்கிட்ட அப்பலையா பேசினான்” என்றான் பணம் கைக்கு வந்ததும்.

“எங்க சண்முகமா? அதாரு?” என்றாள் மல்லிகா.

“உங்கண்ணங்காரனை உனக்குத் தெரியாது?” என்று கேட்டதும் தான் அவளுக்குப் பகீரென்றது. என்ன சொல்றாப்ல இந்தச் சின்னான்?

“அண்ணோவ் ஏன்னா என்னை நிறுத்திவெச்சுட்டு தமாசு நாயம் பேசுறே?” என்றாள்.

"தமாசு நாயமெல்லாம் இல்ல மல்லிகா. நாங்க உங்க ஊரு கோயில் கும்பாபிசேகத்துல இருந்து போன்ல பேசிட்டுதான் இருக்கோம். நான் போயிருந்தன்ல... அப்ப உங்க கோயிலுக்கு மணி வாங்கிக் குடுக்குறது அவன்தான்னு பேசிக்கிட்டாங்க! ஆட்டோ போட்டு மணி கொண்டு வந்தான். அப்பத்தான் அவன்கிட்ட நெம்பர் வாங்கினேன். எப்பாச்சிம் என்னையக் கூப்பிடுவான்."

"நான் நம்ப மாட்டேண்ணா, நீங்க பொய் சொல்றீங்க!"

"ஏண்டா, நெம்பர்தான் இருக்குதுன்றியே, ஒரு போனைப்போட்டுக் குடுத்தா அவளும் பேசிட்டுப் போறா. இதுல என்ன பிலுக்கு உனுக்கு?"

"நீ போக்கா, உனக்குத்தான் அணிலு குடுத்தாச்சுல்ல... போயி உம்பட ஊட்டுக்காரன் வர்றதுக்குள்ள வடைச்சட்டீல போட்டு வறுத்து வெய்யி போ! மல்லிகா அண்ணங்காரனே இவளைப்பார்த்தா கூப்பிடச் சொல்லியிருக்கான். பேசீட்டு வரட்டும்!" என்றவன் டவுசர் பாக்கெட்டிலிருந்து தன் செல்போனை எடுத்தான். முத்தாள் தன் வீடு நோக்கிக் கிளம்பினாள்.

சின்னான், சண்முகன் நெம்பருக்கு ரிங்கு விட்டு கட் செய்தான்.

"கூப்புட்டு கட் பண்ணியிருக்கிறேன் மல்லிகா. நாங்க போன்ல பேசிட்டுத்தான் இருக்குறோம். நான் அவன்கிட்ட நீயி இங்கதான் இருக்கேன்ற விசயத்தை இத்தனை நாளா சொல்லுல மல்லிகா. எந்த நேரமும் நான் போதையில கிடக்குறப்ப கூப்பிடுவானா... எனக்கு உன்னையப்பத்தி சொல்றதுக்கு நெனப்பே வரலெ. இன்னிக்கி சுத்தமா இருந்தனா... பேச்சு வாக்குல சொல்லிட்டேன். அப்புறம் தான் அவனே சொன்னான். அவகிட்ட போன்லயாச்சும் பேசணும்னு இருக்குதுடா சின்னா!ன்னு. அப்புறம் ஒண்ணு சொன்னான். பெரியபாளையத்துல உங்க மாமன் இருக்குதுல்லோ... அதான் என்னோட பெரீப்பன்... ஓடம்பு செரியில்லியாமா ஒரு வாரமா. என்னடா எதாச்சிம் வண்டீல போயி கீழ விழுந்துட்டாரா?ன்னேன். அவன் அதெல்லாம் இல்லீன்னான். இப்பக்கூப்பிடுவான் பாரு.. ஹாங்! ரிங்கு வந்தாச்சி..." என்ற சின்னான் அதை எடுத்து காதில் வைத்தான்.

"சண்முகா! உம்பட தங்கச்சிகாரி மல்லிகா எம்பட பக்கத்துலதான்

நிக்குறாடா... குடுக்கட்டுமா? இந்தா பேசு!" என்று இவளிடம் செல்போனைக் கொடுத்தான் சின்னான். வாங்கி காதில் வைத்தாள் மல்லிகா.

"மல்லிகா... எப்பிடி இருக்கே சாமி!" என்று சண்முகன் குரல் கேட்டதுமே இவளுக்கு அழுகாச்சி முட்டிக்கொண்டு வந்துவிட்டது.

"ஏண்டா அம்மா சாவுக்குக் கூட நீயி வரலெ? எம்பட புருசன் செத்த எழவுக்கும் வரலெ... எங்கதாண்டா நீ இருக்கே? ஏண்டா இப்பிடி பண்ணீட்டு ஓடினே? இத்தனை வருசங்கழிச்சி இன்னிக்கித்தான் எங்கிட்ட பேசுற நெனப்பு வந்துச்சாடா உனக்கு? ஏண்டா எங்களை அல்லாருத்தையும் விட அந்தப்புள்ள உனக்கு பெருசாப்போயிட்டாளாடா? நீ பாட்டுக்கு இழுத்துட்டு போயிட்டே... நாங்கெல்லாம் வீட்டுல என்ன நடக்குமோன்னு பயந்துட்டு விடிய விடிய தூங்காம எத்தனை நாள் கிடந்தோம்னு தெரியுமாடா? உன்னைய கொண்ணு பொதச்சுட்டாங்கன்னு அம்மா சொல்லிச்சுடா அதுபாட்டுக்கு! அம்மா செத்த பொறவு அப்பன் ஊருல சோத்துக்கு வழியில்லாம வட்டலை தூக்கீட்டு ஊடு ஊடா போச்சுடா... உனக்கெல்லாம் தெரியுமாடா. தெரிஞ்சே கம்முன்னு இருந்தியாடா? நானு இங்க அப்பனைக் கூட்டிட்டு வந்து எம்பட ரெண்டு கொழந்தைங்களை வச்சுட்டு..."

"சரி நீயி சொல்றதெல்லாம் உண்மைதான் மல்லிகா... நாம இப்ப போன்ல அதத்தான் பேசனுமா? இங்க மாமன் ஓடம்புக்கு முடியலனு கிடக்குதாமா. எல்லாரையும் கடைசியா பாக்கோணும்னு அழுதுச்சு போன்ல. உன்கிட்டயும் எதோ கோவிச்சுக்கிட்டு மாமன் பேசுறதில்லீன்னு சொல்லுச்சு! ஆனா உன்னையும் பாக்கோணும்னு அழுதுச்சு... நீயி நாளைக்கி கௌம்பி பெரியபாளையம் வா மல்லிகா. நானும் பிள்ளைங்களை கூட்டிட்டு வர்றேன். நாம நேர்ல பேசுவோம்! நடந்ததெல்லாம் நடந்துபோச்சு மல்லிகா. அதையெல்லாம் இனி நாம ஒண்ணும் பண்ட முடியாது. என்ன வர்றியா? இல்ல மாமன் மேல உனக்கும் கோபமிருந்தா நானே உன்னைப்பாக்க கொழந்தைங்களோட அங்க வர்றேன்..."

"இல்லண்ணா... நானே வர்றேன் அங்க மாமனைப்பாக்க! நான் நாளைக்கி காலையில கொழந்தைங்களைக் கூட்டிட்டு வர்றேன்."

“அப்பனை நீயி கூட்டீட்டுப் போயிட்டதால நம்மூடு பூட்டிக்கிடக்குதுன்னு அத்தை சொல்லுச்சு.”

“சாவி அப்பங்கிட்ட இருக்குது… வாங்கீட்டு வர்றேன். ஏண்ணா.. நீயி அங்க வந்தீன்னா அவிங்க எதாச்சிம் பண்டீட்டா? எனக்கு பயமா இருக்குதுண்ணா… நீ எங்கிருக்கீன்னு சொல்லு? நானே வர்றேன் சின்னான் அண்ணனைக் கூட்டீட்டு!”

“அதெல்லாம் யாரும் என்னை ஒண்ணும் பண்ட மாட்டாங்க மல்லிகா… சரி நீயி நாளைக்கி வந்து சேரு. நானும் வர்றேன்” என்று சொல்லி அணைத்துவிட்டான் சண்முகன். இவளுக்கு பொக்கெனப் போயிற்று. போன்லயாச்சிம் இன்னம் சித்தங்கூரியம் பேசுறதுக்கென்ன இவனுக்கு? என்றே நினைத்தாள் மல்லிகா.

ooo

விஜயமங்கலத்திலிருந்து சென்னிமலை சென்று பின்பாக காங்கயம் செல்லும் அரசாங்கப் பேருந்து அது. ஒவ்வொரு கிராமங்களின் வழியாகவும் ஆடியசைந்துதான் அந்தப் பேருந்து செல்லும். காலை நேரத்திலும் மாலை நேரத்திலும் சுள்ளிமேட்டூர் பள்ளிக்குச் சுற்றுப்புறத்திலிருந்து படிக்கச் செல்லும் குழந்தைகள் பேருந்தில் நிரம்பியிருப்பர். பேருந்து சில ஊர்களில் நிற்காமல் போய்விட்டால் திரும்பி அடுத்த ட்ரிப் வருகையிலேயே அந்த ஊரின் ஜனங்கள் கூடி பேருந்தை வழிமறித்து நியாயம் கேட்டு முடித்து பேருந்தை பத்திரமாய் அனுப்பி வைப்பார்கள்.

பெண்களுக்கு இலவசம் என்று அரசாங்கம் அறிவித்ததிலிருந்து பேருந்திற்காக தூரத்திலிருந்து சத்தமிட்டுக்கொண்டே ஓடி வரும் பெண்களுக்காக பேருந்துகள் காத்திருந்து கூட்டிப்போவதில்லை. ஓசியில் வருபவர்களுக்காக பேருந்து காத்திருந்து கூட்டிப்போக வேண்டுமா? என்பதே நடத்துனர் மற்றும் ஓட்டுனர் பக்கத்திலான நியாயம்.

போக கொஞ்சம் முன்பாகத்தான் வந்து நிறுத்தத்தில் நின்று பேருந்து வருகையில் நிறுத்தி ஏறிக்கொள்ளலாமே! பேருந்து பக்கத்து

ஊரிலிருந்து கிளம்புகையில்தான் வீட்டில் முக அழகு கிரீம் தடவி, பவுடர் பூச்சுப்போட்டு, நெற்றியில் ஸ்டிக்கர் பொட்டிட்டு, உதட்டை எச்சிலால் ஈரப்படுத்திவிட்டு, சேலையை நாலு நீவு நீவி விட்டு நிறுத்தம் வருகையில் பேருந்தானது நிறுத்தத்திலிருந்து செல்லாமல் அங்கேயே நின்றிருக்குமா கண்மணிகள் வருவார்கள் என்று!

விஜயமங்கலம் நிறுத்தத்தில் மல்லிகா தன் பிள்ளைகள் மஞ்சுளா, மதியழகனோடு பெரியபாளையம் செல்வதற்காக பத்தரைமணி பேருந்து ஏறினாள். சின்னப்பாளையம் பேருந்து நிறுத்தத்திலிருந்து பேருந்து கிளம்பி வேகமெடுக்கையில் இடது பக்க ஜன்னலோர இருக்கையில் அமர்ந்திருந்த பெரியவர் ஒருவர் வாயில் மென்று கொண்டிருந்த வெற்றிலை எச்சிலை வெளியே துப்பினார். மல்லிகா அவர் அமர்ந்திருந்த இருக்கைக்குப் பின்னால்தான் அமர்ந்திருந்தாள். பெரியவர் துப்பிய வெற்றிலைச்சாறு எச்சில் சாலையில் பைக்கில் மற்றொருவரிடம் பேசியபடி நின்றிருந்த ஆட்டேவாரி ஒருவரின் வெள்ளைச்சட்டையில் போய் விழுந்ததையும், அவர் கோபம் மிகுதியில் கைநீட்டி எதுவோ திட்டுவதையும் மல்லிகா கண்டாள்.

அவளுக்கு ஆட்டேவாரி மாரியப்பனை நன்கு அடையாளம் தெரிந்தது. கோவக்கார மனுசன் அவர். தொட்டதற்கெல்லாம் வெட்டுவேன் குத்துவேன் என்பாரவர். என்ன நடக்குமோ? என்று அமர்ந்திருந்தாள். நினைத்தது போலவே அவர் பைக்கில் முறுக்கிக்கொண்டு வந்து அடுத்த நிறுத்தத்தில் பேருந்தின் குறுக்காக வண்டியை நிப்பாட்டி விட்டு சத்தம்போட்டபடியே பேருந்தினுள் ஏறினார்.

வயசு வித்தியாசம் பார்க்காமல் வந்தவர் பெரியவரின் சட்டையைப் கொத்தாகப்பிடித்து காதில் நான்கு அப்பு அப்பிவிட்டார். "வெத்தலை போடறதுன்னா ஊட்டுல போயி மென்னு உம்பொண்டாட்டி மூஞ்சியில துப்ப வேண்டியதுதானே? பெருந்துறை போக வேண்டியவன் நானு. இனி ஊடுபோயி வேற சட்டைய மாத்தீட்டு மறுக்காவும் போகணும்!" அவ்வளவுதான். அவர் கோபம் தணிந்துவிட்டது.

கீழே இறங்கிப்போய் தன் பைக்கை எடுத்துக்கொண்டு போய்விட, பேருந்து கிளம்பிற்று. பேருந்தில் அவ்வளவாகக் கூட்டமுமில்லை. யாரும் ஒரு வார்த்தையும் பேசிக்கொள்ளவில்லை. மதியழகன் உடல் தான் நடுங்க ஆரம்பித்துவிட்டது. அடிதடி சண்டை என்றாலே

அவன் கண்கள் மிரண்டு உடல் நடுக்கமெடுத்துவிடுகிறது. அவனைத் தூக்கி மடியில் வைத்துத் தட்டிக்கொடுத்தாள் மல்லிகா.

பெரியபாளையம் நிறுத்தத்தில் பேருந்து நின்றபோது இவர்கள் மட்டுமே இறங்கினார்கள். நிறுத்தத்தில் பேருந்தினுள்ளும் யாரும் ஏறவில்லை. பேருந்து கிளம்பிப்போனதுமே சாலையைக் கடந்தாள் மல்லிகா. சிப்காட்டிலிருந்து வரும் கழிவுநீர் சலசலவென குட்டிப்பாலத்தினடியில் ஓடிக்கொண்டிருந்தது. மஞ்சுளா மூக்கைப் பிடித்துக்கொண்டாள். "என்னம்மா நாறுது!" என்றாள். டில்லிமுள் கூட்டம் சுற்றிலுமே அடர்ந்து நின்றிருந்தது. நல்ல தடிமனில் ஐந்தாறு ஆள் உயரம் வளர்ந்திருந்தது.

சூளை போடுபவர்கள் ஊருக்குள் வரவேயில்லை போலிருக்கிறது என்று நினைத்தாள் மல்லிகா. மல்லிகா பெரியபாளையம் வந்தது தன் அம்மாள் குஞ்சாள் சாவுக்குத்தான். அப்புறம் அப்பனை சொல்லப்பம்பாளையம் கூட்டிப்போக வந்ததோடு சரி. வடக்கே டில்லிமுள் கூட்டத்தினுள்தான் சுடுகாடு இருக்கிறது. அன்று மழை 'சோ'வெனப் பெய்துகொண்டே இழவு காண வந்தவர்களையெல்லாம் நனைத்துச் சிரமப்படுத்தியது.

குழிவெட்டப்போனவர்கள் குழி வெட்ட வெட்ட தண்ணீரை இறைத்து இறைத்து வெளியில் ஊற்றியபடியே இருந்தார்கள் என்றார்கள். கடைசியில் இவள் அம்மா குஞ்சாளை, தண்ணீருக்குள்தான் கிடத்தவேண்டி ஆனதாய் சுடுகாடு போய்வந்தவர்கள் சொன்னார்கள். நான்கு வருடங்களுக்கும் மேலாக பிறந்து வளர்ந்து ஓடியாடித்திரிந்த ஊருக்கு வரவேயில்லை மல்லிகா.

அம்மாவும், அப்பனுமேயில்லாத ஊரில் இவர்கள் வீடும் பூட்டப்பட்டு சாவியை எடுத்துக்கொண்டுதான் அப்பன் மல்லி இவளோடு வந்தது. புழங்கிய சாமான்களையெல்லாம் கழுவி எடுத்து பத்திரமாய் அட்டாரியில் வைத்து துணிபோட்டு மூடி வைத்துவிட்டுக் கிளம்பினாள் அப்போது. எந்தப் பொருள்களையுமே அவள் எடுத்துக்கொள்ளவில்லை. அப்பன் துணிமணிகளை மட்டும் கட்டைப்பையில் போட்டெடுத்துக்கொண்டாள்.

அப்பன் பேருந்து ஏறி சொல்லப்பம்பாளையம் வரும்வரை தன் கையில் வைத்திருந்த வட்டிலை விடவேயில்லை. 'கட்டைப்பைக்குள் வச்சுக்கறேன் பத்திரமா நானு, குடுப்பா!' என்று பலமுறை

கேட்டுப்பார்த்தாள் மல்லிகா. ஆனால் மண்டையை ஆட்டிவிட்டான் மல்லி. பேருந்தில் செல்கையில் இவளிடம் ‘எங்கையிலயே வட்டல் இருக்கட்டும் மல்லிகா!’ என்றான். இப்போது நினைக்கையிலும் இவளுக்கு அழுகையாய் வந்தது.

அப்பன் ஒருநாளிலும் அண்ணன் சண்முகனையோ இவளையோ அம்மா குஞ்சாளையோ கைநீட்டி அடித்ததில்லை. அம்மாவுக்கு பணத்தின் மீதும் நகை மீதும் அப்படி ஆசை இருந்தது. ஆனால் கடைசிவரையிலும் அது கைநிரம்ப காசுபணம் வைத்திருக்கவேயில்லை. சம்பாதிக்கும் பணமெல்லாம் வயிற்றுப்பாட்டுக்கே சரியாய் இருந்தது.

அப்பன் முத்தா பண்ணாடியிடம் பண்ணையாளாக இருந்தே காலம் கழித்துவிட்டது. கடைசியாகத்தான் அவரிடம் கோபித்துக்கொண்டு திருப்பூருக்கு ஊராருடன் காரைச்சட்டி தூக்க ரயிலேறியது. மீறிப்போனால் ஒரு ஐந்துவருடம் சென்றிருக்கும். அம்மாவுக்கு உடல்நிலை மோசமாகிவிடவே வீட்டோடே இருந்து அதற்கு பாங்கு பார்த்துக்கொண்டு இருந்துவிட்டது.

முத்தாப்பண்ணாடி சாவுக்குக்கூட வழுவிலிருந்து ஒருசனமும் போகவில்லை என்றார்கள். அண்ணன் சண்முகன் செய்த காரியம் அப்படி. முத்தாப்பண்ணாடியின் மகள், அண்ணன் சண்முகனோடு போய் இப்போது வருசம் பனிரெண்டு ஆகிவிட்டது. அந்தச் சமயத்தில் சுத்துப்பட்டு கிராமங்கள் அனைத்துமே கொந்தளித்துக்கிடந்தது. ஒரு மாதம் வரை உயிரைக் கையில் பிடித்துக்கொண்டு பெரியபாளையம் வழூவுக்காரர்கள் எல்லோரும் வீட்டினுள்ளேயே கிடந்தார்கள்.

தலைகள் பல உருண்டுவிடும் என்றே பீதியாயிருந்தது. முத்தாபண்ணாடியின் உறவுசனங்கள் கார் வைத்து ஒரு மாதம் தேடி அலைந்தார்கள். ஆனால் ஓடிப்போனவர்கள் அவர்கள் கண்களுக்குச் சிக்காமல் எங்குதான் சென்றார்களோ? சிக்கினாலும் இருவரையும் அதே இடத்தில் கொன்றுவிடுவார்கள்! என்றே சனம் பேசியது அப்போது. எங்கும் அவர்களைக் காணவில்லை என்கிறபோது விஷயம் ஆறிப்போனது.

அண்ணன் சண்முகன் ஊரைவிட்டுச் சென்ற இந்த பனிரெண்டு வருட காலத்தில் ஊரும் எவ்வளவோ மாறிவிட்டது. மழை இல்லாமல் தோட்டங்காடுகள் அழிந்துபோயின. நிலவிற்பனை

பெருத்துவிட்டது. விஜயமங்கலத்திலிருந்து பெரியபாளையம் வருகையில் சாலையோரங்களில் புதுவீடுகள் நிற்கின்றன. வழுவிலிருந்து சிப்காட்டுக்கு எல்லோரும் வேலைக்குச் செல்கிறார்கள்.

எல்லோர் வீட்டிலும் டிவி வந்துவிட்டது. கேபிள் ஒயர்கள் வழுவினுள் தொங்குகின்றன. மிக்ஸி கிரைண்டர் சப்தம் ஒவ்வொரு வீட்டினுள்ளும் கேட்கிறது. கேஸ்சிலிண்டர் இல்லாத வீடுகளில்லை. காட்டுப்புறமாக ஜலவாதிக்குச் சென்ற வாழ்க்கை முடிந்து பாத்ரூம், லெட்டின்ரூம் இல்லாத வீடுகளே இல்லையென்றாகிவிட்டன. எல்லோர் கையிலும் அலைபேசி அகலமாய் இருக்கிறது. என்ன இருந்தும் இவள் கையில் ஒன்றுமில்லை. நேரம் சரியில்லையென்று ஊர் மாற்றி ஊர் சென்றால் என்ன நடக்குமென்றால் இப்படித்தான் நடக்கும்.

ஊருக்கும் கிழக்கு கடைசியில் மாமன் குஞ்சான் இருக்கிறார். மாமனுக்கு திருமணமாகி பதினைந்து வருடங்கள் குழந்தையில்லை. அரச்சலூர் பக்கத்திலிருந்துதான் கொழவியைக் கல்யாணம் முடித்துக்கொண்டார். குழந்தையில்லை என்கிறபோது அண்ணன் சண்முகனை அவர்தான் வளர்த்தினார். அவர்தான் அவனை எட்டாவது வரை படிக்கவும் வைத்தார். பதினைந்து வருடங்கள் கழித்து அத்தை கொழவி ஒரு பெண்குழந்தை பெற்றாள்.

இவளது திருமண காரியத்தின்போதுதான் மாமா இவளிடம் கோபித்துக்கொண்டார். மூங்கில்பாளைய மாரனைக் கட்டிக்கொள்ள வேண்டாம் என்றார் இவளிடம். இவளுக்கு மாரனைப் பிடித்திருந்தது. மாமன் சொல்லை மறுத்துப்பேசினாள். தனக்கொரு நல்ல வாழ்க்கை அமைவதை மாமன் தடுக்கத்தான் குறுக்கே கட்டையைப் போடுகிறார் என்றே நினைத்தாள். அத்தோடு மாமன் சொல்பேச்சுக் கேட்காத பிள்ளையென இவளை ஒதுக்கி விட்டார்.

மாரனின் சாவுக்கு சொல்லப்பம்பாளையம் வந்தவர் பண்ணவேண்டிய சீர்களை அத்தையை விட்டுச் செய்துவிட்டு இவளிடம் ஒருவார்த்தை பேசாமல் வந்துவிட்டார். அந்த மாமன் தான் இப்போது உடல்நிலை சரியில்லாமல் இருக்கிறார் என்ற தகவலோடு, ஆசை அண்ணனும் பெரியபாளையம் வரப்போகிறான் என்ற மகிழ்வோடும் வந்து சேர்ந்திருக்கிறாள் மல்லிகா. ஆனாலும் அவள் மனது ஏனோ இப்போதும் அடித்துக்கொண்டது. எதாவது அசம்பாவிதம் நடந்துவிடுமோ? என்றுதான்.

மதுரைவீரன் கோவில் திண்டு மறைந்து சுற்றிலும் காம்பவுண்டு சுவர் எழும்பியிருந்தது. போனவருடம்தான் கும்பாபிசேகம் நடந்து முடிந்திருந்ததால் கோவில் பளிச்சென இருந்தது. அண்ணன் வாங்கி வைத்திருந்த பெரிய மணியை நின்று பார்த்தாள். கோவிலினுள் சென்று மணிக்கயிற்றை இழுத்து மணியோசையை எழுப்பும் ஆசை வந்தது இவளுக்கு. குழந்தைகளையும் அடிக்கச் சொல்லலாம். மணிக்கு மட்டுமே பதினைந்தாயிரம் செலவழித்தானாம் சண்முகன்.

சுற்றுவட்டார கோவில்களில் இருப்பதைக்காட்டிலும் பெரிதாக இருக்கவேண்டுமென சண்முகன்தான் ஆசைப்பட்டானாம். இவளுக்கு அழைப்பு சொல்வார் யாருமில்லை கும்பாபிசேகத்திற்கு. மாமன் கூப்பிட்டிருக்கலாம். ஆனால் அவரிடமிருந்து அழைப்பில்லை. கிழக்கே ஆடுகட்டிபாளையத்தில் ஆத்தா கோவிலிருக்கிறது. அங்கு அடிக்கும் மணியோசை சுற்றுப்புறம் நான்கைந்து கிராமங்களுக்கும் கேட்கும். அதேபோல் இந்த மணியும் சுற்றுவட்டாரமெங்கும் நிச்சயம் கேட்கும்.

கோவிலருகே நின்றிருந்த பெரிய வேப்பைமரத்தை வெட்டிவிட்டார்கள் போல. அந்த மரத்திற்கு நிச்சயமாக அறுபது எழுபது வயதுக்கும் மேலாக இருக்கும். இவள் வயதிற்கு வந்த சமயத்தில் அந்த மரத்திற்கு ஒரு குரங்கொன்று வந்து சேர்ந்திருந்தது. கிட்டத்தட்ட ஒருவருடம் பக்கம் அது அந்த மரத்திலேயே வாழ்ந்தும் வந்தது. ஊரார் அதற்கு வேண்டிய தீம்பண்டங்களை கொடுத்துவந்தனர். கோவிலின் முன்புற கேட் சாத்திப் பூட்டப்பட்டிருந்தது. கேட்டின் முன்னால் குழந்தைகளோடு நின்று கும்பிட்டாள்.

தன்வீட்டுக்கு முதலில் செல்லலாமா? என்று யோசித்தவள் நேராக படுக்கையிலிருக்கும் மாமனைப் பார்க்கச்செல்வதுதான் நல்லதென மாமன் வீடு நோக்கி குழந்தைகளைக் கூட்டிப்போனாள். எதிர்க்கே ஒச்சாயிக்கிழவி தடியூன்றிக்கொண்டு காதில் பம்படம் ஆட குனிந்த வாக்கில் வந்தவள், "ஒகுறு!" என்று அடையாளம் பார்த்தாள். அடையாளம் தெரிந்ததுமே தடியை நழுவ விட்டு விட்டு இவளைத் தாவிக் கட்டிக்கொண்டாள். "சாமீ! நீயாடி மல்லிகா! ஆளே இப்பிடி ஈக்குமாத்துக்குச்சியாட்ட ஆயிட்டியேடி! இப்பிடி உன்னெ கழுத்துல மஞ்சக்கவுறு இல்லாம பாக்க வெச்சுட்டாளே பரட்டத்தலைச்சி என்னை!" என்று ஒரு நிமிசம் கண்ணீர்விட்டுவிட்டு, 'வா சாமி

நம்மூட்டுக்கு போயி ஒருவா காபித்தண்ணி வெச்சுக் குடிச்சுட்டுப் போலாம்! உம்பட கொழந்தைங்களா சாமீ!'' என்றது.

இவள் மாமனைப் பார்க்க வந்த தகவலைக் கிழவிக்குச் சொன்னாள். "அவனுக்கு என்ன போங்காலமுன்னு தெரியல... ஒருவாரமா கெடக்கான். உம்பட சித்தப்பன் புள்ளை ரேவதிதான் இப்ப நர்ஸாயி சென்னிமலைக்கி ஆஸ்பத்திரிக்கி போறாள்லொ! அவதான் ஊசி போட்டுட்டு இருக்குறா! நீ போயி குஞ்சானை பாரு சாமி... நானு பொறவுக்கு வர்றேன்!'' என்று குனிந்து தடியெடுத்துக்கொண்டது. கிழக்கிலிருந்து கருநாய் ஒன்று சாவகாசமாய் இவர்களருகில் வரவும் மஞ்சுளா மிரண்டு மல்லிகாவிடம் ஒட்டினாள்.

வந்த நாய் மஞ்சுளாவை நுகர்ந்து பார்த்துவிட்டு மதியழகனை நுகர்ந்தது. மதியழகன் அதன் தலையை நீவினான். நாய் வாலை ஆட்டி தன் முன்னங்கால்களில் ஒன்றைத் தூக்கி அவன் டவுசரைப் பிறாண்டியது. ஒச்சாயிக்கிழவி நாயின் இடுப்பின்மீது தன் தடியால் ஒன்று வைத்தாள். நாய் 'கைக்' கென கத்திக்கொண்டு பக்கத்து சந்தில் ஓடிப்போயிற்று. "ராசனூட்டு நாயிதான் அது! வீடு தொறந்து கெடந்துதுன்னு வெச்சுக்கோ... நேரா ஊட்டுக்குள்ளார போயி சோத்துச்சட்டியில் வாயை வெச்சுரும் பாத்துக்க!'' சொல்லியபடி தடியூன்றிக்கொண்டே மேற்கே சென்றாள்.

இவள் மாமன் வீட்டு வாசலுக்கு வருகையில் மாமன் வெளியில் வேப்பை நிழலில் கட்டிலில் தூங்கிக்கொண்டு படுத்திருந்தார். மாமன் பெண் சரோஜாதான் வீட்டிலிருந்து வெளிவந்தவள், "வாங்கக்கா!'' என்று புன்னகைத்தாள். "அப்போவ்! லெய் பைக்கெ! சூடு ஒகுறு ஒஸ்துன்னு!'' என்றதும் மாமன் கண்விழித்துப் பார்த்தார். மல்லிகாவைக் கண்டதும் அவர் கண்கள் விரிந்தன. "வா சாமீ!'' என்று மெதுவாய் குரல் வெளிவந்தது அவரிடமிருந்து.

போக கட்டிலிலிருந்து எழவும் முயற்சிக்க, "அப்படியே படுங்க மாமா!' என்றாள் மல்லிகா. சரோஜா வீட்டினுள்ளிருந்து இரண்டு சேர்களைக்கொண்டு வந்து கட்டிலுக்கருகில் போட்டாள். பின்பாக தண்ணீர் கொண்டு வந்து கொடுத்தாள். வாங்கிய மல்லிகா கையிலிருந்த கட்டைப்பையிலிருந்த தீனிகள் வாங்கி வந்த கவரை எடுத்து சரோஜாவிடம் நீட்டினாள்.

அத்தை முந்தானையால் முகத்தைத் துடைத்துக்கொண்டே வீட்டினுள்ளிருந்து வந்தது. "இப்பத்தா பதினொருமணி பஸ்ஸுக்கு வந்தியா சாமி! த்தேனோ அன்னிக்கி பாத்தத விட எளச்சிப்போயிட்டியா! சோறு ஒழுங்கா திங்கறியா என்ன? உங்கொப்பன் எப்பிடியிருக்கான்?" என்று வரிசையாய்ப் பேசிற்று. பதில் சொல்லிவிட்டு, "மாமனுக்கு ஒடம்புக்கு என்ன அத்தெ?" என்றாள். 'உம்பட மாமனுக்கு என்ன? சளியும் காச்சலும்தான். விட்டு விட்டு வந்துட்டே இருக்குது இந்த ஒருவாரமா... சென்னிமலை ஆஸ்பத்திரில மூணு நாளு வச்சுப்பார்த்தோம். ஒண்ணுமில்ல... அது அப்பிடித்தான் இன்னும் பத்து நாளு இருக்கும்னு சொல்லி தாட்டி உட்டுட்டாங்க! இவரு கொரனாவோ என்னமோன்னு பயந்துட்டு சொந்தக்காரங்க அத்தனை பேரையும் கடைசியாப் பார்த்துக்கறேன்னு அலம்பல் பண்ணீட்டு இருக்காரு," என்றது அத்தை.

"சோறெல்லாம் சாப்புட்டுக்கிறாரா அத்தெ?"

"சோறெல்லாம் ஒரு கொட்டாப்புடி திங்குது. பின்ன வேலைக்கி நாலு மாத்திரை முழுங்கணும்லொ! இப்ப நல்லா இருக்கறாப்ல இருக்கும். சாமத்துல திடீருன்னு காய்ச்சல் வந்துட்டா அனத்த ஆரம்பிச்சுருவாரு!"

"சொல்லப்பம்பாளையத்துல இருந்து சின்னான் நேத்தே கெளம்பி வந்துட்டானே... எங்க ஆளைக் காணோம்? என்னையும் கெளம்பு போலாம்னு சொன்னான். நான்தான் இன்னிக்கி வர்றதா சொன்னேன் அத்தெ!"

"அவனா? ராத்திரியெல்லாம் அலம்பல்தான் அவனோட! பாட்டலு வாங்கிட்டு வந்துட்டானாட்டமிருக்குது... குடிச்சுட்டு ஆட்டபாட்டம் தான். பஸ் ஏறியிருப்பான் சென்னிமலைக்கீது. ஊருலயும் அப்படித்தான் பண்ணுறானா?"

"ஆமா அத்தெ! ஆனா அதுபாட்டுக்குத்தானே சத்தம் போட்டுட்டு ஆடிட்டு இருக்கும். யார் வம்புக்கும் போவாதே!"

"காத்தாட்ட இருந்துட்டு வம்புக்கு அவனெப்புடிப்போவான்? சரி பிள்ளைங்களா கையைக் கழுவீட்டு வாங்க... சாப்புடுவீங்களாமா!" என்று அத்தை குழந்தைகளைக் கூப்பிட்டது. பிள்ளைகள் மல்லிகா முகத்தைப் பார்த்தன. "போங்க போயிச் சாப்பிடுங்க! நம்மூடுதான்!

ஆத்தாதான் உங்களுக்கு!'' என்றாள். "ஆத்தாவா? அப்ப இது அப்பாரா?'' என்றாள் மஞ்சுளா. "ஆமாம் போயிச் சாப்பிடுங்க!'' என்றதும் ஆத்தாவின் கையைப் பிடித்துக்கொண்டான் மதியழகன். "வாங்க சாமிகளா!'' என்று அத்தை இவர்களை வீட்டினுள் அழைத்துப்போயிற்று.

மல்லிகா கட்டிலின் அருகில் சேரை இழுத்துப்போட்டு மாமனின் கைமீது தன் கையை வைத்துக்கொண்டாள். "காய்ச்சலெல்லாம் ஒண்ணும் பண்ணிடாதுங்க மாமா! நீங்க ஏன் பயந்து கெடக்கீங்க? கோயல்ல கவுறு ஒண்ணு மந்திரிச்சுக் கட்டிக்கலாம்ல மாமா!'' என்றாள். மேற்கே சின்னானின் குரல் கேட்டது. 'கொதீந்தாக்கு கொதீந்தாக்கு' என்று. வாயில் மத்தளம் கொட்டினான் என்றாலே நனைத்துக்கொண்டான் சின்னான் என்றே அர்த்தம்.

சத்தம் கேட்டு மாமன் சிரித்தார். "இப்ப காய்ச்சலெல்லாம் இல்ல மல்லிகா! உம்பட சித்தப்பம் புள்ளெ ரேவதிதான் பொழுதோட ரெண்டு நாளா வந்து ஊசியப்போட்டு உட்டுட்டுப்போறா! நல்லாத்தான் இருக்கேன். வாய்தான் கசந்தாப்ல இருக்குது. இன்னிக்கி வெள்ளிக்கிழமெயில்லெ... உம்பட அண்ணங்காரன் சந்தையில மாட்டுக்கறி எடுத்தாருவான். நல்லா காரஞ்சாரமா அவன் பொண்டாட்டி செய்வாளாமா... அட... உம்பட அண்ணிகாரிதான். செமெ டேஸ்ட்டா இருக்குமாமா! அதான் ஜலவா ஊறுது பாரு எனக்கு இப்பயே... வாயில! நாலஞ்சு நாளா இட்லியும் கஞ்சியும் தான்! நாக்கே செத்துப்போச்சு மல்லிகா... கோயல் மணியப்பார்த்தியா? கேட்டுச் சாவி முனியனூட்டுல இருக்கும். போனீன்னா வாங்கீட்டு போயி தொறந்து சூடம் பத்தவச்சு சாமியக்கும்புட்டுட்டு மணியை அடி புள்ள... கணீரு கணீருங்கும். நம்ம கோயலு, நம்ம சாமி, நம்ம மணி, என்ன புள்ளே... உன்னோட எல்லா கெரகமும் போயிறோனுமப்பா இன்னையோடன்னு, மனசுல நெனச்சுட்டு அடி புள்ளெ!'' என்றார். கொஞ்சம் மூச்சுவாங்கினார். "சேரீங்க மாமா!'' என்றாள் மல்லிகா.

அப்போதுதான் மல்லிகா கட்டியிருந்த சேலையை அவர் உற்றுப்பார்த்தார். மஞ்சள் வர்ணச் சேலையை எங்கோ பார்த்த ஞாபகம் அவருக்குள் வந்தது. அது மாரன் கருப்புக்காரியத்துக்கு திங்களூர் துணிக்கடையில் இவளுக்கு இவர் எடுத்த சேலைதான்

என்றதும் அவர் கண்களில் கண்ணீர் முட்டிவிட்டது. "சாமீஈஈஈ..." என்று சப்தமிட்டார். குலுங்கினார். "நாந்தான் வேண்டா வேண்டான்னு அப்பவே சொன்னனே சாமீஈஈ!" குலுங்கியபடியே சொன்னார். மாமன் ஏன் திடீரென அழுகிறார் என்று மல்லிகாவுக்கு நெகா சிக்கவில்லை. மாமனோ இவள் வாழும் வாழ்க்கையை நொடியில் தெரிந்துகொண்டு அழுகிறார். சித்தங்கூரியத்தில் அழுகையை நிப்பாட்டிக்கொண்டு பெருமூச்சு விட்டார். கண்களில் வடிந்த கண்ணீரைத் துண்டால் துடைத்துக்கொண்டார்.

"உங்கொப்பனை அங்க உட்டுப்போட்டு வந்துட்டியே... பொழுதோட பஸ்ஸூக்கே போயிடுவியோ என்னுமோ?" என்றார்.

"இல்லீங்க மாமா, எங்கொழுந்தனாரு வீட்டுல பார்த்துக்குவாங்க."

"அப்பன் நல்லா இருக்கானா?"

"இருக்காப்லைங்க மாமா, எங்கயும் போறதில்லெ. எம்பட மாமனாரு கிட்டக்கயே படுத்துக்கிடப்பாப்ல!" என்றதும் அதற்கொரு பெருமூச்சு விட்டார் குஞ்சான். "கொதீந்தாக்கு கொதீந்தாக்கு!" என்று வந்த சின்னான் இவளைக் கண்டதும் ஆட்டத்தை நிறுத்திவிட்டு வேட்டியை இறக்கிவிட்டு அருகில் வந்தான். "பஸ்சுக்கு வந்தியா மல்லிகா? பிள்ளைங்களை கூட்டியாந்தியா? இல்ல பள்ளியோடத்துக்கு தாட்டியுட்டுட்டு வந்தியா?" என்றான்.

"வந்திருக்காங்கண்ணா... அத்தை சாப்பிடச்சொல்லிக் கூட்டிப் போயிருக்குது! இங்க எங்கண்ணா காட்டுக்குள்ள உனக்கு பாட்டிலு கெடச்சுது?"

"நானு வெசீமங்கலம் போயி கடை வாசல்ல கெடந்து குடிச்சுட்டு போக்கு வண்டி புடிச்சு துரூவா வந்து எறங்கீட்டேன். உனக்கு விசயம் தெரியுமா? நானும் உம்மட அண்ணங்காரனும் சேர்ந்து எங்கப்பிச்சி குஞ்சான் மண்டையப்போட்டதீம் தேருக்கட்டித்தான் தூக்குவோம். நேத்தே நான் உம்மட மாமங்கிட்ட சொல்லீட்டேன்!" என்றதும் மல்லிகா மாமனைத் திரும்பிப்பார்த்தாள். மாமன் தலையில் கையால் அடித்துக்கொண்டு சிரித்தார். "இவனோட ஒரே கூத்து!" என்றார்.

"உங்கொண்ணன் பைக்கெ எடுத்துட்டானாம் மல்லிகா... வந்து சேர்ந்துருவாம்பாரு இன்னும் ஒரு மணி நேரத்துக்குள்ள... நானே

அவனை கும்பாபிசேகத்தன்னைக்கிப் பாத்ததுதான். அந்தன்னைக்கி வெந்தண்ணில காலை வச்சவனாட்டம் வந்த சுடிக்கி போயிட்டான்," என்றான் சின்னான். தலையிலிருந்த உருமாலைக்கட்டை அவிழ்த்து முகத்தைத் துடைத்துக்கொண்டவன் கட்டிலின் அருகிலேயே அமர்ந்தான். சாப்பிட்டு முடித்து மஞ்சுளாவும் மதியழகனும் வீட்டிலிருந்து வெளியே வந்தார்கள். மல்லிகாவிடம் வந்தவர்கள், எப்போதும் போல சின்னானைக் கண்டதுமே வாயெல்லாம் பல்லாகச் சிரித்தார்கள்.

"என்ன சாமிகளா சிரிக்கீங்க இந்தச் சின்னானைப் பார்த்து?" என்றான்.

"ஒரு மத்தாள ஆட்டம் போடுங்க!" என்றான் மதியழகன்.

"இன்னாவரைக்கிம் அந்த வேகாத வெய்யல்ல ரோட்டும்பேர்ல இருந்து இந்த வாசல் வரைக்கிம் ஆட்டமாடீட்டு தான் வந்து சேர்ந்தேனாக்கும். நீங்க எனக்கு ரெண்டு பேரும் ஒரு ஆட்டம் ஆடிக்காட்டுங்க! நான் ஜோரா கைதட்டுறேன்."

"அக்கா நீங்களும் வாங்கக்கா சாப்பிடலாம்!" என்று சரோஜா கூப்பிட்டாள் வீட்டின் கதவருகில் நின்று. "போயி சாப்புடு மல்லிகா!" என்றான் சின்னான். "நீங்க வர்லியாண்ணா?" என்றாள் சின்னானிடம். "எனக்கெல்லாம் சோத்துக்குடி பொழுதோட மட்டும் தான்! மூனுவேளை சோறு உண்டா எனக்கு பண்ணையம் தாங்காது... பகல்ல வெறும் நீராகாரம் மட்லும் தான்!" என்றான். மல்லிகா எழுந்து சென்றாள்.

மல்லிகாவும் சரோஜாவும் சாப்பிட்டு முடித்து வருகையில் சின்னான் அப்படியே சாய்ந்து தூங்கியிருந்தான் தரையில். அத்தை மாமனுக்கு கஞ்சிச்சாப்பாட்டை குண்டானில் கொண்டு வந்து கொடுத்தது. மாமன் கட்டிலிலிருந்து எழுந்தமர்ந்து அதை வாங்கி கையில் வைத்துக்கொண்டு குடித்தார். சண்முகன் தன் பைக்கில் அப்போது தன் குடும்பத்துடன் வந்து சேர்ந்தான்.

டேங்க்மீது அமர்ந்திருந்த தன் மகன் ஜனார்த்தனனை கிச்சுப்புறத்தில் கையை விட்டுத் தூக்கி கீழிறக்கினான். வடிவுக்கரசி கீழிறங்க தாண்டுக்கால் போட்டு அமர்ந்திருந்த பிரியா பின்பாகக் கீழிறங்கினாள். அணிந்திருந்த ஹெல்மட்டை கழற்றியெடுத்த சண்முகன் அதை வண்டி சைடு மிர்ரரில் மாட்டி விட்டு பைக்கை ஸ்டாண்டிட்டு

இறங்கினான். சின்னான் திடுகுப்பென விழித்தெழுந்து பார்த்தவன், ‘வாடா வாடா வாடா... கொதீந்தாக்கு கொதீந்தாக்கு!’ என்றபடி எழுந்து குத்தாட்டம் போட்டு வரவேற்றான்.

மல்லிகா உதடு பிதுங்க சண்முகனைப் பார்த்தவள் அடக்கமாட்டாமல் ஓடிவந்து அவனைக் கட்டிக்கொண்டு அழ ஆரம்பித்தாள். “அட தேம்புள்ளே இந்த அழுவாச்சி அழுவுறே?” என்று கட்டிக்கொண்டான் அவளை. வடிவுக்கரசிக்கு என்ன செய்வதெனத் தெரியவில்லை. யாரையும் அவளுக்கு இங்கு முன்பாக அறிமுகமில்லை. வெறுமனே வண்டியின் சீட்டைப் பிடித்துக்கொண்டு நின்றிருந்தாள்.

பிள்ளைகளும் அப்படியே புதிதாய்த் தெரிந்த மல்லிகாவின் பிள்ளைகளை வெறித்துப் பார்த்தபடி நின்றன. மாமன் வெறுங்குண்டானை கொழவியிடம் நீட்டினார். அவள் அதை வாங்கிக்கொண்டு பொதுவாய் ‘வாங்க எல்லாரும்!’ என்றாள். வடிவுக்கரசியை அவள் இப்போதுதான் நேரில் பார்க்கிறாள். பண்ணாடி பெண் வேறு. வீட்டுக்குள் வருமா? இல்லை இப்படியே குஞ்சானைப் பார்த்துவிட்டு சண்முகனைக் கூட்டிக்கொண்டு போய்விடுமா? ஒன்றும் அதற்குத் தெரியவில்லை.

“மல்லிகா, அழுதது போதும்... போயி உம்பட அண்ணிக்காரியை ஊட்டுக்குள்ளார கூட்டீட்டு போ! சும்மா நொய்யி நொய்யின்னு அழுதீன்னா நல்லாவா இருக்குது!” என்றான் சண்முகன். மளாரென அவனைக்கட்டிக்கொண்டிருந்த கைகளை விலக்கியவள் நேராய் வடிவுக்கரசியிடம் வந்தாள். அவளின் கையைப்பிடித்து, “வாங்கண்ணி!” என்று அவளின் இடது கையிலிருந்த கட்டைப்பையையும் தானே வாங்கிக்கொண்டு வீட்டினுள் கூட்டிப்போனாள். குழந்தைகளும் அவள் பின்னேயே சென்றன.

“அப்புறங்கப்பா... இப்ப எப்பிடி இருக்குது? பரவால்லியா?” என்றான் மாமனைப் பார்த்து சண்முகன்.

“இப்பக் கொஞ்சம் தேவுலப்பா!” என்றார்.

“பிள்ளைங்களையெல்லாம் பாக்கணும்னு சொல்லி நீயி போன்ல அழுதங்காட்டித்தான் கூட்டிட்டு வந்தேன் பாத்துக்க! கெடையிலயே உழுந்துட்டியோ என்னமோன்னுதான் வடிவுக்கரசியும் போலாம் போலாம்னு சொல்லிட்டு வந்தா பாத்துக்கவே.”

“சேரி உட்றா! அதான் வந்துட்டீங்கல்ல. சரி சந்தைக்குள்ளார போயிட்டு வந்தியா?”

“பின்ன நேராவா வருவேன்...” என்றான் சண்முகன்.

“சண்முகசுந்தரன் என்கிற கெஜட்டு கழட்டியின் நன்மைக்காக!” என்ற சின்னான் பாக்கெட்டிலிருந்து கோட்டர் பாட்டிலை எடுத்து மரத்தின் உச்சியை நோக்கி காட்டிவிட்டு ரெண்டு மடக்கு போட்டதும் மூடி டவுசர் பாக்கெட்டில் வைத்துக்கொண்டான்.

“டேய் சின்னா, வண்டில மாட்டியிருக்குற கட்டைப்பையை எடுத்துட்டு போயி உள்ளார குடு போ!” என்றான் சண்முகன். அவன் வண்டியிலிருந்த கட்டைப்பையை எடுத்துக்கொண்டு வீட்டினுள் சென்றான். அங்கே பாய்விரித்து எல்லோரும் குட்டானாய் அமர்ந்து பேசிக்கொண்டிருப்பதைக் கண்டதும், ‘கொதீந்தாக்கு கொதீந்தாக்கு!’ என்று ஆட்டம் கட்ட, சண்முகனின் பெண்ணும் பையனும் கலகலவெனச் சிரித்து அந்த வீட்டை நிறைத்தார்கள். அவர்களுக்கு சின்னானின் சேஷ்டையானது சிரிப்பை வரவைத்திருந்தது. “பண்ணாடிச்சியம்மா! சின்னான் கும்புடு வருதுங்கொ!” என்றவன் குனிந்து கும்பிடவும், ஜனார்த்தனனும் எழுந்து நின்று அவனைப்போலவே கும்பிட்டான்.

ooo

4. வண்டுருட்டாம் பழம்

பழனிச்சாமி தன் கையிலிருந்த ரெட்மீ போனை இயக்கி அம்மாவை தன்வீட்டு சுவரோரம் நிற்கவைத்து, 'சர்ரக் சர்ரக்' என எடுத்துத் தள்ளிக்கொண்டிருந்தான். அம்மா இன்று அமாவாசை என்பதால் காலையிலேயே குளித்து மஞ்சள் வர்ணத்தில் சேலை அணிந்திருக்க அவனுக்கு திடீரென அம்மாவை இத்தனை நாள் போனில் புகைப்படமெடுக்கவில்லையே என்கிற நினைப்பைத்தட்டி எடுத்தான்.

போக நேற்றுத்தான் கோபி சென்று தன் பழைய லொடக்லெஸ் போனை வந்தவிலைக்கு கடையில் தள்ளிவிட்டு விட்டு எல்லோரும் சொல்கிறார்களேயென ரெட்மீ எடுத்து, கடையிலேயே இவனுக்கு என்னென்ன தேவைகளோ அத்தனையையும் பதிவேற்றிக்கொண்டான். கடைக்குள்ளிருந்தபடியே மற்றொருவரை போட்டோ எடுக்கச் சொல்லி போனும் கையுமாக பற்களைக் காதுவரை காட்டிக்கொண்டு, "புதுப்பேசி வாங்கிவிட்டேன், வாழ்த்துங்களேன் ஃப்ரண்ட்ஸ்!" என்று மூஞ்சிப்புத்தகத்தில் பதிவேற்றினான்.

உள்ளூர் வத்தப்பொச்சன் பிள்ளை கவிதா அதைக் கண்ணுற்றிருப்பாள் போலிருக்கிறது. லவ் சிம்பளைக் குத்திவிட்டு, 'பன்னி என்னையும் கூட்டீட்டு போயிருக்கலாம்லடா?' என்று கமெண்ட் செய்திருந்தாள். அதைக் கண்ணுற்றவனுக்குப் பதிவிட்ட போஸ்டையே டிலைட் செய்துவிடும் எண்ணம் வந்தது.

பின்னே உள்ளூர்க்காரிகள் கமெண்ட் செய்யவா ரெட்மீ போன் வாங்கினான்? முதலாக உள்ளூர் நண்பர்களை அது ஆணாகட்டும், பெண்ணாகட்டும் மூஞ்சி புத்தகப் பக்கத்திலிருந்து தூக்கவேணும் என்று சபதம் செய்துகொண்டான்.

புது வட்டிலைக் கண்டால் ஏழு வட்டல் சோற்றைத் தின்பான் என்பது மாதிரி போனை வாங்கிய மறுகணத்திலிருந்து கோபியிலிருந்து வீடு வரும் வரையில் ரோட்டில் திரியும் நாய்களிலிருந்து டாஸ்மாக் கடைவாயிலில் செத்துப்போனானா? உசுரு இருக்குதா? என்கிற சந்தேகம் வருமளவு குடித்துக் குப்புறக்கிடக்கும் குடிமகனை போட்டோ எடுத்துப் பதிவிட்டான். இந்த நாடும் நாட்டு மக்களும் நாசமாய் போகட்டும், என்று குறிப்பு எழுதினான். அப்போது பழனிச்சாமி தன்னையொரு சமூக சீர்திருத்தவாதியாக மூஞ்சிப்புத்தகத்தில் அடையாளம் காட்டிக்கொள்வதாய் நம்பினான்.

அப்படித்தான் விடிந்து குலதெய்வக் கோவிலுக்குக் கிளம்பும் அம்மாவை போட்டோ எடுக்க ஆரம்பித்துவிட்டான். “எதுக்குடா இத்தனை போட்டோ எடுக்குறே? எப்ப பிரிண்ட் போட்டுக் கொண்டு வந்து காட்டுவே?” என்றது அம்மா. “நீயொரு ஆயிரம் ரூவா குடுத்தீன்னா ப்ளக்ஸே அடிச்சுக்கொண்டாந்து ஆசாரத்து செவுத்துல ஒட்டீருவேன்” என்றான். “அது நான் செத்தபின்னாடி ரோட்டுல காலமானார்-னு ப்ளக்ஸ் போட்டு சின்னப்பாளையம் போற வழியிலயும், சுள்ளிமேட்டூர் போற வழியிலயும், பெரியபாளையம் போற வழியிலயும் போய் ஒட்டு” என்று சொல்லிவிட்டுப் போயிற்று.

முகநூலில் முப்பது கமெண்ட்டுகள் போன் வாங்கிய தகவல் பதிவிட்டதற்கு வந்திருந்தன. வாழ்த்துக்கள் தலெ! என்று திருநெல்வேலிக்காரன் போட்டிருந்தான். நன்றி என்று போய் கீழே பதில் சொன்னான். ரெட்மீ வாங்குனதுக்கு நோக்கியா வாங்கியிருக்கலாம்! என்று தஞ்சாவூர்க்காரன் ஒருவன் போட்டிருந்தான். எல்லாம் பைசா குறைச்சலால்தான் பாஸ்! என்று அவனுக்கு பதிலிட்டான்.

நானும் இன்னிக்கித்தான் ரெட்மீ வாங்கினேன் தோழி! என்று சென்னையிலிருந்து கவிதை எழுதி பக்கத்தை நிரப்பும் தோழி பதிவிட்டிருந்தாள். நாம ரெண்டு பேரும் போனை மாத்திக்குவமா தோழி? என்று பதிலிட்டான். உடனேயே இவன் கமெண்ட்டுக்கு

சிரிப்பு பொம்மை விழுந்தது! குப்புறக்கிடக்கும் குடிகாரன் புகைப்படத்தின் கீழ் 'அவன் செத்துட்டானா பாஸ்?' என்று கோவைக்காரன் ஒருவன் கேட்டிருந்தான். 'நைட்டே சவ அடக்கம் செஞ்சாச்சுங்க!' என்று பதிலிட்டான். 'பாவம் பாஸ் அவரு! அன்னாரது ஆத்மாவுக்கு சாந்தி கிட்டட்டும்!' என்று உடனே பதிலிட்டான் அவன்.

இவனுக்கு அதிலென்ன பாவம் இருக்கிறது என்றே நினைத்தான். மனுசனாப் பொறந்தவன் ஒருநாளு கண்டிப்பா செத்துப்போயிடுவான் தானே! இவன் தண்ணியப்போட்டுட்டு அவசரமா செத்துப்போயிட்டான்! இல்லைன்னா அவன் சாகலை. போதை தெளிந்து வீட்டுக்கு எந்திரிச்சி போயிட்டான். இன்னிக்கிம் டாஸ்மாக் நீக்குனதும் கையில் காசிருந்தால் வந்து குடிப்பான். அதே வாயிலில் குப்புறக் கிடப்பான்!

பழனிச்சாமி ரெட்மீ போன் வாங்கியது காரணமாகத்தான். இவனது பழைய போனே எல்லா வேலைகளையும் செய்துகொண்டு உயிரோடுதான் இருந்தது. சமீபகாலங்களில் பழனிச்சாமி யு டியூப் சேனல் பக்கமாகச் சுற்றினான். இன்னதுதான் என்றில்லாமல் அங்கே கேட்டதெல்லாம் வீடியோவாக வருவதையும் கண்ணுற்றான்.

முதலாக இவன் காட்டினுள் வைத்திருந்த கத்தரிக்கா செடிகளில் வெள்ளைப்பூச்சித் தொந்தரவுகள் அதன் இலைகளில் இருக்கவே அதை என்ன செய்து கொன்று செடியைக் காப்பாற்றுவது? என்று யு டியூப்பில் தேடினான். அங்கே ஆளாளுக்கு ஒவ்வொரு வைத்தியமுறைகளைச் சொல்லிக்கொண்டே செடிகளை வெள்ளைப்பூச்சித் தாக்குதலோடு காட்டினார்கள். ஒருவன் கொரங்குப்பொயிலையை முன்னத்த நாள் தண்ணீரில் ஊறவைத்து அந்தத் தண்ணியைச் செடிகள்மீது ஊற்றினால் வெள்ளைப்பூச்சிகள் ஒழியும் என்றான்.

அவனே ஒரு வாரம் கழித்து செடிகள் அழகாய் இப்போது காட்சியளிக்கின்றன பாருங்கள்! என்று சொல்லி வீடியோவை முடித்தான். அடுத்து ஒரு பெண் பிரிட்ஜ் தண்ணீரை கேனில் ஊற்றி பிஸ்ஸ்ஸ்ஸ் என செடிகளுக்கு தினமும் அடித்தாலே போதுமானது... என்று செடியின் கீழே வெள்ளைப்பூச்சிகள் கிடப்பது வரை காட்டினாள். இவனும் தன் செடிகளுக்கு அவர்கள் சொன்னவிதமாகவெல்லாம் செய்தான். அப்படியெல்லாம்

வெள்ளைப்பூச்சிகள் செத்து செடிகள் செழிப்படையவில்லை. பதிலாக செடிகளை வேரோடு பிடுங்கிப்போய் டிச்சுக்குழியில் வீசினான்.

யு டியூபில் சமையல் செய்வதும், செடி வளர்ப்பதும், மலைவாசஸ்தலங்களுக்கு டூர் போவதும், கோவில் குளங்களைப் பார்ப்பதும், என அதுவே இவனின் பொழுதுகளை எடுத்துக்கொண்டது. பின்பாக சப்ஸ்கிரைப் பண்ணச்சொல்லி ஏன் சொல்லிக்கொண்டே இருக்கிறார்கள்? என்கிற கேள்வியும் இவனுக்கு எழுந்தது. இவன் எந்த வீடியோ பார்த்தாலும் பெல் பட்டனை அழுத்தாமல் தாவிக்கொண்டிருந்தான்.

சப்ஸ்கிரைப்பண்டுங்கே! சப்ஸ்கிரைப்பண்டுங்கே! முன்னால இருக்குற பெல் பட்டனை அழுத்திட்டா நான் போடுற போடெல்லாம் உடனுக்குடன் உங்க மொபைலுக்கு பெல்லடிச்சிட்டு வந்துடும்! என்கிறார்கள் எல்லோரும். இந்தப் பழனிச்சாமி பயலுக்கு சப்ஸ்க்ரைப் பண்டத்தெரியாது என்றாலும் அப்படி பண்டிட்டால் செல்போனில் பாட்டு வச்ச கூத்தாகி பணத்தை மளார் மளார்னு புடுங்கிக்குவாங்களோ என்ற ஐயப்பாட்டில் 'மயரப்பண்டுவேன் சப்ஸ்கிரைப்பு!' என்ற முடிவிலிருந்தான்.

தூங்கும் நாய்களுக்கருகில் சிங்கவடிவ பொம்மையை வைத்துவிட்டு அந்த நாயை உசுப்பேற்றி அது விழித்து சிங்க பொம்மையைக் கண்டு தலைதெறிக்க உயிர்பயத்தில் கத்திக்கொண்டு ஓடுவதையெல்லாம் எடுத்து யுடியூபில் பதிவேற்றியிருந்தார்கள். கெக்கல பிக்கலெவென யுடியூப் சேனல்காரர்களே கூட்டமாய் சிரிப்பதும் பதிவாகியிருந்தது. இவனுக்கு அவற்றைப் பார்க்கையில் சமூக விழிப்புணர்வெல்லாம் தோன்றவில்லை. நாய்களையும் பூனைகளையும் சிரமப்படுத்துகிறார்களேயென இவன் வருத்தப்பட்டு கவலையும் கொள்ளவில்லை.

ஒவ்வொரு வீடியோவும் குறிப்பிட்ட நேர அளவுகளில்தான் ஓடின. 'ஹேே ஹாய் கைய்ஸ்! இப்ப இந்தக் கோவிலை எடுத்துக்கிட்டீங்கன்னா... கிட்டத்தட்ட ஆயிரம் வருஷம் பழமையான கோவிலுக்குள்ள நாம இருக்கோம்!' என்று கோவில் கோவிலாய்ச் சென்று அதன் தூண்கள், சிலைகள், வேற்றுகிரகவாசிகள் என்று பேச்சாலேயே பார்ப்போரை கட்டிப்போடும் சேனல்களையெல்லாம் பார்த்தான்.

அதிலும் வீட்டு மாடியில் தொட்டிகளை வைத்து தக்கோளி, வெண்டை, மிளகாய்ச்செடிகளை தினமும் தடவித்தடவி தண்ணீர் ஊற்றி வளர்க்கும் பெண்களின் கைகளைக் கண்டதும்தான் இவன் ஏகத்திற்கும் கடுப்பானான். சும்மா ஒரு பெண் வேலை மெனக்கெட்டு மாடியில் தக்கோளி வளர்த்தி சேனலில் பதிவிடுமா? வேற வேலையில்லையா அவிங்களுக்கு? இதில் ஏதோ விசமத்தனம் இருக்கிறதென மூஞ்சிப்புத்தக நண்பர்களிடம் அலைபேசியில் விசாரித்தான் பழனிச்சாமி.

லட்சக்கணக்குல உங்க வீடியோவை மக்கள் பார்த்தாங்கன்னா வீடு தேடி உங்களுக்கு பணம் வருமுங்க! என்றார்கள். நோகாம நோம்பி கும்பிடச் சொல்கிறார்கள் போலயே! என்று நினைத்தான் பழனிச்சாமி. ஆக இவனுக்கென ஒரு யுடியூப் சேனல் வேண்டும். யுடியூபில் இப்படி வீடியோக்களாய்ப் பார்த்துக்கொண்டிருக்கையில் இவன் பக்கத்து ஊர் நண்பர்கள் எப்போதோ ஏற்றி வைத்த வீடியோவை எல்லாம் கண்டான்.

ஈங்கூர்க்காரரர் தன் பையன் செடி நட்டு தண்ணீர் விடுவதை எடுத்துப் பதிவிட்டிருந்தார். வீடியோவில் அவன் குட்டிப்பையனாக இருந்தான். அவன் தன் படிப்பையெல்லாம் முடித்து சம்பாதிக்கப்போய்விட்டான் இப்போது! தொடர்ந்து அந்த நண்பர் யுடியூபில் இயங்காமல் எலக்ட்ரானிக் கடை வைத்துப்போய் விட்டார். அடுத்தமுறை ஈங்கூர் செல்கையில் பையன் நட்டுவைத்த மரத்தைப் பார்த்துவரணும் அல்லது அந்த மரத்தை விற்றிருந்தால் அதன் குழியையாவது பார்த்து வரணும்! என்று நினைத்தான்.

அடுத்ததாக முகம் சிகப்பாக வேண்டுமா? மண்டைமுடிகள் கருமையாக வேண்டுமா? தொந்தி கரைய வேண்டுமா? என்றெல்லாம் பார்த்து முடித்து விஷயம் தெரிந்த நண்பரைத் தேடிப்போய் இவன் யுடியூப் சேனல் துவங்குவது பற்றியும், அங்கே என்னமாதிரியான விசயங்களைப் பதிவிடலாமெனவும் ஒரு அமர்வைப் போட்டு வந்தான். போக இனிமேல் அடுத்தவங்க ஏற்றியிருக்கும் யு டியூப் வீடியோக்களைப் பார்க்கவே கூடாதெனவும் சபதமெடுத்தான்.

முகம் சிகப்பாக வேண்டுமா? என்று பெண்கள் கூறுவன அனைத்தும் இவனுக்கு இதெல்லாம் என்ன கொடுமை? என்று தோன்றியது. அன்றுதான் அவனுக்கு சேனல்கள் மீது வெறுப்பென்ற ஒன்று

வந்து சேர்ந்தது மனதினுள். விட்டால் மாட்டுச் சாணத்தை சிகப்பழகுக்காக மூஞ்சியில் பூசி ஒரு மணிநேரம் காயவைத்து கழுவச் சொல்லிவிடுவார்களோவென நினைத்தான். பெண்கள் மாத்தி மாத்தி கண்டதையும் முகத்தில அப்பச் சொல்கிறார்கள்.

ஆண்களுக்கு ஏது நேரம்? அவனவன் சேவிங் பண்ணுவதற்கே நேரங்காலமில்லாமல் பிழைப்பைப் பார்க்க ஓடிக்கொண்டிருக்கிறான்! இவனுக்கு வந்த கடுப்பில் சேனல் ஆரம்பித்ததும் நாய் விட்டையின் பயன்கள்! என்று தலைப்பு வைத்து அரளிக்கொட்டையைத் தற்கொலை செய்துகொள்வதற்காகக் குடித்தவர்களுக்குத் தண்ணீரில் கரைத்து அவர்கள் வாயில் ஊற்ற பயன்படுகிறதெனவும் அடுத்ததாக சிகப்பழகு கிரீமாகவும் பயன்படுத்தலாமெனவும்... இன்னும் சிலவற்றைச் சேர்த்துப் பதிவிடலாம் என்றே வெறியேறிப்போய் யோசித்தான். யுடியூப் சேனல் நடத்துகிறவர்கள் எல்லோருமே அறிவாளிகள் என்கிற பிம்பத்தை மிக சாமார்த்தியமாகக் கட்டமைத்திருக்கிறார்கள். பழனிச்சாமியும் சோடை போகக்கூடாதெனத் தீர்மானித்தான்.

வத்தப்பொச்சான் பெண் கவிதாவை மலங்கரட்டினுள் ஜட்டி மற்றும் பிராவுடன் விறகுக்கட்டு சுமந்து வருவது மாதிரி வீடியோ எடுத்து இவனே டப்பிங் பேசலாமா? என்று யோசித்தான். இந்தப் பெண் பழங்குடிப்பெண் மக்களே! இவளுக்கு உடுத்துவதற்குத் துணியில்லை என்று நினைக்காதீர்கள். இது அவர்களின் பண்பாடு. தங்கள் வீட்டுத் தேவைக்காக மலையில் விறகு பொறுக்கச் செல்கையில் பழங்குடிப் பெண்கள் இப்படித்தான் மலங்கரட்டினுள் சென்று வரவேண்டுமாம் மக்களே! என்று கணீர்க் குரலில் பேசிப் பதிவிட்டால் பிச்சுக்கும் என கற்பனை செய்தான். ‘நாயாசை இசியோட!’ என்று இவன் தந்தையார் குரல் இவன் காதுக்கருகில் கேட்டது. கவிதாவை முதன் முதலாக சேனல் ஆரம்பித்து ஏற்றினால் அவள் பிறப்பு ராசி செரியில்லாமல் சேனலே வெடித்துவிட்டால்?

சேனல் ஆரம்பிப்பது என்று முடிவானதும் துணைக்கு ஒருவன் வேண்டுமென நினைத்தான் பழனிச்சாமி. கோழிப்பண்ணை வைத்திருக்கும் கோபாலனை இணையாகச் சேர்த்திக்கொள்ளலாம். மற்றவர்கள் பனியன் கம்பெனிக்கு ஓடிவிடுகிறார்கள். சிலர் சிப்காட்டுக்குப் போய்விடுகிறார்கள். இந்த விசயத்திற்கு பார்ட்னர் வைத்துக்கொண்டால் பார்வையாளர்கள் அதிகரிக்கையில் பார்ட்னரை

சேனலில் இருந்து சுலபமாய்க் கழற்றிவிட்டு விடலாம். உள்ளூர் சுப்பிரமணியைச் சேர்த்திக்கொள்ளலாம். அவன் ஒருமாதம் வேலைக்குச் செல்வதும் ஒருவாரம் ஊருக்குள்ளேயே தண்ணியைப் போட்டுக்கொண்டு சுற்றுகிறான். போக அவனுக்கு வயதும் முப்பத்தஞ்சு இருக்கும்.

சுப்பிரமணி சிப்காட்டிற்கு கம்பெனி ஒன்றிற்கு லாரி டிரைவராகப் போகிறான். சும்மா இருக்கும் நாட்களில் விஜயமங்கலம் சாக்னா கடையில் விழிகள் சிவந்திருக்க அமர்ந்திருக்கிறான். ‘பணிக்குப் போகலையா சுப்பிரமணி?’ என்று இவன் விசாரித்தால், ‘நான் போகலைன்னாலும் லாரி என்ன சும்மாவா நிக்கும்? வேற ஆளைப்போட்டு ஓட்டிக்குவாங்க பழனிச்சாமி! எனக்கென்ன பொண்டாட்டியா கொழந்தைங்களா? ஓடியோடி சம்பாதிச்சுக் காப்பாத்துறதுக்கு? நீயும் வெட்டி முண்டம்... நானும்... தப்பா நெனச்சிக்காதே பழனிச்சாமி. நான் வேற உன்னையும் சேர்த்தி வெட்டிமுண்டம்னு சொல்லிட்டேன்!’ என்றான். சேனல் விசயம் என்பதால் கோபத்தை பழனிச்சாமி கட்டுப்படுத்திக்கொண்டான்.

சேனல் பற்றியான விசயத்தை சுப்பிரமணியிடம் இவன் துவங்கினான். ‘இப்ப என்ன சொல்றே? உன் கூட நான் இருந்தாப்போதும்னு தானே! எனக்கு உன்னையாட்டம் தமிழை சுத்தமா பேசத் தெரியாது பழனிச்சாமி... எதாச்சிம் பேசச் சொன்னீன்னா ஒலறிக்கொட்டீடுவேன். பரவால்ல ஒலறுன்னு சொன்னீன்னா அரைகட்டிங் போட்டுட்டு பயங்கரமா ஒலறுவேன்!’ என்றான். அதிக போதை போலிருந்தது. போதையில் இல்லாத காலையில்தான் சந்தித்துப் பேசணும் என்ற முடிவோடு பழனிச்சாமி நகர்ந்தான்.

இதற்காக, ‘வண்டுருட்டாம் பழம்’ என்ற பெயரை சேனலுக்கு வைத்துக்கொண்டு சப்ஸ்கிரைப் பண்ணுங்க! சப்ஸ்கிரைப் பண்ணீருங்க! நாங்க வேலை வெட்டி இல்லாததால தெனமும் அதிபயங்கர வீடியோக்களை பார்ட்டு பார்ட்டா ஏத்துவோம்! என்று பேசிப்பேசி ப்ராக்டீஸ் எடுத்துக்கொண்டார்கள். ப்ராக்டீஸ் எடுத்துக்கொண்ட நாளில் மாலையில் சூட் செய்வதற்காக காட்டுப்புறத்திற்குச் சென்றார்கள்.

மாலைநேரமானதால் காட்டுப்புறத்தில் மயில்கள் இரை பொறுக்கிக்கொண்டிருக்கும். அந்தச் சமயத்தில் ஆண் மயில்கள்

பெண் மயில்களைக் கவர்வதற்காக தோகையை விரித்து நடமாடும். அதை முதன்முதலாக பதிவேற்றுவோமென ஒருமனதாக இருவரும் முடிவெடுத்து தெற்கே சில்லாங்காட்டினுள் நுழைந்தார்கள். போன வாரம் இரண்டு மழை கனத்துப் பெய்திருந்ததால் கொலுஞ்சிச்செடிகள் மம்மானியாய் காடுநிரம்ப முளைத்து நின்றிருந்தன.

பழனிச்சாமி கொலுஞ்சிச் செடிகளின் அடர்த்திக்குள் குட்டிமுயல் ஒன்று ததக்கா பிதக்காவென ஓடுவதைக் கண்டதும் அதைத் துரத்தியோடி கபாலென அழுத்திப்பிடித்து உயரத் தூக்கினான். 'அடேங்கொன்னிமலையே! இன்னிக்கி வறுவல் போட்டம்னா சைடு டிஸ்சுக்கு ஆச்சு பழனா! நீ சொன்னாப்ல முயல்கறி வறுப்பது எப்படின்னு பேசி, தோலை உரிப்பது எப்படி? முட்டியில வெச்சுக் கறியை பீஸ் பீஸாக்குவதைப் பாருங்க... வடைச்சட்டியில கறி வேகுறதைப்பாருங்கன்னு சொல்லி அடிச்சு லேப்பிடலாம்!" என்றான் சுப்பிரமணி. பழனிச்சாமியோ, "அப்படியெல்லாம் பண்ணக்கூடாது நாம! வேற மாதிரி பண்ணுவோம்" என்றான்.

"இந்தக் கருமத்தை இத்தினீக்கூண்டை வெச்சுட்டு வேற மாதிரி என்னத்தைப் பண்ணுறதுடா?"

"இந்தா இந்த செல்போன்ல இதை வீடியோ எடு சுப்பிரமணி! கரைக்ட்டா ஃப்ரேமுக்குள்ள நானும் முயலும்தான் இருக்கணும்! திடீருன்னு அந்தப் பக்கம் வேலியெல்லாம் காட்டீட்டு இருக்காதே!" என்ற பழனிச்சாமி சுப்பிரமணியிடம் தன் அலைபேசியைக் கொடுத்தான்.

முயல்குட்டியை வலது கையில் பிடித்துக்கொண்டு பக்கத்திலிருந்த அருகம்புல்லை கொஞ்சம் கையில் பிடுங்கிக்கொண்டான். "நான் ஒன் டூ திரீ சொல்வேன் சுப்பிரமணி, திரீ சொன்னதும் நீயி வீடியோ எடுக்கணும்!"

"அதென்ன கம்பசூத்திரமாடா... நீ ஒன் டூ திரீ சொல்லு மொதல்ல. பாக்குறவங்க கண்ணு போடறாப்ல பட்டாஸா எடுக்கேன்!"

பழனிச்சாமி அதற்கு, "சாப்பிடு சாமி! சாப்பிடு தங்கம்!" என்று அருகம்புல்லை ஊட்டிவிட்டு, "உங்கோயா உன்னை உட்டுப் போட்டு கம்பி நீட்டிட்டு ஓடிட்டாளா சாமி! அங்கபாரு நிலா! நிலாவைப் பார்த்து ஒரு பாட்டுப் படிச்சிட்டே சாப்பிடுவமா?

நிலா நிலா ஓடிவா! நில்லாமல் ஓடிவா! மலையின் மீது ஏறிவா! அருகம்புல்லு கொண்டுவா!'' என்று பாட்டுப் படித்தபடி பக்கத்து வேலிக்கருகில் அதை தூக்கிப்போனான். சுப்பிரமணி அதை வீடியோ எடுத்தபடி பின்னால் வந்தான்.

பின்பாக அதை சுதந்திரமாய் கையிலிருந்து விட்டுவிட்டு, 'இந்தக் காடுக அமுட்டும் உன்னுதுதான் சாமி! உனக்குத்தான் பட்டா போட்டு குடுத்தாச்சு! போயி சாவுமுட்டும் நிம்மதியா வகுறு ரொம்ப புல்லுத்தின்னு புள்ளகுட்டி பெத்து அதுங்களுக்கு கலியாணம் செஞ்சு குடுத்து, பேரம்பேத்திகளைப் பார்த்து வாழ்வாங்கு வாழு சாமி!' என்று அனுப்புகையில் கடைசியாய் பழனிச்சாமியை ஒரு பார்வை பார்த்துவிட்டு ஜங்கு ஜங்கென காட்டுக்குள் ஓடியதை அழகாகவே சுப்பிரமணி வீடியோ எடுத்திருந்தான்.

அன்று மாரியம்மன் கோவில் வந்ததும் மாரியம்மனை தரிசனம் செய்துவிட்டு கல்லுக்கட்டில் போய் அமர்ந்து அந்த வீடியோவை யுடியூப் சேனலில் ஏற்றினான் பழனிச்சாமி. 'வண்டுருட்டாம் பழம் சேனலை சீக்கிரமா லட்சக்கணக்கானவங்க பாக்கோணும் மாரியம்மா! எல்லாரும் சப்ஸ்கிரைப் பண்டோனும்! பணமா வந்து குவியோனும் மாரியம்மா! உனக்கு நானும் சுப்பிரமணியும் அடுத்த வருஷம் நோம்பிக்கி மொட்டை போட்டு கெடா வெட்டி ஊருக்கே சோறு போடுறோம்! மாரியம்மா... நீ தான் பக்கத்துணையிருந்து சேனலை கண்ணும் கருத்துமா பாத்துக்கோணும்!' என்று வேண்டிக்கொண்டார்கள். மாரியம்மன் எப்போதும் போல இவர்களையும் பார்த்தபடி கருவறை திண்டில் அமர்ந்திருந்தது.

சுப்பிரமணியின் வாட்சப்புக்கு சேனலின் லிங்க்கை அனுப்பினான் பழனிச்சாமி. அந்த லிங்க்கை அவனுக்குத் தெரிந்த நண்பர்களின் எண்களுக்கெல்லாம் அனுப்பச் சொன்னான். இவனும் முகநூலில் தன் சேனல் பற்றிய அறிவிப்பைப் பதிவேற்றினான். வாழ்த்துமழை பொழிந்தது முகநூலில்.

ப்ளூகிராஸ் என்றால் என்னவென்றே தெரியாத பழனிச்சாமி அங்கிருந்து பரிசாக ஒரு தொகையேனும் அமேசான் வழியாக வீடு வந்து சேருமென நம்பினான். தெரிந்தவர்களையெல்லாம் கூப்பிட்டு சப்ஸ்கிரைப் செய்து கீழே கமெண்ட் எழுதுங்க! என்றார்கள் இருவரும். 'ஏம் மாப்ளெ, கொழுக்கொழுன்னு இருக்குற மொசலை நாலா

வகுந்து ரெண்டு பச்செ மொளகா உப்புக்கல்லு போட்டு வறுத்து சாப்பிடறதை உட்டுட்டு டாட்டா காட்டிட்டு படங்காட்டிட்டியே!' என்று தாய்மாமன் போனில் கூப்பிட்டு வருத்தப்பட்டார்.

உள்ளூரில் பெண்கள் அனைவரும் பார்த்ததால் நேரில் பார்க்கையில் 'சினிமாப்படத்துல நடிக்கிறதுக்கு போயிருடா!' என்றார்கள். வத்தப்பொச்சான் பெண் கவிதா போனில் இவனைக் கூப்பிட்டு, 'இது ஒண்ணுதான் ஒரத்தவாயாக் கெடந்துச்சா?' என்றாள். இவளுக்காகவே பெரியபாளையம் போய் வழுவிலிருந்து ஒரு பெண்ணைக் கட்டிக்கொண்டு வந்து நெஞ்சு நிமிர்த்தி வாழணும் என்று நினைத்தான் பழனிச்சாமி. எகத்தாளம் அதிகமாய் வத்தப்பொச்சான் பிள்ளைக்குப் போய்விட்டது.

தினமும் சனம் குட்டான் குட்டானாய் வந்து சப்ஸ்கிரைப் பண்டி இவர்களை மகிழ்ச்சிக்கடலில் ஆழ்த்த மறந்தார்கள். அவர்களுக்கு இடுப்புவலிக்கு வீட்டு வைத்திய வீடியோக்களோ அல்லது சாமத்தில் ஒருவன் எழுந்துநிற்க என்ன என்ன சாமான்கள் சாப்பிட்டால் போதுமென்ற வீடியோக்களே தேவையாயிருந்தன. மத்தபடி மயிலைப் பிடிச்சு சோறூட்டி மங்காங்காட்டில் விட்டாலென்ன? குயிலைப்பிடிச்சுக் கூண்டிலடைச்சி ரெண்டு கோட்டருக்கு வித்தாலென்ன? என்றே சனம் இருந்தது கையில் செல்போன் பிடித்துக்கொண்டு.

மொத்தமாய் முன்னூறு பேர் பார்த்ததாகச் சொல்லிற்று சேனல். இது சரிப்படாதுதான். முன்னூறு எப்போ முப்பது லட்சமாவது? முன்வைத்த காலை பின்னுக்கு வைக்கவே கூடாது. ரோட்டு வேலைக்கு மம்பட்டி சட்டியோடு சென்ற ராசாத்தியக்கா இவனிடம், "மொசலைப்புடிச்சு செல்போனுல ஏத்தியிருக்கியேடா பையா... அதுக்கு நானு தண்ணி வாக்குறாப்ல எடுத்து செல்போனுல போட்டிருந்தீன்னா நல்லா இருந்துருக்குமுல்லொ!" என்று சொல்லிப்போனது. பல்லு நான்கு விழுந்தும், உடம்பு ஊதிப்போயும் நடக்க மாட்டாமல் இழுத்து இழுத்துச் செல்லும் அக்காளைப் பார்த்தான் பழனிச்சாமி. பாக்குற வரைக்கிம் பார்த்துட்டு அக்கா சொல்றாப்ல செஞ்சுடலாமென முடிவெடுத்தான். 'நாயாசை இசியோட!' அப்பனின் குரல் மீண்டும் காதுக்கருகாமையில் கேட்டது.

திட்டத்தை வேறுவிதமாகத்தான் போட வேண்டுமென யோசித்தான்

பழனிச்சாமி. டிவி சேனல்களில் காட்டினுள் சுற்றிச்செல்லும் தனி மனிதர்களைக் காட்டுகிறார்கள். இக்பால் எமண்டிஸ் ஒரு ஹெலிகாப்டரில் பறந்துகொண்டே பாராசூட் மூலம் குதித்து இறங்குவதைக்கூட சூட் செய்து சின்னத் திரையில் காட்டுவதைப்பற்றி அடுத்த சந்திப்பில் சுப்பிரமணியிடம் பேசினான் பழனிச்சாமி.

பழனிச்சாமியும் சுப்பிரமணியும் பக்கத்து கரட்டினுள் ஹெலிக்காப்டரில் பாராசூட் மூலமாக குதித்து இறங்காவிட்டாலும், வருமானத்தை நோக்கித் தீர ஆலோசித்து முதலாக அடியெடுத்து வைப்பவர்களாகையால் அந்த எண்ணத்தைப் பிற்பாடு வளர்ந்தபிறகு பார்த்துக்கொள்ளலாமென்ற முடிவில் இப்போதைக்கு தங்களிடமிருக்கும் பைக்கிலேயே போய் இறங்கிக்கொள்ளலாம் என்றே முடிவெடுத்து விட்டார்கள். இக்பால் எமண்டிஸ் பாம்பு, புழுவெல்லாம் சாப்பிடுறான். ஜீரணமாயிடுது அவனுக்கு. நாம கடைசிக்கி புல்லு பூண்டையாச்சும் மென்னு காட்டுவோம் கரட்டுல! என்று சுப்பிரமணி சொன்னான்.

திட்டம் தீட்டப்பட்டு முடிவும் ஆகிவிட்டது. ஒளி, ஒலிப்பதிவு செய்ய தனியே ஒருவன் வேண்டும். அவனுக்கு எப்படியும் தனியே கோட்டர் செலவீனங்களை இருவரும் இணைந்து ஆளுக்கு பாதிப்பாதி பைசா போட்டு ஏற்பாடு செய்ய வேண்டும்! அதுதான் நியாயமான தர்மமும் கூட! அதற்காக அறிமுகமேயில்லாத வீடியோ கடைக்காரனையா கல்யாணத்துக்கு அட்வான்ஸ் கொடுத்து மண்டபத்தில் நிறுத்துவது போல கூட்டிவந்து மலங்கரட்டினுள் நிறுத்த முடியும்? வந்தவன், 'முகத்துல இன்னும் கொஞ்சம் பகுடர் போட்டுட்டு வந்து கேமராவைப்பார்த்து சிரிச்சமானிக்கி நில்லுங்க!' என்பானே.

கணக்குப் போட்டுப்பார்த்தால் செலவு இவர்கள் வீட்டுக் கூரையையே பிய்த்துக்கொண்டல்லவா சென்றுவிடும்! அப்பனே அடிமட்டையைப் புடுச்சுட்டு தென்னைமரத்துல தொங்கீட்டு இருக்கானாமா... கீழ நின்னுட்டு மவன், 'தேங்கா போடு தேங்கா போடுப்பான்னு' கத்தீட்டு நின்ன கதையாயிடும்ல!

செல்போனில் வீடியோ எடுக்க எந்த முன் அனுபவமும் தேவையில்லைதான். கொஞ்சம் நேரம் எடுத்து, சரியான நேக்கு சிக்கிவிட்டால் படுத்துப்படுத்துக்கூட எந்த முட்டாளும் எடுக்கத்துவங்கிவிடுவான். நம்பிக்கைதான் வாழ்க்கையென்று நம்பிய

இருவரும் பூதப்பாண்டியிடம் பொறுப்பை ஒப்படைத்தார்கள். பூதப்பண்டி இவர்கள் இருவருக்குமே அண்ணன் முறையில் அங்க சுத்தி இங்க சுத்தி வந்து சேருவார்.

விசயத்தை இவர்கள் சொன்னபோது, “நீங்க சொல்றதெல்லாம் செரி! ஆனா சோத்துக்கு என்ன பண்றது அந்தக் கரட்டுக்குள்ளார போயி?” என்றார். “உங்க சோத்தை நீங்கதான் எடுத்துட்டு எங்க கூட நடந்து வரணும்! சோத்துப்போசி தூக்கறதுக்கெல்லாம் தனியா இனி ஆள் செட் பண்டமுடியாதுண்ணோவ்!” என்று சுப்பிரமணி சொன்னான்.

“அதை தூக்கீட்டு உங்க ரெண்டுபேர்த்தையும் வீடியோ எப்பிடி நான் எடுக்கறது? அட விசுக்குனு காலு தடுக்கியுட்டு கீழ உழுந்து போனு ஒடஞ்சிபோச்சின்னா என்ன பண்டறது? என்னையத்தான வாங்கிக்குடுன்னு காத்தால எம்பட வாசல்ல வந்து நிப்பீங்க! காலம் போன கடைசீல இந்த கேமராமேன் வேலையெல்லாம் உனக்குத் தேவையாடா?ன்னு எம் பொண்டாட்டி நாக்கை புடுங்கீட்டு சாவுறாப்டி பேசுவாளே!” என்றார்.

“ஒரு நல்லவிசயத்தைத் தம்பிங்க ஆரம்பிக்கிறோம்... போனு ஒடையுது மண்டை ஒடையுதுன்னு அபசகுனமா பேசீட்டு! என்னண்ணா பழக்கமிது?” என்றான் பழனிச்சாமி கடுப்பில்.

“எம்பட வாயி நாறவாயிடா பழனிச்சாமி! எப்ப எதைப் பேசணும்னு அதுக்குத் தெரியறதில்லெ! சரி இதைப் படமெடுத்து நீங்க ரெண்டு பேரும் லச்சலச்சமா சம்பாதிக்கப் போறீங்க... உங்க கூட படம்புடிக்க வந்து லோளுப்பட்டு கரட்டுக்குள்ளார சுத்தி கடைசிக்கி அண்ணனுக்கு என்ன மிஞ்சப்போவுது? என்னையும் பார்ட்னரா சேர்த்திக்கங்க! மாசமானா சொளையா பத்தாயிரம் என் பொண்டாட்டி கையில குடுத்துடுங்க! எந்தப் பேப்பர்ல நான் கைநாட்டு வைக்கோணும்னு சொல்லுங்க, இப்பவே வெக்கிறேன். இப்பவே படம்புடிக்க நாம கிளம்புறோம்!” என்றார். பழனிச்சாமிக்கி கடுப்பு ஏறி சுப்பிரமணியை அடிக்க ஓடினான்.

“இந்த லூசு மயிராண்டியண்ணனைக் கூப்பிடாதேன்னு மொதல்லயே நாஞ் சொன்னன்ல! உம்பட காதுல ஏறுச்சாடா! பத்தாயிரம் ரூவாயெ ஒருநாளாச்சிம் கையில வாங்கி வச்சிருந்திருப்பானாடா

இந்தண்ணன்... கூசாம பேசுறாம்பாரு! அவனே சொன்னாப்புல நாறவாயில்ல இல்லடா அது தீஞ்சவாயி!"

"ஏப்பா சண்டைக்கட்டிக்காதீங்கப்பா! மொதொ மொதொ ஒரு நல்ல விசயத்தை ஆரம்பிக்கறீங்க.. எடுத்த ஒடனே சண்டையின்னா நல்லாவா இருக்கும்!" என்றார் பூதப்பாண்டி.

"ஊருக்குள்ள செல்பி ஸ்டிக் வச்சிருக்காண்டா நம்ம கணேசன் பையன். அவன்கிட்ட ரெண்டு நாளைக்கி குடுடான்னு வாங்கிக்கலாம். இல்ல ஆர்டர் போட்டம்னா ஹில்ஸ்கார்ட்ல ரெண்டு நாள்ல நம்மூர்லயே கொண்டாந்து குடுத்துட்டு போயிருவானுங்க! எதாச்சிம் மரத்துல நிக்க வச்சும் கையிலயே பிடிச்சுட்டும், நெத்தியில கட்டிக்கிட்டும் நாமளே போயிக்கலாம். என்ன ஒரு முன்னூறு ரூவா வருமா அந்த ஸ்டிக்கு! நாம முன்னேறலாம்னு நெனச்சாக்கூட அடுத்தவன் வாயிலயும் வயித்துலயும் அடிச்சுக்கிட்டு நம்மள முடிச்சே போடுவானுங்களாட்ட இருக்குது. கலிகாலம்ங்கறது செரிதான் பார்த்துக்க! நாயைக் குளிப்பாட்டிக் கூட்டிவந்து நடுஊட்டுல வச்சி சில்வர் வட்டல்ல சோறு வச்சாலும் அது தின்னுபோட்டு ரோட்டுக்குத்தான் இசி திங்க ஓடுமாமா! நாயிப்புத்தி தெரிஞ்சும் நாம, தங்கமே, அலுமினியமே அஸ்காசக்கரையேன்னு கூப்பிட்டாலும் வீட்டு வாசலோடதான் சாவுகாசத்தை வச்சிக்கணும்."

இவனுங்களே செல்போன்ல படம்பிடிச்சுக்குவானுங்களாமா! கெரவத்தெ! எதோ ஒரு கோட்டரோ ஒன்னரை கோட்டரோ கிடைக்கும்னு நினைச்சா இப்போ அதுக்கும் பங்கம் வந்துடுமாட்ட இருக்குதா? -என்றே பூதப்பாண்டி நினைத்தார். சித்த நேரம் விட்டால், 'நீ ஊட்டுக்கு போண்ணா!' அப்படின்னு சொல்லிட்டானுகன்னா? பொழுதோட குடிக்கி எவங்கிட்டப்போயி மண்டையச் சொறியறது? ஆவறதில்லையப்போவ்! சாமி சைக்கிள்ல போகுமாட்ட இருக்குது, குறுக்கப் போயி நின்னு புல்லட்டு வேணும் எனக்குன்னு நாம கேக்கபுடாதாட்ட!

"சரி அண்ணனுக்கு சம்பளமெல்லாம் வேண்டாம்டா பசங்களா... நீங்க மகராசனாப் பொழையுங்கொ... அண்ணனுக்கு நீங்களாப் பார்த்து தொண்டையை நனைக்க ஏற்பாடு பண்ணீங்கன்னா போதும்... நடங்க போலாம்!" என்றார்.

"அதெல்லாம் நைட்டு பார்த்துக்கலாம். இப்ப பகல்ல நீ குடிச்சீன்னா உன்னால வீடியோ எடுக்க முடியாது. வீடியோ எடுக்கறதுன்னா ரோட்டுவேலைக்கிப் போயிட்டு வர்றதுன்னு நினைச்சியா? போனதீம் அளந்து உட்ட எடத்தை மம்பட்டில செறச்சி வுட்டுட்டு மளார்னு போயி வேப்பைமரத்து நெழல்ல அட்டணங்கால் போட்டுப் படுத்து எந்திரிச்சி வர்றதுக்கு? நாளைக்கி உலகம் பூராவும் ரிலீஸ் பண்ணுற விசயம். இதுக்குன்னே நாங்க வெசீமங்கல சந்தைக்கடையில பனியனும் லூஸ் பேண்ட்டும் புதுசா எடுத்துட்டு வந்திருக்கோம்!"

"அப்புறம் எனக்கும் எடுத்தாந்தீங்களா?"

"உனக்கெதுக்கு? நீ என்ன படத்துல வரப்போறியா...? நீயி எந்தக் காலத்துல பேண்ட்டு போட்டிருக்கே? செல்போன் புடிக்கிறவனெல்லாம் பேண்டு சர்ட்டு கேக்காண்டா! செல்பி ஸ்டிக்கிக்கி ஆர்டரைப் போட்டுத்தொலையிடா சுப்பிரமணி! இந்தாளு வேண்டாம். கேமராமேன் ரிஜக்ட்! ஐ ஆம் சோ ஸாரி மிஸ்டர் பூதப்பாண்டி! யூ ஆர் எ அன்லக்கி ஃபெலோ!" என்றான் பழனிச்சாமி. அண்ணன் மிரண்டுபோய் வாயில் ஒரு விரலை வைத்துக்கொண்டார். நிசமாவே நம் வாய் நாறவாய் தானோ? என்றும் சிந்திக்கலானார்.

ooo

இந்த நிகழ்ச்சி யாருடைய நெஞ்சையும் குஞ்சையும் ஈரப்படுத்துவதற்காகவோ, உங்களையும் இதுபோலத் தூண்டி வனாந்தரங்களில் நீங்கள் தொலைந்துபோனால் எப்படி உங்கள் உயிரைக் காப்பாற்றிக்கொள்வது என்பதுபற்றி புட்டுப்புட்டு காட்சிப்படுத்தவோ முயற்சித்த பணியல்ல! இந்த நிகழ்ச்சியில் பயணப்படும் பழனிச்சாமியும் சுப்பிரமணியும் ராணுவத்திலிருந்து பாதியில் எழுதிக்கொடுத்துவிட்டு வந்தவர்களாகவோ ஏற்கனவே வனாந்தரங்களைப்பற்றிய பயங்கரமான அனுபவங்களைப் பெற்றவர்களோ அல்ல. இந்த வனாந்திரம் எவ்வளவு பரப்பளவு கொண்டது என்பதுபற்றிய அறிவும் அவர்களுக்கு இல்லை.

மனிதன் குரங்கிலிருந்துதான் பிறந்தான் என்றும் அவனது

மூதாதையர்கள் வேட்டையாடித்தான் உயிர் வாழ்ந்தார்கள் என்றும் கூட அவர்கள் இருவருக்குமே தெரியாது. வனக்காவல் துறையிடம் அனுமதி பெற்று இப்படியான பயணத்தை மேற்கொள்ள வேண்டும் என்கிற அறிவும் அவர்களுக்குக் கிடையாது. அப்படி அனுமதி வாங்கித்தான் சுற்ற வேண்டுமென்ற மிகப்பெரிய வனாந்திரமும் அல்ல இது. ஆகவே இது எந்த வனாந்திரம் என்று பெயர் சொல்லிப் பதியப்படவில்லை.

அப்படிச் சொல்லும்பட்சத்தில் வெகுகேவலமாகவும் கூட இருக்கலாம். சமீபமாக சிறுத்தையொன்று அவினாசிப் பக்கமும், திருப்பூர்ப் பக்கமாகவும் வந்து சிலரைத் தாக்கியதாகச் செய்தி பரவிற்று. பின்பாக அந்தச் சிறுத்தை வனத்துறையினரால் பிடிபட்டு பத்திரமாக அதன் தாயக பூமிக்கே கொண்டுசெல்லப்பட்டு விடப்பட்டது. அது பாதை மாறி இந்த வனாந்திரத்திற்கு வந்திருந்தால் அது வேட்டையாடி உண்பதற்கு மான்கள் கூட்டம் இருந்தது. பாவம் அது! ஆக ஒளிப்பதிவு காட்சிப்படுத்தப்பட்ட விதத்தில் கூட யாராலும் யூகிக்க முடியாத மிக மோசமான வனாந்திரம்தான் இது.

வெகுவெகு காலத்திற்கும் முன்பாக முழுவனாந்திரமாக இருந்த சமயத்தில் பல விலங்கினங்கள் வாழ்ந்ததாய்ச் சொல்வழி அறியமுடிந்திருந்தது. பிரிட்டீஷ்காரன் நீராவி இஞ்ஜினை விட தண்டவாளப் பாதை அமைத்தபிறகு வனாந்திரம் இருபகுதியாகப் பிரிக்கப்பட்டுவிட்டது! அந்த ரயில்பாதையில் இரவு நேரத்தில் செல்லும் சரக்கு ரயில்களின் முகப்பு விளக்கு வெளிச்சத்தால் ஈர்க்கப்பட்டு சிங்கம், புலி என விலங்கினங்கள் அடிபட்டு இறந்துவிட்டன என்பதாக முற்காலத்திய கதை மிகச் சுருக்கமாய் முற்றுப்பெற்றிருந்தது.

ooo

கிலுவை மரங்களும் திருகுகள்ளிகளும் வேப்பைகளுமாய் அடர்ந்து கிடந்த அந்த வனத்தினுள் பூதப்பாண்டி அண்ணனுடன் பழனிச்சாமியும் சுப்பிரமணியும் நுழைந்தார்கள். பழனிச்சாமி தன் தலையில் மஞ்சள்வர்ணத் துண்டு ஒன்றை உருமாலையாகக்

கட்டியிருந்தான். சுப்பிரமணிக்கு பெர்முடாஸ் மிகவும் பெரிதாக இருந்ததால் அதை வீட்டிலேயே வீசிவிட்டு, தேடிப்பிடித்துப் பழைய ஆரஞ்சு வர்ண ஜீன்ஸ்பேண்ட்டை அணிந்துவந்திருந்தான்.

பூதப்பாண்டியண்ணனுக்கு செல்போனை அசைக்காமல் ஒரு கையாலும் சமயத்தில் இருகையாலும் பிடிக்கவைக்கவே சிரமப்பட்டிருந்தார்கள். அவர் முதுகில் கிடக்கும் ஜிப்பு வைத்த லெதர் பேக்கில் சலிங் புலிங்கென பாட்டில்களின் சப்தம் கொடுத்த தெம்பில் ஓரளவு சீக்கிரமாகவே கற்றுக்கொண்டார். கை ஸ்டெடியாக இருக்க வேண்டுமானால் அரைக்கட்டிங் தேவை என்ற வார்த்தையை வெளியே விடாமல் வாயினுள்ளேயே அடக்கி முழுங்கிக்கொண்டார். இப்படியே வீடு போகச் சொல்லிவிடுவார்கள். சலிங் புலிங்கென்ற பாட்டில் சப்தம் பொழுதுவரை காதினுள் கேட்டபடியே இருக்கும். கொடுமை அது!

அதிலும் இந்தப் பழனிச்சாமிப்பயலுக்கு ஏனோ இன்று முகமே சண்டைக்காரன் முகம் போலவே இருக்கிறதே! போக அவர்கள் செல்போனைப் பார்த்து எதாவது பேசுகையில் இந்த வாய் திரும்ப அவர்களிடம் எதாவது பேசாமலிருக்க வேண்டும். செலோடேப் வேறு கொண்டு வந்திருக்கிறார்கள். ஒட்டிவிடுவார்களாம்! ஒரு கோட்டர் பாட்டிலுக்காக என்ன மிரட்டு மிரட்டுகிறான்கள். ஸ்டார்ட் கேமரா ஏக்சேன்! அப்படின்னு சொன்னதும் செல்போனில் இருக்கும் சிவப்பு வட்டத்தை அழுத்திக்கொண்டே அவர்கள் பின்னால் செல்ல வேண்டுமாம். இன்னிக்கி என்ன பாடுபடப்போறேனோ பழனியாண்டவா!

“ஸ்டார்ட் கேமரா ஏக்சேன்!” சுப்பிரமணி பூதப்பாண்டியண்ணனைப் பார்த்துப் பெருங்குரலெடுத்துக் கத்தினான். அண்ணனுக்கு நெஞ்சுக்குழி மீது பகீரென்று பாறாங்கல்லைத் தூக்கிப் போட்டாற்போல ஆகி விட்டது.

அதே சமயம் அவன் போட்ட சப்தத்தில் சற்று தூரத்தில் திருகுகள்ளியினடியில் சொகுசாக தன் குஞ்சு குலுவான்களோடு படுத்திருந்த தாய்மயில் ‘க்க்கேவ்!’ என்று அலறி எங்குபோவதென அறியாமல் இவர்கள் இருக்கும் பக்கமே பர்ரென பறந்து வர குஞ்சுகளும் பறக்க மாட்டாமல் தாயைப் பின்பற்றிப் பறந்தன. பழனிச்சாமி லபக்கென ஒரு குஞ்சை பாய்ந்து படுத்துருண்டு

அழுத்திக்கொண்டான். முன்னொரு காலத்தில் கிரிக்கெட்டில் கார்க் பந்தை லாகவமாகப் பிடித்தவன்தான் அவன். பூதப்பாண்டி இங்கே என்ன நடக்கிறதெனத் தெரியாமல் உருண்டு மயில்குஞ்சோடு எழுந்தவனை செல்போன் வழியாகப் பார்த்து சற்று அருகில் சென்றார்.

"இப்ப நாம மயில்களும் குயில்களும் செம்பூத்துகளும் காடைகளும் சுதந்திரமாய் உலவும் அதிபயங்கர வனத்துக்குள் வந்திருக்கிறோம்! பாருங்க நல்லாப்பாருங்க இதுதான் மயில்குஞ்சு" அவனே குஞ்சோடு செல்போன் அருகில் வந்து குஞ்சைக்காட்டிவிட்டு பின்னால் சென்றான்.

"இந்தியாவின் தேசியப்பறவை இது! இதை நாம எந்த வனத்துல பிடிச்சாலும் சாப்பிடக்கூடாது! சாப்பிட்டது தெரிஞ்சா தூக்கி உள்ளார உக்கார வச்சிருவாங்க! அதனால நாம இதனோட தாய் பறந்துபோன திசையிலேயே பறக்க விட்டுடுவோம்! நம்ம வயித்துப்பசிக்கி ஒரு அணிலோ, எலியோ கூட போதும் சுப்பு! என்ன சொல்றீங்க?" என்று பழனிச்சாமி சுப்பிரமணியைப் பார்த்துக் கேட்கவும், 'ஆமாங்க பழனி, இத நாம பறக்க விடறதுதான் சரி' என்றபடி பழனிச்சாமியை நோக்கி அருகில் சென்றான். பறக்கவிட்ட குஞ்சு சப்தமெதுவும் எழுப்பாமல் பர்ரென கிளம்பிற்று.

"இப்படி ஒரு வனாந்திரத்துல திசைதெரியாம நாம வந்து மாட்டிப்போம்னு கனவுலயாச்சிம் நினைச்சிருப்பீங்களா பழனி?"

"என்ன செய்ய? ஆனா வந்து மாட்டிக்கிட்டமே... நாம வந்த எலிகாப்டர் மக்கர் பண்ணி இந்த வனத்துல வந்து விழுந்து நொறுங்கும்ன்னு நான் நினைச்சுப்பார்க்கலைங்க சுப்பு! அதான் விதிங்கறது!"

"நல்லவேளை எலிகாப்டர் கீழ வரவரவே நாம பாராசூட் மூலமா குதிச்சதுனால இப்ப உசுரோட இருக்கோம்! இல்லைன்னா நம்ம பிணத்தைக் கண்டுபிடிக்கக்கூட ஆள்வராத வனத்துல அழுகிப்போய் கிடந்திருப்போம்! அங்க என்னமோ கிடக்குது பாருங்க பழனி... எதோ இரும்பு மாதிரி தெரியுதே!"

"ஆமா, இது துருப்பிடிச்ச கத்தி! இத நாம எடுத்துக்கலாம். இத நாம பல வழிகள்ல பயன்படுத்திக்கலாம் சுப்பு. இதை வச்சு வேட்டையாடலாம், விறகு வெட்டி, மூணு கல்லுக்கூட்டி அடுப்பு தயார்பண்டி கறி சமைச்சு சாப்பிடலாம்ல!"

“ஆமா சுப்பு! இத வச்சுக் கோபம் வந்தா உங்களைக்கூட ஒரு போடு கழுத்தோட நான் போடலாம்!”

“நீங்க தமாசுக்குத் தானே சொன்னீங்க பழனி! ஆனா இப்போதைக்கி இத நாம பயன்படுத்த முடியாதுங்க பழனி. இதை நல்ல பாறை தென்பட்டா அங்க வச்சுத் தீட்டணும். இப்ப வெட்டினா காஞ்சுபோன மாட்டுச்சாணத்தைக்கூட இது ரெண்டு துண்டா வெட்டாது! வாங்க நாம இப்படிப் போயிக்கிட்டே இருப்போம்! இது வழியா போனா நாம மனுசங்க வாழுற இடத்துக்குப் போயிச்சேர்ந்துடலாம்னு தோணுது! அங்க போனா நம்ம பசிக்கி உணவுகூட கிடைக்கலாம்ல.”

“உங்களை நம்பிப் பின்னால வர்றேனுங்க சுப்பு. பார்த்துப்போங்க கண்ணுல கிலுவைமுள்ளு பட்டுடப்போவுது. நிதானமாப் போங்க! கண்ணுல அடிபட்டுட்டா இப்போதைக்கி அதுல என்ன தலையை இலையைக் கசக்கி ஊத்துறதுன்னு எதுவும் தெரியாது எனக்கு!”

“எனக்குத்தெரியும் வாங்க! இன்னொரு விசயம் உங்களுக்குச் சொல்ல மறந்துட்டேனே! நான் பின்னாடி கூட உங்களையாட்டம் வேகமா நடக்க முடியும். இங்க பாருங்க நடந்து காட்டுறேன்!”

“கேமரா கட்!” என்று பெருங்குரலில் சப்தமிட்டான் பழனிச்சாமி. மிரண்டுபோன அண்ணன் செல்போனைக் கையிலிருந்து நழுவ விட்டு விட்டார்.

“மெதுவாக்கத்தித் தொலையுங்கடா கருமம்புடிச்சவனுங்களா! காஞ்சுப்போன ஊசிப்புல்லுக மேல உழுந்தங்காட்டி போனு தப்பிச்சுது... சிறுகல்லெடுத்து எதையும் தொடைக்கக்கூடாதுன்னு பெருசுங்க சும்மாவா சொல்லியிருக்குதுக! நல்லாத்தானே அவன் பேசிட்டு இருந்தான். அதுக்குள்ள கட்டுன்னு கத்தாட்டி என்ன? சாடை காமிச்சீன்னா நானே நிறுத்தீட்டுப்போறேன்! உலவம் பூராவும் போவுதாமா...” அண்ணன் திருகுகள்ளி நிழலுக்குள் சென்று குந்தவைத்து உட்கார்ந்துகொண்டார். பழனிச்சாமி செல்போனை எடுத்து வீடியோவை கட்செய்து விட்டுத் திருப்பித்திருப்பி எதாச்சிம் ஆயிடுச்சாவென்று பார்த்துத் திருப்தியானான்.

“பொறவுக்கு நடக்குறேன்னு இங்க வெறும் கல்லுகளுக்குள்ள நடந்து உழுந்துட்டீன்னா என்ன பண்றதுடா? அதனாலதான் கட் பண்ணச் சொன்னேன்!”

"அதெல்லாம் நடக்கலாம்டா... அப்பத்தான் வீடியோ பாக்குறவிங்களுக்கு ஒரு நிந்த நிது இருக்கும்! அடுத்தது என்ன? என்ன?ன்னு உசுப்பேத்தணும் பாக்குறவிங்களை! பாம்பு, புழு, பல்லியெல்லாம் இக்பால் எமண்டீஸ் சாப்பிட்டுக் காட்டுறான்ல! அதே மாதிரிதான் இதுவும்! துளிகூட ஏமாந்துடக்கூடாது நாம! அண்ணன் ஏனோ கோவிச்சுக்கிச்சாட்ட இருக்குதா!"

"அடப்போங்கடா நீங்களும் உங்க வண்டுருட்டாம் பழமும். உங்க சத்தத்தைக் கேட்டா சிட்டுக்குருவிங்கெல்லாம் நெஞ்சு வெடிச்சி செத்துப்போயிரும்டா! தொண்டையில என்ன மைக்காடா கட்டியிருக்கீங்க ரெண்டுபேரும்?"

"சேரீண்ணா உடுண்ணா! இனி நாங்க மெதுவா ஏக்சன், கட் சொல்லிக்கறோம். எந்திரிங்க போலாம்!"

"ஏண்டா அங்கா இருந்து ஒரு மனுசன் ஒரே கையில ஆடாம அசையாம இப்பிடியே செல்போனைப் புடிச்சுட்டே வர்றானேன்னு ஒரு நிது வேண்டாம் உங்களுக்கு? கையி வலிக்காதாடா? துளி நனைச்சுக்கறேன்னு சொன்னா பொழுதோடதான் ஊத்துவானுங்களாமா! வெய்யிலு என்ன போடு போடுது பதினொரு மணிக்கே... பொழுது எப்ப ஆவுறது... ஊட்டுல கெடந்தா மளார்னு நேரம் போயிருது. இங்க வந்தா போவனாங்குது?"

"இதெல்லாம் நாயமே இல்லண்ணா... இப்பக்கூட ஒண்ணும் கெட்டுப்போகல... சூட்டிங்கை நாங்க ஸ்டிக்கை வாங்கீட்டு நாலு நாளு கழிச்சிக்கூட வெச்சுக்குவோம்! இதே துணி இதே இடத்துல இருந்து கண்டினியூட்டி பண்டிக்குவோம். கிளம்புறதுன்னா முதுகுல இருக்குற பேக்கை இறக்கி வெச்சுட்டுக் கிளம்புங்க!" பழனிச்சாமி சொல்லவும் அவருக்கு பகீரென்றது மீண்டும். இதென்ன திடீரு திடீருன்னு போனாப்போயிச்சாட்டாதுன்னே பேசுறானுங்களே! ஒரு புடிகூட நம்மகிட்ட இல்லையாட்டிருக்குதா!

"சேரி அஞ்சு அஞ்சு நிமிசத்துக்கு ஒருக்கா கைவலிச்சுதுன்னா சாடை பண்டுவேன். நிறுத்தீருவேன் பார்த்துக்கங்க!"

"எதாச்சிம் மானுக நிக்கறதைப் பார்த்தீங்கன்னா எங்களை உட்டுப்போட்டு அதுங்களை ஓடறதுக்குள்ள செல்போன்ல படம் புடிச்சுடுங்கண்ணா... எங்களைக் கண்டுக்காதீங்க! காக்கா, குருவி

போனாலும் எடுங்க! அதுக்கெல்லாம் ஒண்ணும் சொல்ல மாட்டோம். எடிட்டிங்ல செரி பண்டிக்கலாம். இருட்டு கட்டுறதுக்குள்ள ரெண்டு குருவியாச்சிம் அடிச்சி சாமத்துல அதைத் தீயில சுட்டுத்திங்கறாப்டி சூட் எடுக்கணும்ணா... அப்பத்தான் நெசம்னு நம்புவாங்க பாக்குறவிங்க! இல்லீன்னா எதாச்சிம் செத்துக்கெடந்தா அதுல இருந்து பிச்சுட்டு போயித்தான் வறுத்துத் திங்கோணும்! கிளம்புங்கண்ணா போவோம். இருட்டு கட்டுறதுக்குள்ள மொட்டப்பாறைகிட்ட போயிடலாம்!"

"ஏண்டா என்னைச் சீரழிக்கறீங்க..!" என்றபடி பூதப்பாண்டியண்ணன் எழுந்தார்.

"சிங்கம் களம் இறங்கிடுச்சு!" சுப்பு ஒரு குதி குதித்தான்.

ooo

இரவு நெருங்கிக்கொண்டிருந்தது. இவர்கள் முன்பாக திட்டமிட்டிருந்த மொட்டைப்பாறைக்கு வந்து சேர்ந்திருந்தார்கள். உணவுப்பொட்டலம் எதையும் ஆர்வம் மிகுதியில் அவர்கள் தங்களுக்கெனக் கட்டிக்கொண்டு வந்திருக்கவில்லை. ஆனால் பூதப்பாண்டியண்ணனுக்கு புளிச்சோறு பொட்டணம் இரண்டு கட்டியெடுத்து வந்திருந்தான் பழனிச்சாமி. அண்ணன் மதியம் வேப்பைமர நிழலில் அமர்ந்து ஒருபிடி பிடித்திருந்தார். அப்போதேனும் களைப்புக்கு அரை கட்டிங் கேட்டுப்பார்த்து விடலாமென நினைத்தவர் பின்பாக அதையும், 'கருமம் போச்சாது!' என்று விட்டுவிட்டார்.

வரும் வழியில் பழனிச்சாமி செம்பூத்து இரண்டை ஒண்டிவில்லில் அடித்து விழுக்காட்டியிருந்தான். ஆனால் சுப்பிரமணி கைக்குச் சிக்கிய கல்லையெடுத்துக் குறிபார்த்து வீசுவதாகத் தனியே சூட் எடுத்துக்கொண்டார்கள். எதிர்பார்த்த மாதிரியே கடமான்கள் கூட்டமொன்று சற்றுத் தூரமாக நின்றிருக்க, அண்ணனிடமிருந்து செல்போனைப் பிடுங்கி ஜூம் செய்து எடுத்துக்கொண்டே கிலுவைகளுக்குள் குனிந்து செல்கையில் இவனை அதிசயமாகபார்த்த அவற்றில் சில நிதானமாகவே அங்கிருந்து அகல ஆரம்பித்தன. இரண்டு நிமிடத்தில் அவை எங்கு நகர்ந்தன என்றே தெரியாமல்

இடமே வெற்றிடமாய்க் காட்சியளித்தது.

சூட்டுக்காக இரண்டு செம்பூத்து கிடைத்த மகிழ்வில் மேற்கொண்டு அவர்கள் வேட்டையாடத் தகுந்ததாய் எதையும் கண்ணில் பார்க்காததால் இதுவாவது கிட்டியதே என்று மொட்டைப்பாறைக்கு வந்து சேர்ந்தார்கள். காய்ந்துபோன கள்ளிகள் கட்டைகள் கொண்டு வந்து பாறையில் போட்டான் பழனிச்சாமி. பூதப்பாண்டியண்ணன் சடவில் வந்தவுடன் பாறையில் படுத்து... ஐயோவென எழுந்து மண்ணில் போய்ப் படுத்தார். வெயிலில் மொட்டைப்பாறை காய்ந்து கிடந்ததால் சூடு ஆறாமல் கிடந்தது.

அண்ணன் பீடியொன்றை அட்டணங்கால் போட்டுப் படுத்தபடி பற்ற வைத்து ஊதினார் வானம் பார்த்து. தீயில் பொங்கு பொசித்த செம்பூத்தை வாட்டுவது போலவும் அதைப் பிய்த்து இருவரும் ஆளுக்கு ஒருவாய் கடித்துச் சாப்பிடுவது போலவும் எடுத்தால் இன்றைய சூட் அண்ணனுக்கு முடிந்தது. மீண்டும் நாளை காலையில் தான் சூட்டிங். இன்றைய நாளின் கடைசி சூட்டை எப்போது முடித்து துளி தாகசாந்தியை முடிப்போமென அண்ணனுக்கிருந்தது. அவர்களோ வேறு என்னவோ பேசுகிறார்களே! காதைத் தீட்டிக்கொண்டு அவர்கள் பேசுவதைக் கேட்டார். அப்போது சுப்பிரமணி செம்பூத்தின் றெக்கைகளைப் பிய்த்து குட்டானாய் போட்டுக்கொண்டிருந்தான்.

“ஏன் பழனி, ரெண்டு கல்லுவெச்சுக் கொட்டித் தீயைப் பத்த வைக்கிறாப்லையே சூட் எடுத்துடுவமா?”

“அப்படித்தான எடுக்கணும்!”

அடப்பாவிங்களா! வெடிஞ்சிடுமேடா... எனக்கு ஒரு கோட்டரை குடுத்துட்டு வெடிய வெடிய கொட்டீட்டே கிடங்கடா! கல்லைக்கொட்டி தீயப்பத்தவைக்கிறானுங்களாமா! என்று அண்ணன் மனதில் நினைத்துக்கொண்டார். ஆனால் சுப்பிரமணி பேசிய வார்த்தைகள் அவரின் நெஞ்சில் பாலையும் தேனையும் ஒருசேர வார்த்தது.

“ஆளுக்கு நாலுவிசுக்கா தட்டி சூட் எடுப்போம். அப்புறம் அண்ணங்கிட்ட தீப்பெட்டியை வாங்கி பத்தவச்சிட்டு, அய்... பத்தவச்சிட்டோம்னு குதிப்போம் ரெண்டுபேரும்! எப்படி?” என்றான் பழனிச்சாமி. அதை ஆமோதித்தான் சுப்பிரமணியும்.

“மழைகீது பேஞ்சிருந்தா தங்குமிடம் அமைச்சிருக்கலாம்ல! இல்லீன்னா மரத்துமேல ஏறிப் படுக்கறாப்ல ஒரு சூட் போட்டிருக்கலாம்! செரி கொடலையெல்லாம் உருவியாச்சு! பாறைக்குழியில கொஞ்சூண்டு தண்ணி கெடக்குது. கழுவீட்டு வர்றேன்” என்று எழுந்து சென்றான் சுப்பிரமணி. பழனிச்சாமி, அண்ணனை எழுந்துவரச் சொன்னான். இவரும் டவுசர் பாக்கெட்டில் போட்டிருந்த செல்போனை எடுத்துப்போய் அவனிடம் நீட்டினார்.

“இனி லைட் போட்டுத்தான் எடுக்கோணும்ணா! பேக்ல நெத்திலைட்டு சார்ஜ் போட்டு எடுத்தாந்திருக்கேன். ஒன்னை நீங்க நெத்தீல மாட்டிக்கங்க! இன்னொண்ணை சுப்பிரமணி கட்டிக்கட்டும்” என்றவன் செல்போனிலும் விளக்கைப் போட்டுவிட்டான்.

பகலில் இதுவரை எடுத்து வந்ததை விட இரவில் டார்ச் வெளிச்சமுடன் எடுப்பது அண்ணனுக்குப் புதுமையாய் இருந்தது. செம்பூத்துகறியைத் தீயில் வாட்டியெடுத்துப் பாறையில் கிடத்தித் துளி பிய்த்து இருவரும் ஆளுக்கு ஒருபீஸ் கடித்து ‘நல்ல டேஸ்ட்!’ என்று பேசிக்கொண்டார்கள். பின்பாக பாறையில் ஆளுக்கு ஒருபக்கம் படுத்து உறங்குவதுபோல காட்சியை எடுத்ததும் செல்போனை பழனிச்சாமி கையில் கொடுத்தார் பூதப்பாண்டியண்ணன்.

பின்பாக மூவரும் பாறையில் சம்மணமிட்டு அமர்ந்து பாட்டிலை எடுத்தார்கள். அண்ணன் பயங்க வெறியில் இருந்ததால் கோட்டர் கைக்குக் கிடைத்ததுமே அப்படியே மெட்டை வாயில் கடித்து இழுத்துத் துப்பிவிட்டு ராவாக மடக் மடக்கென குடித்து முடித்து பாட்டிலை வைத்தார்.

“ஏண்ணா இப்பிடி? உங்க சரக்குதான அது... நிதானமா குடிக்கலாம்ல! மணி பாருங்க எட்டுத்தான் ஆவப்போவுது!”

“என்ன... ஒரு கோட்டருதானா எனக்கு? எந்தூரு நாயமிது... காத்தால புடிச்சி நாயிமாதிரி உங்க பின்னால செல்போனை தூக்கீட்டு வந்திருக்கேன். நீங்க எனக்குக் கூலி குடுக்காட்டிப்போச்சாது. இன்னொரு கோட்டரு குடுத்துருங்கடா! குடிச்சுட்டு பொட்டாட்ட அந்தப் பக்கமா போயி படுத்துக்கறேன். நான் சாமத்துல கொறட்டை போடுவேனாம். எம்பட கொறட்டை சப்தம்தான் என் சம்சாரத்துக்கு தாலாட்டாம்! உங்களுக்கு எடஞ்சலா இருக்கக்கூடாதுல்லொ!”

"அதெல்லாம் படுக்குறப்ப பார்த்துக்கலாங்கண்ணா! சித்த நேரம் பொறுங்க. நாங்க ஆளுக்கு அரைக் கட்டிங் போட்டுட்டு வர்றோம்!"

"என்னையப்பார்த்தா இளிச்சவாயன் மாதிரி தெரியுதாடா உங்களுக்கு? இவனுக குடுக்குறபோதுதான் குடிக்கோணுமாம். பொழுதானா தர்றேன்னு சத்தியம் பண்டாத கொறையா சொன்னீங்கடா நீங்க! குடுங்கடா! துளி செம்பூத்து கறி குடுங்கடா! பாக்க வச்சித் தின்னீங்கன்னா வவுத்துவலி வந்துரும் உங்குளுக்கு! காத்தாலபுடிச்சி உங்களுக்காக வெயிலுன்னும் வேர்வைன்னும் பார்க்காம உழைச்ச ஒடம்புடா இது! ஒரு பாட்டிலையும் கறியையும் குடுங்கடா!"

"அண்ணனுக்கு இன்னொரு பாட்டில் குடுத்துடு பழனிச்சாமி. குடிச்சதீம் பாறையில மல்லாந்துருவாப்டி. அப்பிடியே செம்பூத்து சப்பையை குடு கடிச்சிக்கட்டும்" என்றான் சுப்பிரமணி. பழனிச்சாமி இன்னொரு கோட்டர் பாட்டிலை எடுத்து அண்ணனுக்கு நீட்டினான். கூடவே செம்பூத்து கறியையும் கொடுக்க வாங்கிக்கொண்டார்.

"நீங்க நாணயஸ்தனுங்கடா! நல்லா வருவீங்க... அண்ணன் உங்களை வாழ்த்துறேன்டா! அதென்ன... மயிரு மாதிரி ஒரு பேரு வச்சதா சொன்னீங்களே... இதா மெட்டு திருவீட்டே இருக்குது...டூப்ளிகேட்டு சரக்குடா! வாயில கடிச்சி இழுத்து குடிக்கேன் பாருங்கடா இப்ப!" என்றவர் முதல் பாட்டிலை காலி செய்தது போலவே இதையும் குடித்து முடித்துக் கீழே வைத்தார். கறியை எடுத்து வாயிலிட்டு மென்றவர்... அதை அப்படியே பாறைமீது துப்பினார்.

"என்னடா கறி வறுத்திருக்கீங்க? ஒரு உப்பிலெ, ஒரப்பில? மண்ணு மாதிரி பண்ணியிருக்கானுங்க! நீங்கெல்லாம் எங்கடா வெளங்கப்போறீங்க? வண்டுருட்டாம் பழமாம் வண்டுருட்டாம் பழம்... நீங்கென்ன அசீத்து விசய்யாடா? படம் நடிச்சிக் கிழிக்கறானுங்களாமா! வத்தலோ தொத்தலோ ஒருத்திய கூடவே கூட்டிட்டு வந்து இப்பிடி பாறைல நெத்திலைட்டு மாட்டீட்டு ஜிங்குச்சா ஜிங்குச்சான்னு குதிக்க வேண்டீதுதான்டா! ஏன்டா அதை உட்டுட்டீங்க? சரக்கெங்கடா? மனுசனாபொறந்தா ஒரு சொல்லு ஒரு பேச்சா இருக்கணும் நடந்துக்கணும். பொழுதானதும் சரக்கு தர்றதா சொன்னீங்கடா நீங்க! சரக்கெடுங்கடா! கோட்டர் குடுங்க இப்ப! நான் போயி அந்தப் பக்கம் படுத்துக்கறேன்!"

“டே ஒம்மாளே! இப்பத்தான்டா ரெண்டு பாட்டலு ஏத்துனே! டே சுப்பு அந்தத் தீட்டுன கத்தியை எட்றா வக்காலிய ஒரே போடா இவத்திக்கி போட்டுடறேன்! இன்னியோட சரஸாவுக்கு புருசன் இல்லீன்னு வச்சுக்கலாம்! எட்றா கத்தியெ!” தொண்டையைத் தொறந்து கொண்டு அடித்துப்பிடித்து பழனிச்சாமி எழவும் அண்ணன் அப்படியே சத்தமில்லாமல் பாறையில் கமுக்கமாய் சாய்ந்தார்.

“வாயத் திறந்தான்னா அப்பவே கழுத்துல நெத்தீல டார்ச் கட்டீட்டு ஒரு வெட்டுப்போடு சாவட்டும் இங்கியே! குடிச்சுப்போட்டு ஏத்தத்தைப்பாரு!” என்றான் சுப்பிரமணி.

சூழல் அமைதியானதும் மயில் ஒன்று தூரத்தே கேவும் ஒலி மட்டும் தனித்து அங்கே கேட்டது.

ooo

5. உனக்கு கொப்புக்கட்டிக்கிச்சு!

மல்லிகா தன் அண்ணனிடம் தனியாகப் பேச முயற்சித்துக் கொண்டேயிருந்தாள். ஆனால் அதற்கான வாய்ப்புகளே அமையாமல் போயிற்று. அவளுக்கு அண்ணியான வடிவுக்கரசி எல்லோரிடமும் இயல்பாகப் பழகுவது கண்டு பல நாட்கள் இவர்கள் குடும்பத்திலேயே பிறந்து கூடவே வாழ்ந்தது மாதிரி இருந்தது. இதுவெல்லாம் நிசம் தானா? என்றும் நினைத்தாள். இவள் மனதிலிலிருந்து இன்னமும் வடிவுக்கரசி பண்ணாடி வீட்டுப்பெண் என்பதே விலகாமல் இருந்தது. மாமன் பெண் சரோஜாவுக்கும் அப்படித்தான் இருந்தது. இருந்தாலும் அதைக் காட்டிக்கொள்ளாமல் நடந்துகொள்ள இருவருமே சிரமப்பட்டார்கள்.

வடிவுக்கரசி மஞ்சுளாவையும், மதியழகனையும் தூக்கித்தூக்கி அடிக்கடி கொஞ்சினாள். வாங்கி வந்திருந்த தீனிச்சமாச்சாரங்களை அவ்வப்போது எடுத்து குழந்தைகளுக்குக் கொடுத்துக் கொண்டேயிருந்தாள். பார்த்துக்கொண்டிருந்த மல்லிகா ஜனார்த்தனனின் அருகில் அமர்ந்து, ‘என்ன படிக்கிறே?’ என்றாள். அவனோ ‘ஐந்தாவது படிக்கேன் சித்தி’ என்றான். ‘அக்கா என்ன படிக்கிறா?’ என்றதற்கு ‘ஆறாவது’ என்றான். புது இடத்திற்கு வந்த குழப்பமெல்லாம் சிறுவர்களிடமில்லை. அவர்கள் ஓடியாடித் திரிந்தார்கள். ‘காஞ்சனாப்பேயி நானு! பேயிக்கும் பேயிக்கும் சண்டே!’ என்று மிரட்டிக்கொண்டு விளையாடினான் ஜனார்த்தனன்.

மதிய உணவை மாமன் வீட்டில் எல்லோரும் சாப்பிட்டு முடிக்கையில் மணி மூன்றுக்கும் கிட்டே ஆகியிருந்தது. மல்லிகா எல்லோரையும் கூட்டிக்கொண்டு அடுத்த வீதியிலிருந்த தன் வீட்டுக்குக் கூட்டி வந்து வீட்டின் பூட்டைத் திறந்தாள். வருடக்கணக்காக மின்சாரக்கட்டணம் கட்டாததால் வீட்டின் கனெக்சனை கட் செய்திருந்தார்கள். வீட்டின் ஜன்னல்களையெல்லாம் திறந்துவிட உள்ளே வெளிச்சம் படர்ந்தது. சின்னானும் சண்முகனும் வீட்டில் ஒட்டடைகள் அடித்து முடிக்க, பெண்கள் இரண்டு அறைகளையும் கூட்டிப்பெருக்கினர்.

வீடு கொஞ்சம் நேரத்திலேயே பளிச்சென ஆயிற்று. பின்பாக அட்டாரியில் கிடத்தப்பட்டிருந்த ஜாமான் செட்டுகளை இறக்கி வீட்டின் பின்புறம் கொண்டு சென்று ஜலதாரையில் போட்டனர். சின்னான் அடிபம்பிலிருந்து தண்ணீர் கொண்டு வந்து தொட்டியையும் பக்கெட்டையும் நிரப்பினான். காவேரித்தண்ணீர் குடிப்பதற்கும், புழங்குவதற்கும் காலையில்தான் பைப்பில் வரும் என்றது அத்தை. அடுப்பு பற்றவைக்க மூன்று கற்களை சண்முகன் வீட்டின் பின்புறம் கூட்டி வைக்கையில்தான் அத்தை வந்து சேர்ந்திருந்தது அங்கு.

“அட என்ன இங்க தனியா சோறாக்குறீங்களா? நம்மூட்டுல கேஸ் அடுப்புல சோறாக்குறதை உட்டுட்டு,” என்றது.

“கேஸ் அடுப்புல எல்லாம் எம் பொண்டாட்டி கறி ஆக்கமாட்டாம்மா! அவளுக்கு வெறகு அடுப்புல செஞ்சாத்தான் நல்லாயிருக்கும்பா! இன்னம் சித்த நேரம் நின்னு நீயி பாரேன். அளந்தளந்து போட்டு பண்டுவா... ஆனா ரெண்டுமணி நேரம் பண்டுவா! சாப்பிடாமக்கீது இருந்தம்னு வெச்சுக்கோ, பசி காதையெல்லாம் அடச்சிரும்.” என்றான் சண்முகன்.

சென்னிமலை வெள்ளிக்கிழமை சந்தையில் சமையலுக்கான எல்லா ஜாமான்களையும் வாங்கி வந்திருந்தார்கள். சண்முகன் மாட்டுக்கறி இரண்டு கிலோவும், ஆட்டுக்கறி இரண்டு கிலோவும் வாங்கி வந்திருந்தான். ‘ஆட்டுக்கறி வாங்கவே மாட்டியேண்ணா.. பிள்ளைங்கெல்லாம் மாடு சாப்பிடறதில்லையா?’ என்று வெங்காயம் தொளித்தபடியே கேட்டாள் மல்லிகா. சரோஜா பூண்டு தொளித்துக்கொண்டிருந்தாள். எல்லோரும் நடுவீட்டில் அமர்ந்திருக்க, வடிவுக்கரசி குண்டானில் கறியை கவரிலிருந்து கிழித்துக்கொட்டி பின்னால் கொண்டுபோய் மஞ்சள் கொட்டி கழுவிக்கொண்டிருந்தாள்.

“எனக்கேனோ இப்பெல்லாம் மாட்டுக்கறி ஒத்துவர்றதில்லே மல்லிகா... ஆனா எம் பொண்டாட்டி ஆட்டுக்கறியை தொடவே மாட்டா. ஒமட்டீட்டு வருதும்பா! பிள்ளைங்களும் ஆட்டுக்கறியை எப்பாச்சிம் ஒருக்காத்தான் திம்பாங்க! ஆனா மாட்டுக்கொடலுன்னா பிரியாப்புள்ள வெதுப்பீருவா.” என்றான் சண்முகன்.

“உண்டா இல்லியா? உண்டா இல்லியா?” தண்ணீர் கொடத்துடன் வீட்டினுள் நுழைந்த சின்னான் கேள்வியை வீசிக்கொண்டே இறக்கி வைத்தான்.

“என்னடா உண்டா இல்லியா? உங்கூரு பாசையெல்லாம் பேசுனா எனக்கெப்பிடித் தெரியும்?”

“அட சண்முகா மேற்படி இருக்குதான்னு கேக்குறேன்!”

“இப்பத்தான டவுசர் பாக்கெட்டுல வெச்சுட்டே குடிச்சுட்டு இருந்தே நீயி”

“பதனஞ்சி கொடம் தண்ணி கொண்டாந்து ஊத்தியிருக்கேண்டா! அதெல்லாம் எனத்துக்காவும்” என்றான் சின்னான்.

“செரி அப்பிடியே அடிபம்புல தண்ணிய வாத்துட்டே வந்திருக்கலாம்லடா!”

“தண்ணி வாத்துட்டா இருக்குற கொஞ்சம் நஞ்சம் கிர்ரும் போயிடும்டா... சரி வண்டியை எடு... இப்பிடியே ஈங்கூர் போனாக்கூட வேணுங்கறதை வாங்கி பையில போட்டுட்டு வந்துடலாம். இது ஒரு ஊரு... தொண்டையெ நனைக்கோணுமுன்னா ஆறேழு கிலோ மீட்டரு போயிட்டுதான் வரணும்! இங்கெல்லாம் எவன் வந்து குடித்தனமா குடியுமா பொழைப்பான்?”

“அது அப்புறம் பார்த்துக்கலாம்... நாலு சின்னவெங்காயம் தொளிடா”

“அதெல்லாம் பொம்பளைங்க சமாச்சாரம். அதுல எனக்கு ஒரு வாப்பாடும் தெரியாதுடா! இன்னம் நாலு கொடம் தண்ணி கொண்டாரச் சொல்றியா... அதுவேணா முடியும். பாரு பெரியவெங்காயம்னா மளார்னு உரிச்சி நாலு கீத்து போட்டா முடிஞ்சிடும்... இதுக சின்ன வெங்காயமால்ல கிடக்கு” என்றான்.

“அட சத்தமா பேசீறாதடா... எம் பொண்டாட்டி காதுல கேட்டாள்னா

எவன்டா அது ஊட்டுக்குள்ள பெரிய வெங்காயம் நாயம் பேசுறதும்பா!" என்று சண்முகன் சின்னானிடம் சொல்லிக்கொண்டிருந்தபோதே வடிவுக்கரசி உள்ளே வந்தாள்.

"என்ன மாமா பெரிய வெங்காய நாயம் ஓடுது? இந்தண்ணன் சின்னவெங்காயம் தொளிக்க மாட்டீங்குதா. பெரிய வெங்காயமெல்லாம் கறிக்குப் போடக்கூடாதுண்ணா... அப்புறம் கறிக்கி கரும்புச்சக்கரையைப் போட்டாப்ல இனிச்சுப்போயிரும்!" என்றாள்.

"அட பொறவால கறிய வெச்சிட்டு வந்துட்டியா... காக்கா கீது கொத்திட்டு பறந்திடப்போவுது!"

"இல்ல மாமா... தட்டம் போட்டு மூடி வெச்சுட்டுத்தான் வந்திருக்கேன்!"

"அண்ணி இங்க ஊடுமுட்டி நாயி ஒன்னு சுத்துதாமா..." என்று மல்லிகா சொல்லவுமே, 'ஐயோ!' என்று வடிவுக்கரசி வீட்டின் பின்புறம் ஓடினாள்.

"அண்ணோவ்! எப்பயுமே அண்ணி உன்னை மாமா போட்டுத்தான் கூப்பிடுமா?" என்றாள். சரோஜாவுக்கு இதையெல்லாம் காதில் கேட்க வெட்கமாயும் குறுகுறுப்பாயும் இருந்தது.

"அண்ணி காலேஜ் படிப்பெல்லாம் படிச்சாங்கள்ல... எதுனா வேலைக்கிப்போயிட்டு இருக்குதா?"

"உனக்கென்ன எல்லா விசயமும் இப்ப தெரிஞ்சுக்கலீன்னா மண்டை வெடிச்சுப் போயிருமா? அண்ணிக்காரி என்ன வேலை செய்யுறாள்னு அண்ணிக்காரிகிட்ட உக்கோந்து கேளு சம்மணம் போட்டுட்டு... என்கிட்ட கேட்டா நானா உனக்குப் பதிலு சொல்லீட்டு இருப்பேன்?"

"நீயென்ன இன்னமும் முன்ன மாதிரியே சல்லுன்னு பேசுறே? இதே மாதிரிதான அண்ணியார் கிட்டயும் பேசுவே... எப்பிடித்தான் உன்னை ஜமாளிக்குதோ..."

"ஏன் சரோஜா பத்தாவதோட படிப்பை நிறுத்தீட்டு ஊட்டுலயே தான் இருக்கியா நீயி..."

"இல்லண்ணா, நான் புலவர்பாளையம் கம்பெனிக்கிப் போயிட்டிருக்கேன்."

“இன்னிக்கி என்ன பீஸ் இல்லியா? ஆமா எப்பிடி இங்கிருந்து போயிட்டு வர்றே?”

“வேன் வருதுண்ணா காத்தால ஏழரை மணிக்கி. இங்கிருந்து நாலஞ்சுபேரு போறோம். ரெண்டு வருஷமா போயிட்டிருக்கேன். இன்னிக்கி நீங்க வர்றதா அம்மா சொன்னதால லீவு போட்டுட்டு இருந்தேன்! ஊர்ல வீடு தவறாம இப்ப பூட்டிக்கிடக்கும். அஞ்சி மணிக்கிம் மேல பாருங்க... எல்லா வீட்டுலயும் ஆளுங்க இருக்கும்.”

“நம்மூரைப்பத்தி என்கிட்டயே சொல்றே நீயி!”

“பின்ன நம்மூருர்லயா நீங்க இத்தனை வருஷம் இருந்தீங்க?”

“நானு இருந்தப்பவும் பகல்ல ஊருக்குள்ள யாரும் இருக்க மாட்டாங்க... அப்ப பஞ்சாயத்து டிவி இருக்குற ரூமு முன்னாடிதான் பொழுதானா எல்லாரும் உக்கோந்திருப்போம். வெள்ளிக்கிழமெ தூர்தர்சன் பொதிகையில ஓம்பதரை மணிக்கி படம் போடுவாங்க... என்ன படம் ஓடனாலுஞ் செரியின்னு எல்லாரும் உக்கோந்திருப்போம். அப்ப நீயி சின்னப்புள்ள...”

“அதெல்லாம் எனக்கு ஞாபகமே இல்லண்ணா... இப்ப கரண்டுக்கு என்ன பண்றது?”

“கரண்ட்டுதான.. வீட்டு முன்னாடிதான லைன் போகுது... கொக்கி போட்டாப்போவுது! இல்லன்னா பக்கத்துல மாரியூட்டுல இருந்து ஒயர் போட்டு இழுத்தா அஞ்சி நிமிசத்துல நம்மூட்டுலயும் பளிச்சுனு லைட்டுக எரியுது. செரி தொளிச்சது போதும்... எடுத்துட்டுப் போயி அடுப்பை பத்த வையுங்க!” என்ற சண்முகன் அப்படியே, ‘உஸ் அப்பாடா!’ என்று சாய்ந்தான். தொளித்த வெங்காயங்களை முழுதாக கீத்துப்போடாமல் கொண்டு வருமாறு அண்ணி சொன்னதால் குண்டானில் போட்டெடுத்துக்கொண்டு வீட்டின் பின்பக்கம் வந்தாள் மல்லிகா.

வடிவுக்கரசி இரண்டு போசியில் மண்ணை நனைத்து ஈரமாய்ப் பூசி ஓரமாய் வைத்திருந்தாள். மூன்று கருங்கற்களை வைத்து இன்னொரு அடுப்பு தயார்படுத்தியிருந்தாள். ஒன்றில் பழைய விறகுகளைச் செருகி வடைச்சட்டியை அதன்மீது வைத்திருந்தாள். இவள் வெங்காயப்போசியைக் கொண்டுபோய் வைக்கவும் தீப்பெட்டி எடுத்து அடுப்பைப் பற்ற வைத்தாள் வடிவுக்கரசி.

“ஏனுங்கண்ணி நீங்க வெறகு அடுப்புல கறி ஆக்குறீங்க?” என்றாள் மல்லிகா.

“கேஸ் அடுப்புல சீக்கிரமா கறி வெந்துடும் மல்லிகா... வெறகடுப்புல அப்பிடி வேகாது. தீயை நாம கட்டைகளை வெச்சு மொளக்கக்கூடாது. நெதானமா நின்னு எரியணும். பாரு அடுப்புல நாலு பொடிக்குச்சி தான் இப்ப வச்சிருக்கேன். இது வெங்காயம் வேகுறதுக்கும், கொத்துமல்லி, மௌகுக்கும் கருவேப்பிலைக்கும்தான். சட்டி எடுத்து வச்சுட்டா பெரிய கட்டையை ரெண்டு போட்டுட்டம்னா அதுபாட்டுக்கு பொங்கும் பொங்குனு எரிஞ்சாப் போதும்” என்ற வடிவுக்கரசி கொத்தமல்லியைக் கைநிரம்ப அள்ளி நான்கு கை போட்டாள்.

“அண்ணி அதெதுக்கு அத்தனை கொத்துமல்லி போடறீங்க? எண்ணெய் ஊத்தவேயில்ல?”

“எண்ணெயெல்லாம் மொளகா வறுக்குறப்பத்தான். நாலுகிலோ கறி இருக்குது மல்லிகா... ஒருகிலோ கறிக்கி கால்கிலோ அளவு கொத்துமல்லி போட்டு வறுக்கணும். சீரகமும் அப்படித்தான். நாலுவிரல்ல எடுத்து நாலு வாட்டி போடணும். ஆனா , இப்பப்பாரு... கொத்துமல்லி மணம் வருதா உன்னோட மூக்குக்கு... இப்ப கரித்துணியைப் பிடிச்சு சட்டியை இறக்குறேன். இந்தச் சூட்டுல சீரகம் வெந்தாப்போதும்” என்ற வடிவுக்கரசி வடைச்சட்டியைக் கரித்துணி போட்டு இறக்கி கீழே வைத்து விட்டு சீரகத்தை அப்படித்தான் பெருவிரலை உள்ளே மடக்கி வைத்தாற்போல வைத்துக்கொண்டு எடுத்துப்போட்டாள். பின்பாக சட்டுவத்தால் நான்கு பெறட்டு பெறட்டி விட்டு அதை புதிய குண்டானில் போட்டவள் சட்டியை மீண்டும் அடுப்பில் வைத்து அதனுள் மிளகையும், சீரகம் போட்ட அளவிலேயே போட்டு சட்டுவத்தால் பிறட்டினாள்.

“பட்டசோம்பு போடலீங்களா அண்ணி?”

“அதை இப்ப கிட்டவே சேர்க்கக்கூடாது மல்லிகா... மிளகு வாசம் வருதா... இப்ப இதை நாம எடுத்து போசீல கொட்டிக்கறோம். இப்பச் சட்டியை வெச்சு எண்ணெய் ஊத்துறோம்... இது வந்து மிளகாய்க்கு!” என்ற வடிவுக்கரசி ஏற்கனவே மொறத்தில் வறமிளகாயை இரண்டாய்க்கிழித்து விதைகளை தட்டிப் போட்டிருந்ததை எடுத்து அப்படியே வடைச்சட்டியினுள் கொட்டினாள். பார்த்துக்கொண்டிருந்த

மல்லிகாவுக்கு ‘கறியை வாயில் வைக்க முடியுமா?’ என்றே தோன்றியது. கேட்கலாமா வேண்டாமா? என்று நினைத்தபடி நின்றிருந்தவளுக்கு வடிவுக்கரசியே சொன்னாள்.

“மொத்தம் எத்தனை மொளகா இருக்கும்னு நினைக்கிறே மல்லிகா? கிலோவுக்கு பதனைஞ்சு மொளகா கணக்கு. அறுபது வரமிளகா போட்டிருக்கேன். கறிக்கி எந்தக் காலத்திலயும் பச்சைமிளகாயைப் போடவே கூடாது. பாரு எண்ணெயில மினுமினுன்னு மினுங்குது பாரு மொளகாய். பொன்னிறமா மாறிடுச்சு இப்ப. ஒரு மொளகா கூட கருகக்கூடாது மல்லிகா. இப்ப இதை நாம எடுத்துக்கறோம். இப்ப இந்த மிச்ச எண்ணெயிலயே கருவாப்பிலையைப் போட்டு ரெண்டு நிமிசத்துல எடுத்துக்கறோம். இப்ப எண்ணெய் லைட்டா ஊத்தி வெங்காயம் போடுறோம்” என்றவள் அதேமாதிரி செய்து வெங்காயமும் மினுமினுவென வருகையில் அடுப்பிலிருந்து வடைச்சட்டியை எடுத்துவிட்டாள்.

“இப்பப்போயி ஆட்டாங்கல்லுல எல்லாமையும் போட்டு ஆட்டுங்க ரெண்டுபேரும் போயி!” என்று போசிகளை எடுத்துக்கொடுத்தாள் வடிவுக்கரசி. வடபக்கத்து வீட்டினோரத்திலிருந்த ஆட்டாங்கல்லுக்கு போசியை தூக்கிப்போனாள் சரோஜா. ஆட்டாங்கல்லை ஏற்கனவே தண்ணீர் ஊற்றிக்கழுவி சுத்தமாய் வைத்திருந்தாள் சரோஜா. மல்லிகாவே ஆட்டாங்கல் முன்பாக சின்ன இரும்பு ஸ்டூல் போட்டு அமர்ந்தாள்.

“அண்ணி வெங்காயம் என்ன அளவுல ஒரு கிலோவுக்கு போடுவீங்க?”

“என்ன ஒரு முன்னூறு கிராம் அளவு இருக்கும். மளார்னு ஆட்டியெடுத்தாங்க!”

“தேங்காயி, பொட்டுக்கடலையெல்லாம் சேர்த்தலீங்களா?” இந்தமுறை சரோஜாவும் வடிவுக்கரசியிடம் கேட்போமே என்று கேட்டாள். ஏனென்றால் அவள் அம்மா கொழவி எப்போது கொழம்பு செய்தாலும் தேங்காய், பொட்டுக்கடலையெல்லாம் சேர்த்தி ஆட்டும்.

”அது கெட்டிக்கொழம்பா வேணும்னாத்தான் சரோஜா. நாம கெட்டிக்கொழம்பு பண்ணலை. சின்னவெங்காயத்தை மொதல்லயே கொட்டி ஆட்டீறாதீங்க.. அதைக் கடைசியாப் போட்டுத்தான் ஆட்டணும். அப்பத்தான் வாசம் கமகமன்னு இருக்கும். அப்படித்தான் அடித்தது.

மறுபடியும் மண்பூசி வைத்திருந்த சட்டியில் ஒன்றை எடுத்து வடிவுக்கரசி அடுப்பில் வைத்து எண்ணெய் ஊற்றினாள். சூடாகியதும் பட்டைசோம்பு உள்ளே போட்டாள். பொரித்ததும் பின்பாக இரண்டிரண்டாய் அரிந்து வைத்திருந்த கொஞ்சம் வெங்காயத்தையும் நாலு வரமிளகாயையும் போட்டு வணக்கி... தட்டி வைத்திருந்த பூண்டையும் இஞ்சியையும் போட்டாள். பின்பாக ஆட்டுக்கறியை அதனுள் போட்டு வணங்க விட்டாள். அந்தச் சமயத்தில் மைய ஆட்டியெடுத்து குண்டாவினுள் சாந்தை வழித்துப்போட்டு கொண்டு வந்து அடுப்பினருகில் வைத்தாள் மல்லிகா! கொஞ்சம் நேரத்தில் குண்டாவிலிருந்த சாந்தை பாதியளவு சட்டியினுள் ஊற்றி தண்ணீர் கொஞ்சம் கலந்தாள். பின்பாக தட்டம் வைத்து மூடினாள்.

“நீ செஞ்சீன்னா உப்பை மொதல்லயே கறியில போட்டுடுவியா மல்லிகா?”

“ஆமாங்கண்ணி... அப்பத்தானே கறியில உப்பு ஏறும்!”

“ஆனா அப்பிடி மொதல்லயே கறியில உப்பை சேர்க்கக்கூடாது! கறி இறுகுன மாதிரி போயிரும். டேஸ்ட் வந்து பத்தும் பத்தாமத்தான் இருக்கும். இறக்கி வைக்கிறதுக்கு பத்து நிமிசத்துக்கும் முன்ன தான் உப்பே போடணும். அப்பத்தான் கறி டேஸ்ட்டா இருக்கும்”

“ஏனுங்கக்கா... நீங்க யுடியூப்ல கறி சமைக்கிறது எப்படின்னு பார்த்து செஞ்சு கத்துக்கிட்டீங்களாக்கா?” என்று சரோஜா கேட்டாள்.

“அதை எதுக்கு நான் பார்க்கணும்? நாம நமக்குத் தெரிஞ்சபடி கறி சமைக்கிறோம். சாப்பிடறோம்... எங்கம்மா கறி செய்யுறது இன்னும் பயங்கரமா இருக்கும். ஒருகிலோ கறி எங்கப்பன் எடுத்தாந்து குடுத்தா... சட்டீல அரைலிட்டருக்குப் பக்கம் கடலெண்ணெய ஊத்தி அதுல கறியப்போட்டு வேக்காடு உட்டுட்டே இருக்கும். எண்ணெயிலயே கறி வெந்துட்டே இருக்கும். தனியா இதே மாதிரி ஆட்டி மசாலா ரெடிபண்ணி வைக்கிற வரைக்கிம் அது வெந்துட்டே இருக்கும் அடுப்புல. அரைமணி நேரத்துல அது ரெடியாகுறப்ப கறியை அப்பப்ப போயி கிளறி உட்டுக்கும். கறிவந்து சுருண்டு போனாப்ல வணங்கீரும். அப்புறம் அரைச்சு வச்சிருக்குற சாந்தை ஊத்தி பச்சை வாசம் போற வரைக்கும் கிளறும். அடுப்பு எப்பயும் மெதுவாத்தான் எரியும். அந்த பச்சைவாசமெல்லாம் போயி

கறிக்கொழம்பு மணக்கும் பாரு மல்லிகா... எங்கூட்டு ஓட்டையே தூக்கிவீசிட்டு வெளிய போகும் வாசம்."

"உங்கம்மாவைப் போய் பார்க்கணும்னு தோணலீங்களா அண்ணி?"

"அப்பப்ப தோணும். ஆனா நான் போய் என் வீட்டு வாசல் முன்னாடி நிக்க முடியாது மல்லிகா. என் சொந்தபந்தமெல்லாம் என்ன அரிப்பெடுத்தவள்னும் அடங்காப்பிடாரின்னும் பேசி முடிச்சிருக்கும். ஒருத்திக்கு என்ன தலையில எழுதியிருக்கோ அதான் நடக்கும். ஒரு காரியத்தைச் செய்யுறப்ப அதற்கான பின்விளைவுகளைப்பத்தியெல்லாம் யோசிச்சுத்தான் அதைச் செய்ய இறங்கணும். நான் பத்து நிமிசத்துக்கும் மேல யோசிச்சேன். அப்புறம் என் வாழ்க்கையை நான்தான் தீர்மானிக்கணும்னு முடிவு பண்ணிட்டேன்."

"உங்க வீட்டப்பத்தியோ, சொந்தபந்தங்களோட நிலைமையைப் பத்தியோ இப்ப வரைக்கும் கேட்டுத் தெரிஞ்சிக்கோணும்னு தோணலைங்களா உங்களுக்கு?"

"போனதை விடு மல்லிகா... அதையெல்லாம் பேசி ஒண்ணும் ஆகப்போறதில்லெ. நீ அந்த அடுப்பை பத்தவச்சு சட்டியை வை" என்றாள் வடிவுக்கரசி. அவள் முகத்தில் எந்த வாட்டத்தையும் இவளால் காணமுடியவில்லை. சட்டியினுள் ஆட்டுக்குழம்பு கொதிபோடும் சத்தம் கேட்டது. மல்லிகா பக்கத்து அடுப்பில் விறகுக்குச்சிகளைத் திணித்து பற்ற வைத்தாள். சரோஜா தன் அலைபேசியை எடுத்து முகநூல் பார்த்துக்கொண்டிருந்தாள்.

"அக்கா நீங்க ஃபேஸ்புக்ல இருக்கீங்களா?"

"அதுக்கெல்லாம் எனக்கு நேரமில்ல சரோஜா!" என்று சொல்கையில் சண்முகன் 'ஆச்சா வடிவு? வாசம் ஊட்டுக்குள்ள அடிச்சங்காட்டித்தான் எந்திரிச்சே வந்தேன்!' என்று சின்னத்தட்டம் ஒன்றை எடுத்து கொதித்துக்கொண்டிருந்த சட்டியின் தட்டத்தை நகர்த்தி கரண்டியை உள்ளே விட்டான். கறியைக் கரண்டி முழுக்க எடுத்து தட்டில் போட்டவன் வடிவுக்கரசியிடம் ஜாடை கொடுத்து விட்டு வீட்டினுள் சென்றான். சரோஜா அந்த ஜாடையைக் கவனித்துவிட்டாள். என்னமோ இங்கே நடக்கப்போகிறது என்று உணர்ந்தாள்.

வடிவுக்கரசி சரோஜாவிடம், 'தீயைப்பார்த்துக்க... அது எரியக்கூடாது!'

என்று சொல்லிவிட்டு அவளும் வீட்டினுள் சென்றாள். முன் ஆசாரத்தில் பாட்டிலோடு சின்னானும் சண்முகனும் அமர்ந்திருந்தார்கள். இவளும் போய் அவர்களோடு அமர்ந்தாள். சண்முகன் ஒரு தம்ளரில் வழிசூர சரக்கு ஊற்றி நிரப்பி இவளிடம் கொடுத்தான். வாங்கியவள் வாய்படாமல் அண்ணாந்து ஊற்றிக்கொண்டு காலிதம்ளரை வைத்தாள்.

சின்னான் திருதிருவென இவள் குடிப்பதைப் பார்த்தான். “தண்ணி ஊத்தாமயே அப்பிடியே ராவா குடிக்குதே சண்முகன் பொண்டாட்டி!” சண்முகன் தட்டிலிருந்து இரண்டு கறித்துண்டுகளை எடுத்து வடிவுக்கரசி ஆக்காட்ட ஊட்டிவிட்டான். “மல்லிகாவை வரச்சொல்லு வடிவு!” என்றான் சண்முகன். அவள் மென்றுகொண்டே மண்டையை சரியென ஆட்டிக்கொண்டு எழுந்து அடுப்படிக்கே வந்தாள். வந்தவள் மல்லிகாவை அண்ணன் கூப்பிடுவதாய் அனுப்பிவிட்டு, சட்டுவத்தை வைத்து சட்டியினுள் போட்டிருந்த கறியைத் துழாவினாள்.

“சரக்கடிச்சுட்டு வந்தீங்களாக்கா?” என்றாள் சரோஜா.

“ஏன் நீயும் குடிப்பியா?”

“ஐய்யே! நானெல்லாம் குடிக்க மாட்டேன்.”

“உனக்கு ஊட்டுக்காரன் வந்தா ஊத்திக்குடுப்பானே... அப்ப என்ன பண்ணுவே?”

“நானெல்லாம் குடிகாரனைக் கட்டிக்க மாட்டேன்.”

“அதை எப்பிடி கண்டுபிடிப்பே? இன்னிக்கி யாரு குடிக்காம இருக்காங்க? எல்லாரும் தான் குடிக்கறாங்க. சரி குடிக்கமாட்டேன்னு சொன்னவன் கட்டுனதுக்கு பின்னால குடிச்சா என்ன பண்ணுறது?”

“டைவர்ஸ்தான்.”

“அடேஞ் சாமி! உடு உனக்கு அப்பிடி தங்கமா ஒரு மாப்பிள்ளை பார்த்துடறேன்” என்றதும் வெட்கமாய் சிரித்தாள் சரோஜா.

மல்லிகா, சண்முகன் ஊற்றிக்கொடுத்த ஒரு தம்ளரைக் குடித்ததுமே அழுக ஆரம்பித்தாள். சின்னான் ஒரு பேச்சுப் பேசாமல் அமர்ந்திருந்தான். அவனுக்கு இன்னமும் அண்ணாந்து குடித்துப்போன வடிவுக்கரசி நினைப்பாகவே இருந்தது. மாமன் வீட்டு மரநிழலில் விளையாடிக்கொண்டிருந்த பிள்ளைகள் சப்தமிட்டுக்கொண்டு வீட்டினுள் ஓடிவந்தன. மல்லிகா திடீரென

கண்களைத் துடைத்துக்கொண்டு அழுகையை அடக்கினாள்.

“எதுக்கு இப்ப அழுதே?”

“நான் குடிக்கிறதே இல்லண்ணா... பத்துவருசமா எனக்கு வாங்கிக்குடுப்பாரும் இல்லக்” என்றாள்.

“சரி அது நல்லதுதானே. குடிச்சுக் கொடலைக் கெடுத்துக்கறதுக்கு, குடிக்காம இருக்குறதே நல்லது. அங்க போயி உன்னோட அண்ணிக்காரி கிட்ட கண்டநாயமெல்லாம் பேசிட்டு இருக்காதே. அவ திடீருன்னு கோவிச்சுக்குவா! எந்திரி போலாம்னு என்னையும் இங்கிருந்து கூட்டீட்டு போயிருவா. பார்த்து நடந்துக்க. அப்படி எதாச்சிம் நடந்துடுச்சுன்னா என் மேல வருத்தப்படக் கூடாது. நேம்பா பேசீட்டு நேம்பா இருந்துக்க!” என்றான். இவள் மண்டையை ஆட்டிக்கொண்டு எழுந்து சென்றாள்.

ooo

மாரி வீட்டிலிருந்துதான் சண்முகன் ஓயர் இழுத்து வீட்டில் விளக்கெரிய வைத்திருந்தான். போக ஊருக்குள் நின்றிருந்த வீதி விளக்குகள் ஒன்றுவிடாமல் பளிச்சென எரிந்தன. போன எலக்சனில் நெம்பருக்கு நின்று பொன்னான் சம்சாரம் வினயா ஜெயித்ததாய் சொன்னார்கள். பொன்னான் சம்சாரத்தை சண்முகனும் மல்லிகாவும் அன்றுதான் பார்த்தார்கள். எலக்சனில் நிற்கவேண்டிய உருவம் தான் அது என்று நினைத்தார்கள். பொன்னானை கிக்கத்தில் எடுத்து வைத்துக்கொண்டு போய்விடுவாள் போலிருந்தது. இவன் வீட்டின் முன்பாக கம்பம் நின்றிருந்தது.

வீதிக்கு ஐந்து கம்பங்கள் விளக்கொளி பாய்ச்சிக்கொண்டு நின்றன. வேலைக்குச் சென்று திரும்பியவர்கள் எல்லோருமே சண்முகனையும் அவன் குழந்தைகளையும் வந்து பார்த்துப் பேசிப்போனார்கள். வடிவுக்கரசி பொம்மை மாதிரி மல்லிகாவோடு வீட்டின் வெளித்திண்ணையில் அமர்ந்திருந்தாள். சாப்பிடுகையில் மீண்டும் நனைத்திருந்ததால் எல்லோரிடமும் சரளமாய்ப் பேசினாள். ‘எங்க தான் இத்தனை வருசமா இருந்தீங்க?’ என்ற கேள்விக்கி மட்டும் சிரித்து மழுப்பினாள் வடிவுக்கரசி. இதை ஏன் அண்ணனும் சொல்ல

மாட்டீங்கறான்? என்றே மல்லிகாவும் நினைத்தாள்.

எல்லோருக்கும் இவர்கள் வந்திருக்கும் விசயம் பண்ணாடிகளுக்குத் தெரிந்தால் என்ன நடக்குமோ? என்ற பயம்தான் உள்ளுக்குள் இருந்தது. இன்னமுமா தகவல் போகாமல் இருக்கப்போகிறது அவர்களுக்கு? வடிவுக்கரசியின் தம்பிக்காரன் வேலுச்சாமி நல்ல குடிகாரன் வேறு. நாலு பங்காளிகளைச் சேர்த்திக்கொண்டு வந்து சண்முகனை எதாவது செய்துவிட்டால்? ஒன்றும் நிச்சயமாகச் சொல்ல முடியாதுதான். பத்துப் பனிரெண்டு வருஷங்களுக்குப் பிறகாக அந்த ஊர் பெரியவர்கள் பயப்பட்டார்கள். சண்முகனிடம் ஏனோ தானோவென படுத்திருக்க கூடாதெனவும், வெளியே தனியே சுற்றப்போய்விடாதே என்றும் கூறிப்போனார்கள்.

மல்லிகாவிடம், மல்லி எப்படியிருக்கிறான்? என்று விசாரித்தார்கள். இங்கேயே அப்பனைக் கூட்டீட்டு வந்திடு சாமி! என்றார்கள். மல்லிகா தனக்காக பெரியபாளையத்தில் ஆதரவாய் இத்தனைபேர் இருக்கையில் சொல்லப்பம்பாளையத்தில் தனித்துக்கிடப்பது கூடாதெனத் தோன்றியது அவள் மனதில். பிள்ளைகளை இங்கேயே சுள்ளிமேட்டூர் பள்ளிக்கூடத்தில் சேர்த்திவிடலாம்.

சரோஜாவுடன் சேர்ந்து பனியன் கம்பெனிக்கிப் போகலாம், என்றெல்லாம் மனதில் குதிரை தாவித்தாவி ஓடிற்று. அண்ணனிடம் இதுபற்றிப் பேசணும் என்று நினைத்தாள். மாமனிடமும் பேசணும். யாரும் வேண்டாமெனச் சொல்லப்போவதில்லை. சண்முகன் தன் பழைய சோட்டாள்களின் கையில் பணம் கொடுத்து சரக்கு வாங்கி வருமாறு அனுப்பினான். அவர்கள் ‘இந்தா சிப்காட்டுலயே கடையிருக்கு சண்முகா... போனமா வந்தமான்னு போயிட்டு வந்துடறோம்!’ என்று கிளம்பிப் போனார்கள்.

ஊர் அமைதியாக அன்று இரவு பத்துமணிக்கும் மேலாகிற்று. குழந்தைகள் எல்லாமும் ஆசாரத்தில் பாயில் தூங்கினார்கள். வடிவுக்கரசி அவர்களின் அருகில் தலைக்குக் கையைக்கொடுத்து தூங்கினாள். மின்விசிறி இத்தனை நாள் சும்மா கிடந்ததால் ஓடவில்லை. அதனால் முன்கதவை மட்ட மல்லாக்கத் திறந்து போட்டிருந்தார்கள். ஜோட்டாள்களோடு மீண்டும் சியர்ஸ் போட்டுக் குடித்திருந்த சண்முகன் தள்ளாடிக்கொண்டு வீட்டுத்திண்ணைக்கு வந்து சேர்ந்தான். திண்ணையில் மல்லிகா அமர்ந்திருந்தாள்.

“நீ இன்னும் தூங்கலியா மல்லிகா? வடிவு தூங்கீட்டாளா?” என்றவன் திண்ணையில் அவளருகில் அமர்ந்தான்.

“அண்ணியும் கொழந்தைங்களும் தூங்கீட்டாங்கண்ணா!”

“சின்னான் எங்க போனான்? மாமன் ஊட்டுல போயி படுத்துட்டானா?”

“ஆமாம்ணா... நீ சாப்புடறியா? நான் வட்டல்ல போட்டு கொண்டாரட்டுமா?”

“இல்ல... இனிச் சோறு எறங்காதாட்ட இருக்குது எனக்கு! இவனுங்களோட உக்கோந்து பேசிட்டே எச்சா குடிச்சுப்போட்டனாட்ட இருக்குது.”

“நாம கோயல்கிட்ட போயி உக்கோந்து பேசிட்டு வரலாமாண்ணா?”

“அங்கெதுக்கு? இங்கியே பேசு நான் கேக்குறேன்! நீ குடிக்கிறியா இன்னும்?”

“இல்லண்ணா... நான் சாப்டுட்டேன். இனிக்குடிச்சா சோறு உள்ளார நிக்காது.”

“நாளைக்கி அப்பனைப்போயி பாக்கணும்னு வடிவு சொன்னா. பிள்ளைங்களையெல்லாம் கூட்டீட்டு போயி காட்டணுமாம்!”

“நானு இங்கயே வந்துடலாம்னு இருக்கேன்ணா!”

“வந்துடு... பிள்ளைங்களை இங்கயே ஸ்கூல்ல சேர்த்திக்கொ. அப்பனையும் கூட்டிட்டு வந்து நம்மூட்டுல இரு! அந்தூர்ல என்ன வேலை?”

“யாரும் ஒண்ணும் சொல்லமாட்டாங்களாண்ணா?”

“யாரு என்ன சொல்றா? சொல்றவங்க சொல்லீட்டுப்போச்சாறாங்க. அவங்களா நமக்கு வந்து சோத்துக்கு அவுக்குறாங்க? நாம சம்பாதிச்சாத்தான் நமக்குச் சோறு!”

“அண்ணி தூங்குறாங்கண்ணா மெதுவாப்பேசு! அதுக்குத்தான் கோயல்பக்கமா போலாம்னு சொன்னேன்.”

“அண்ணி அப்பசுப்பமா படுத்து தூங்கீட்டா எந்திரிக்க மாட்டா... எனக்குத் தெரியாதா எம் பொண்டாட்டிய பத்தி...”

"அண்ணியை எப்படிண்ணா லவ் பண்டி கட்டிக்கிட்டே?"

"யாரு நானு? இந்த மூஞ்சி லவ் பண்ணுது?"

"அப்புறம் எப்படிண்ணா நீயி அண்ணியைக் கூட்டீட்டு ஓடிட்டதா பேசுனாங்க?"

"நீயி என்னோட வாயைப்புடுங்கப் பாக்குறே மல்லிகா."

"ஓ! அப்ப தங்கச்சிக்காரிக்கி ஒரு துளிகூட உம்பட விசயம் தெரியப்புடாதுன்னு நினைக்கிறியா?"

"அப்படியெல்லாம் நினைக்கல... உனக்குத் தெரிஞ்சு என்ன பண்ணப்போறே நீயி. ஓ! உன்னைய நம்ப முடியாது புள்ளே... நீயி உம்பட அண்ணிக்காரிகிட்ட இதே மாதிரி நேம்பா உக்கோந்து அவ வாயையும் பிடுங்கப்பார்ப்பே... வாயிலயே ரெண்டு வெப்பா எம் பொண்டாட்டி. நீ வாங்கீட்டு அண்ணிக்காரியும் அண்ணனும் மோசம்னு கூன்னுட்டு அழப்போறே! அதுக்குத்தான் உனக்கு கோப்புக்கட்டிக்கிச்சு! போ... போயி தூங்குறவிங்களை எழுப்பாம, சத்தமில்லாம வட்டல்ல ஆட்டுக்கறி கொஞ்சம் போட்டு எடுத்துட்டு சொம்புல தண்ணி கொண்டா போ!" என்றான். மல்லிகா எழுந்தாள்.

வீட்டினுள் சென்றபோது வடிவுக்கரசியே வட்டிலில் கறியைப் போட்டெடுத்து செம்பில் தண்ணீர் கொண்டு வந்தாள். "அண்ணி நீங்க தூங்கலையா இன்னும்? அண்ணனென்னமோ படுத்தா எந்திரிக்க மாட்டீங்கன்னு சொன்னானே!" என்றாள். இருவருமே வந்து சண்முகன் அருகில் ஆளுக்கொரு பக்கமாய் உட்கார்ந்தார்கள்.

"புது எடமாப்போச்சு மல்லிகா... தூக்கம் வந்துச்சு. ஆனா ஃபேன் இல்லாம நான் தூங்க மாட்டேன். திடீருன்னு முழிப்பு வந்துச்சு. அண்ணனும் தங்கச்சியும் பேசீட்டு இருக்குறது கேட்டுச்சு. காது குடுத்துக் கேட்டுட்டே படுத்திருந்தேன். இப்ப உனக்கு என்ன தெரிஞ்சாவனும்? உங்கண்ணனைப் போட்டு கொடஞ்சிட்டே இருக்கே? உங்கண்ணன் தங்கம் தாண்டி! உங்கண்ணன் சண்முகான் ஒண்ணும் என்னைய தேடி வந்து லவ் பண்டலை. பல்லிப்பாளயத்துல சந்திரனைத் தெரியுமா? என்னையாட்டமே தான் ஈரோட்டுல காலேஜ்ல பி எஸ் ஸி கெமிஸ்ட்ரி படிச்சான். ஒரே ஊருங்கறதால நாங்க ஈரோட்டுல பேசிப்பழகிட்டோம். அவனைத்தான் நான் லவ் பண்ணினேன். அவனும் தான். இப்ப அவன் ஊருக்குள்ள

இருக்கானா... கல்யாணம் மூச்சானா.. போனானா வந்தானா ஒண்ணும் எனக்குத் தெரியாது. அவனுக்கும் உங்கண்ணனுக்கும் பழக்கமிருந்திருக்குது. என்ன இருந்திருக்குது சொல்லு... ஏய் மல்லிகா... என்ன குனிஞ்சு உக்கோந்துட்டே? எங்க கதை என்னான்னுதானே கேட்டுத் தெரிஞ்சிக்கணும்னு ஆசைப்பட்டே? கேட்டுட்டு போயி பாக்குறவிங்ககிட்டயெல்லாம் சொல்லுடி!"

"அண்ணி நீங்க கோபப்படாதீங்க... நான் தெரிஞ்சுக்கோணும்னு தான் அண்ணங்கிட்ட கேட்டேன்!"

"உங்கண்ணன் சொன்னானா உனக்கு? சொல்லலீல்லொ... இருக்கீட்டு இருக்க முடியலீல்லொ உனக்கு! அப்பும் உங்கொண்ணன் சொன்னான்லொ... அண்ணிக்காரிகிட்ட வாயி சும்மாயிருக்காம இதப்பத்திப் பேசாதே... வாயிமேலயே அப்பீருவான்னு... உனக்கு மண்டையில ஏறுச்சாடி? முழுசா கேட்டுக்கோ, என்னோட காலேஜ் கடைசி செமஸ்டர் பரிச்சை முடிஞ்ச அன்னிக்கி நானும் சந்திரனும் ஓடிப்போயிடலாம்னு திட்டம் போட்டிருந்தோம். பழனி போயி மொதல்லயே ரூமெடுத்து அவன் தங்கியிருப்பான். இன்ன லாட்ஜ்ல இத்தனாம் நெம்பர் ரூம்ல சந்திரன் இருப்பான்கறதெல்லாம் உங்கண்ணனுக்குத்தான் தெரியும். போக விடிகாலையில முருகன் கோவில்ல தாலி கட்டிக்கலாம்னு திட்டம். நானு காலேஜ்ல இருந்து கடைசி வருசத்தோட கடைசி பரீச்சையும் எழுதி முடிச்சுட்டு சென்னிமலை வந்திறங்கினேன். அங்கிருந்துநான் பத்திரமா பழனி வரைக்கும் போய்ச் சேர பாதுகாப்பா வந்தவன் தான் உங்கண்ணன் சண்முகம். போனதெல்லாம் போயிட்டோம். சந்திரன் சொன்ன லாட்ஜை தேடிக்கண்டுபிடிச்சுப் போனா அப்படி ஒரு ஆள் வந்து ரூமே போடலைன்னாங்க! அப்புறம் நாங்க போட்டோம் ரூமு. உக்காந்து யோசிச்சேன். ஊருக்குத் திரும்பி அப்பங்கிட்ட இந்த மாதிரி தெரிஞ்ச பொண்ணு வீட்டுல தங்கிட்டேன்னு சொன்னாவெல்லாம் எங்கப்பன் ஏத்துக்காது. எங்கம்மாகாரி மானம் மருவாதியெல்லாம் போயிட்டதா குதிப்பா. மளார்னு அவ தம்பிக்காரனுக்குக் கட்டிக்குடுத்துடுவா! போக இந்தச் சந்திரனை வேற கண்ணுல பாத்தா என்ன பண்ணுவேன்னு தெரியில. அவ்ளோ கோவம் அவன் மேல! பொட்டெ நாயி... அவன். அப்படியாயிடுச்சு, இப்படியாயிடுச்சுன்னு என்ன வேணா சொல்லுவான். மறுபடியும் ஓடிப்போலாம்பான். ரொம்ப யோசனை பண்ணீட்டு தொணைக்கி

வந்த உங்கண்ணங்காரனை கட்டிக்கிட்டேன்! போதுமா? போதுமாடி? மாமா சரக்கு துளி குடு எனக்கு! கடுப்பா இருக்குது!"

சண்முகன் எழுந்து வீட்டினுள் சென்றான். திரும்பி வருகையில் கையில் தம்ளருடனும் சரக்கு பாட்டிலுடனும் வந்தமர்ந்தான். பாட்டில் மூடியைத் திருகிக் கழற்றி தம்ளரில் வழிசூர ஊற்றி எடுத்து வடிவுக்கரசியிடம் நீட்டினான். வாங்கியவள் குடித்து முடித்து கீழே டம்ளரை வைத்தாள். வட்டலிலிருந்து கறியை எடுத்து அவள் வாயில் ஊட்டினான்.

"ஜட்டி பாக்கெட்ல என்ன மாமா 'சொலக் சொலக்'குனு சத்தம் கேக்குது?"

"அது ஒரு ஆகாவழிச்சரக்கு வடிவு. இவனுங்க போனவனுங்க நூத்தியெழுவது ரூவா சரக்கு வாங்கீட்டு வந்துட்டானுங்க!" என்றவன் அதை எடுத்து தம்ளரில் ஊற்றித் தண்ணீர் கலந்தான்.

"உனக்கு வேணுமா மல்லிகா?"

"எனக்கு வேண்டாம்ணா... அதான் அப்பலையாவே சொல்லீட்டனே!" என்றதும் அதைக் குடித்தவன் கறியை எடுத்து மென்றான். பாட்டில் இரண்டையும் எடுத்து வடிவுக்கரசியிடம் கொடுத்தான். "போயி உள்ளார வெச்சுட்டு வா! யாராச்சிம் பார்த்தா நல்லாவா இருக்கும்!" என்றான். வடிவுக்கரசி வாங்கிப்போய் உள்ளே வைத்துவிட்டு வந்தவள் அப்படியே திண்ணையில் உட்காராமல் விளக்குக் கம்பத்தினருகே சென்று நின்றாள். சண்முகன் பெண் பிரியா கண்ணைத் தேய்த்துக்கொண்டு எழுந்து வெளியே வந்தாள். 'ஏஞ்சாமி தூக்கம் வரலியா' என்று மல்லிகா அவளிடம் கேட்டாள். அவளோ ஒன்றும் பேசாமல் வாசலில் பாவாடையை உயர்த்தி உச்சா அடிக்க அமர்ந்தாள். அம்மா எதிர்க்கே கம்பத்தினருகே நின்று என்ன செய்கிறதெனப் பார்த்தாள். முடித்துவிட்டு அம்மாவை நோக்கிச் சென்றாள்.

"யாரோ ரெண்டுமூணு பேரு மேக்கயிருந்து வர்றாங்க மாமா! இன்னாரத்துல யாரு?" என்று வடிவுக்கரசி வருபவர்களை உற்றுப்பார்த்தாள். நிச்சயம் அவர்கள் பெரியபாளையம் வழுவுக்காரர்கள் மாதிரி தெரியவில்லை அவளுக்கு. பக்கத்து கம்ப வெளிச்சத்தை அவர்கள் கடக்கையில் அவள் தெரிந்துகொண்டாள். வருவது யாரென!

“உனக்கெல்லாம் அவ்ளோ ஏத்தமயிராடி தேவ்டியா?” சத்தம்போட்டபடி வந்தவன் இவள் தம்பி வேலுச்சாமிதான். வந்ததும் இவள் தலைமுடியைக் கொத்தாக இழுத்துப்பிடித்துக் கீழே தள்ளினான். தள்ளியவன் அவள் இடுப்பில் ஏறி மிதித்தான். கூட வந்த பங்காளிகள் இருவரில் ஒருவன் பிரியா பாப்பாவை ஓங்கி அறைந்து பிடித்துத்தள்ள அவளோ ‘அம்மா!’ எனக் கத்திக்கொண்டு திருகலடித்துப்போய் விழுந்தாள்.

சண்முகன் ‘யார்றா நீங்கெல்லாம்?’ என்று சத்தமிட்டபடி வந்து பாப்பாவைத் தள்ளியவனை ஓங்கி மிதித்தான். மல்லிகா கீழே கிடந்த பாப்பாவைத் தூக்கிக்கொண்டு திண்ணைக்கு ஓடினாள். சத்தத்தில் பக்கத்துவீட்டுக்கதவுகள் எல்லாம் திறந்து ஆட்கள் ஓடி வந்தனர். வேலுச்சாமி கெட்ட வார்த்தை சொல்லி வடிவுக்கரசியை மிதித்தான். சண்முகனை பங்காளிகள் இருவரும் சேர்ந்து கீழே தள்ளி மிதித்தார்கள். “யார்றான்னு கேக்கறியாடா நீயி...? ஒதைக்கறயாடா... காலை இப்ப ஒடிச்சுடறேன்டா!” என்றொருவன் பக்கத்தில் எதாவது கிடக்குமா? எனத்தேடினான்.

சண்முகம் எழ முயற்சிக்கையில் மற்றொருவன் ஓங்கி மிதித்தான். ‘கொன்னு போட்டுத்தாண்டா போவோம் நாங்க!’ ‘உடுங்க... உடுங்க... சாமிகளா! என்னது சாமத்துல வந்துட்டு!” என்று ஆட்கள் குறுக்கே வந்தார்கள். வேலுச்சாமி மீண்டும் உதைக்க கால் தூக்குகையில் வடிவுக்கரசி அவன் காலைப்பிடித்து வாரி வீசினாள். வேலுச்சாமி நிலைதடுமாறிக் கீழே விழுந்தான்... வடிவுக்கரசி துள்ளி எழுந்தாள். அவிழ்ந்திருந்த தலைமுடியைக் கொத்தாய்ப்பிடித்து சுருட்டிச் செருகியவள்... வேலுச்சாமியைப் பார்த்து சத்தமிட்டாள். அதுவரையிலான அவள் குரலே அப்போது மாறிப்போயிருந்தது.

“ரே தம்பி நந்த்த இட்டு, ஏல ந மொகிந்தி பிட்லத்த ம ஏண்ட்டிக்கி இட்டித்திவி! மூட்சுக்கினி நா வாகில் உடுசி போறா!” என்றாள்.

கூட்டம் அப்படியே அமைதியாகி நின்றது. ஒரு சின்ன சப்தம் கூட எழவில்லை அங்கே. வேலுச்சாமியோடு வந்த பங்காளிகள் அமைதியாகி வேலுச்சாமியைக் கூட்டிக்கொண்டு அங்கிருந்து சென்றார்கள்.

ooo

6. கேவலமெல்லாம் இல்லீங்க சார்

பழனிச்சாமி கரட்டுக்குள் சுப்பிரமணியோடு சென்று வந்த வீடியோவை அவனாகவே போனில் எடிட் செய்து மூன்று பகுதிகளாகப் பிரித்து ஏற்றியிருந்தான். ஒருவாரமாகியும் பார்வையாளர்கள் எண்ணிக்கை இரநூறைத்தாண்டவில்லை. பார்வையாளர்களைக் கவரும் விதமாய் என்னதான் செய்வதென மண்டையைக் குடைந்தும் விசயம் ஒன்றும் உருப்படியாய்ச் சிக்கவில்லை. சுப்பிரமணி அன்று சிப்காட்டுக்குச் செல்லவில்லை. தொங்கிப்போன முகத்தை வைத்துக்கொண்டு மாரியம்மன் கோவில் கல்லுக்கட்டுக்கு வந்தான்.

முன்பாகவே அமர்ந்திருந்த பழனிச்சாமி இஞ்சி தின்றவன் போல முகத்தை வைத்துக்கொண்டிருந்தான். இவனருகில் வந்தமர்ந்த சுப்பிரமணி ‘‘பணம் வெச்சிருக்கியா பழனி?’’ என்றான். பழனிச்சாமிக்கு அவன் அப்படிக் கேட்டது, முன்பே இவனிடம் பணம் கொடுத்து வைத்திருந்து அதைக்கொடு! என்பது மாதிரியே இருந்தது. முன்பாக யு டியூப் சேனல் என்று ஆரம்பித்து சுப்பிரமணிக்கு கோட்டர் கோட்டராய் செலவு செய்திருந்தான்.

“பணத்துக்கு இப்ப என்ன அவசரம் சுப்பிரமணி?” என்றான்.

“ஓனர்கிட்ட காசு கேட்டேன் நேத்து. இல்ல லொல்லைன்னுட்டான். எவனையோ வெச்சு ஓட்டுன்னு மனசுல நெனச்சுட்டு படுத்துட்டேன்

இன்னிக்கி. நாலு தடவ போன் வந்துச்சு. நான் எடுக்கலை. இன்னிக்கி எதாச்சிம் சூட் எடுக்கலாமா?"

"எடுத்துப்போட்டதைப் பார்க்கவே ஆள் இல்லை சுப்பிரமணி."

"ஆரம்பத்துல அப்பிடித்தான் இருக்கும்னு பள்ளிப்பாளையம் பரமசிவன் சொல்றான். அவன் சேனல் என்னமோ பேரே.. கருமம் வாயில வரமாட்டீங்குது. நல்லபேர்றா எழவு. ஒருவருசமா பண்ணி இப்பத்தான் பத்தாயிரம்பேர் பாக்குறாங்கன்னு சொன்னான்."

"அப்பிடி அவன் என்ன போடறான்?"

"இதென்ன போயிப் பார்த்தா தெரியுது... க்கும்... நெட்டுக்கு வேற காசு மூஞ்சு போச்சு! அவன் சென்னிமலையில போயி சோத்துக்கடையில புரோட்டா மாஸ்டர் புரோட்டா போடறதையெல்லாம் வீடியோவா எடுத்துப் போட்டுட்டு இருக்கான். அவன் சேனல்ல இட்லி தோசை, சோறு கொழம்புன்னு சாப்பாட்டு ஐட்டமாவேதான் இருக்குது. பேசாம நாம கட்டடம் கட்டுறதை வீடியோ எடுப்பமா பழனி? ஊருக்குள்ள பொன்னாக்கா கூட வீடு கட்டீட்டு இருக்குதுல்லொ! ஆனா அந்தக்கா உடாது! கண்ணுபட்டுக்கும்னு முடுக்கி உட்டுரும். சும்மா வேலையெல்லாம் எப்பிடிக்கா போவுதுன்னு நேக்கா போயி எடுத்துட்டு வரணும்டா!"

"அதுக்கென்ன ஆளா இல்ல எனக்கு... தாசம்பாளையம் வடிவேலனைக் கூப்பிட்டாப்போவுது!"

"பின்ன கையிலயே வெண்ணையவெச்சுட்டு இங்க ஏன் நம்மூருக்குள்ள போவாட்டி. கூப்பிட்டுப்பாரு அவனை!" என்றான் சுப்பிரமணி. பழனிச்சாமி போனில் வடிவேலை அழைத்தான். விசயத்தை அவனிடம் சொன்னான். தாசம்பாளையத்திலேயே ரோட்டு மேல வேலை ஆயிட்டிருக்கு என்றான். கொஞ்சம் நேரத்தில் வருவதாய் சொல்லி இவனும் வைத்தான்.

"கட்டடம் ஆயிட்டு இருக்குறதைப் போயி எடுத்து என்னானுட்டு வீடியோ போடறதுன்னு யோசிக்கறேன் சுப்பிரமணி."

"கலவை கலக்குறதை எடுத்துட்டு, அப்பிடியே ஹாலோப்ளாக் கல்லுக வெச்சு மேசன் ஆள் வேலை செய்யுறதை எடுத்துட்டு, தள்ளி வந்து நின்னு ஆயிட்டு இருக்குற கட்டடத்தை எடுத்து

முடிச்சு ஏத்த வேண்டிதுதானே! பாக்குறவன் பார்ப்பான். சேனல் ஆரம்பிச்சுட்டா தினமும் எதாச்சிம் போட்டுட்டே இருக்கணும்டா. ஒரு வீடியோ போட்டுட்டு பத்து நாளைக்கி கம்முன்னு இருந்துட்டா யாரு வருவாங்க சேனல் பக்கம்? விசயத்துக்கா பஞ்சம்? பலதும் போட்டம்னா எதுக்கு அதிகமா வர்றாங்கன்னு பார்த்துட்டு அதையே புடிச்சுக்கவேண்டீதுதான். சரி போயி வண்டியை எடுத்தா... இவத்திக்கி தாசம்பாளையம் தான... போனசுடிக்கி எடுத்து அப்பவே ஏத்திடலாம். அப்பிடியே ஒரு கோட்டருக்கும் பணம் எடுத்தா... குடிச்சாத்தான் நமக்கெல்லாம் மூளை வேலை செய்யும் பார்த்துக்க!"

பழனிச்சாமி இறங்கினான். ஒவ்வொரு வீடியோ எடுக்கையிலும் தண்டச்செலவு செய்யவேண்டி இருப்பதை நினைத்தான். இன்றோடு பார்ட்னரை விட்டுவிடுவதுதான் சாலச்சிறந்தது என்ற முடிவுக்கு வந்தான். சிறுவார் விதைச்ச வெள்ளாமை வீடு வந்து சேராதுன்னு சும்மாவா சொல்லியிருப்பாங்க?

பழனிச்சாமியும் சுப்பிரமணியும் தாசம்பாளையம் போய் இறங்குகையில் மதிய உணவுக்காக வேலையாட்கள் கையைக் கழுவிக்கொண்டிருந்தார்கள். வடிவேல் வீட்டுக்குப் போயிருப்பதாய் சொன்னார்கள். கீழே பத்துக்குப் பத்து அளவிலான மூன்று அறைகளும் மேல்மாடியில் மூன்று அதே அளவிலான அறைகளும் பூச்சு பூசப்படாமல் நின்றிருந்தது. மேலே இருவர் அறைகளை வீடியோ எடுத்துக்கொண்டிருந்தனர். பழனிச்சாமி தன் போனை எடுத்து வீடியோ எடுத்தபடி பூசப்படாத படிகளில் ஏறி மேலே சென்றான். சுப்பிரமணி பின்னால் ஏறினான். மேலே செல்கையில் வீடியோ எடுத்துக்கொண்டிருந்தவர்கள் இருவரும் அதை நிறுத்திவிட்டு இவர்களை கோபமாய்ப் பார்த்தார்கள்.

"யாரு நீங்கெல்லாம்? எதுக்கு வீடியோ எடுக்கறீங்க?" என்று பழனிச்சாமியைப் பார்த்து ஒருவன் விசாரித்தான்.

"வீடியோ எடுத்து என்ன பண்ணுவாங்க? யுடியூப்ல ஏத்துறதுதான்" என்று சுப்பிரமணி அவர்களுக்கு பதில் சொன்னான்.

"அதை உங்கூர்ல எடுக்க வேண்டீதுதானே... இங்கெல்லாம் வரக்கூடாது... உங்க ஊரு எது மொதல்ல? அதைச் சொல்லுங்க! வீடியோவ மொத நிப்பாட்டுங்க!"

“நீ எடு பழனிச்சாமி... என்னமோ சும்மா மெரட்டறாங்களா? வீடியோ எடுத்தா எங்கூர்ல போயி எடுக்கறதாமா? இதும் எங்கூரு தான்! வடிவேலன் எங்க சொந்தக்காரன்தான்!” என்றபோது அவர்கள் சுப்பிரமணியைத் தாக்கினார்கள். பழனிச்சாமியும் செல்போனை பாக்கெட்டில் போட்டு விட்டு மற்றொரு பயலைத் தாக்கினான். நால்வரும் கட்டுமாறு கட்டிக்கொள்ள கீழே சாப்பிட்டுக்கொண்டிருந்தவர்கள் வந்து பிரித்துவிட வேண்டியதாயிற்று. சண்டையில் சுப்பிரமணியின் சட்டையும் பழனிச்சாமி சட்டையும் கிழிந்து தொங்கியது. எதிராளி ஒருவனின் மூக்கில் ரத்தம் ஒழுகிக்கொண்டிருந்தது. அந்தச் சமயத்தில்தான் வடிவேலன் தன் பைக்கில் வந்து இறங்கினான். மேல்மாடியில் கும்பல் நிற்பதைக் கண்டு வேகமாய் படிகளேறி வந்தான். “எடுத்தா எடுத்துட்டு போச்சாறாங்க.. அதுக்காக சண்டைக்கட்டிக்கணுமாப்பா?” என்று பொதுவாய் பேசினான் வடிவேல். சுப்பிரமணியும் பழனிச்சாமியும் கீழிறங்கினார்கள். வடிவேலனிடமும் சொல்லிக்கொள்ளாமல் வண்டியைக் கிளப்பினார்கள்.

வேட்டகாரன் கோவில் மரநிழலில் வண்டியை நிப்பாட்டினான் பழனிச்சாமி. பேருந்து நிறுத்த நிழல்குடையினுள் சென்று திண்டில் அமர்ந்தான். ‘இதெல்லாம் தேவையா எனக்கு?’ என்று நினைத்தான் பழனிச்சாமி. சுப்பிரமணி பீடி ஒன்றைப் பற்ற வைத்தான். அவனுக்கு சரக்கு உடனடியாய்த் தேவையாயிருந்தது.

“அங்க டிவிஎஸ்சை உருட்டீட்டு வர்றது பெரியார் வாத்தியாருதான? பீடி குடிச்சா சத்தம்போடுவாரு!” என்று பீடியை வீசியெறிந்தான் சுப்பிரமணி. பெரியார் ஆசிரியரிடம்தான் சுள்ளிமேட்டூரில் இவர்கள் படித்தார்கள். பள்ளிப்பாளையத்தில்தான் அவருக்கு வீடிருக்கிறது. பணிமுடிந்து பென்சன் வாங்கிக்கொண்டிருக்கிறார். எப்பொழுதும் வெள்ளைவேட்டி வெள்ளைச்சட்டையோடுதான் இருப்பார். அந்தக் காலத்திலேயே பள்ளியில் கூடவே பணியிலிருந்த டெய்ஸி டீச்சரைக் காதலித்துத் திருமணம் செய்துகொண்டவர். பெயர் பெரியசாமி என்றாலும் பெரியார் என்றே எல்லோராலும் அழைக்கப்பட்டார்.

“எங்கீங்க சார் மத்தியான வெயில்ல டிவிஎஸ்சை உருட்டீட்டு வர்றீங்க? வாங்க இப்படி!” என்றான் சுப்பிரமணி.

“அதை ஏப்பா கேக்கறே... ஒரு சோலியா வெசீமங்கலம் கெளம்பி

வந்துட்டு இருந்தேன். கொங்கம்பாளையம் பிரிவுகிட்ட முன்னாடி வீல் பஞ்சராயிடுச்சு!"

"பெரியபாளையத்தானுக்கு ஒரு போனை போட்டிருந்தீங்கன்னா ஸ்பாட்டுக்கே வந்து ஒட்டிக்குடுத்துட்டு போயிருவானுங்களே சார்."

"அவன் நெம்பரெல்லாம் இல்லீடா எங்கிட்ட!" என்றவர் வண்டியை ஸ்டாண்டு போட்டு நிறுத்திவிட்டு நிழல்குடையில் நுழைந்து 'உஸ் அப்பாடா!' என்று அமர்ந்தார்.

பழனிச்சாமி பெரியபாளையத்தானுக்கு போனடித்தான். அவனோ வீட்டில் சாப்பிட்டுக்கொண்டிருப்பதாய் கூறினான். வேட்டகாரன் கோயிலுக்கு வரச்சொன்னான். கால்மணி நேரமாகுமுங்க! என்று சொல்லிவைத்தான் பெரியபாளையத்தான். கிட்டத்தட்ட பத்துப் பனிரெண்டு கிராமத்து ஆட்களிடமும் பெரியபாளையத்தான் போன் நெம்பர் இருக்கிறது. தன் பைக்கிலேயே பஞ்சர் ஒட்டும் ஜாமான்களோடு சுற்றுவான் அவன். எங்கே யார் கூப்பிட்டாலும் வந்துவிடுவான். பஞ்சர்காசு என்று வாங்குபவன் பெட்ரோல் செலவுக்கும் கேட்டு வாங்கிக்கொள்வான்.

பழனிச்சாமி போனை வைத்ததும்தான் பெரியார் ஆசிரியர் பழனிச்சாமியை பார்த்தார். இருவர் சட்டையும் கிழிந்திருப்பதை அப்போதுதான் பார்த்தார்.

"என்னடா ரெண்டுபேரும் கட்டுமாறு கட்டிக்கிட்டீங்களா?" என்றார்.

"நாங்க எதுக்குங்க சார் கட்டிக்கறோம்" என்று ஆரம்பித்த சுப்பிரமணி நடந்த விசயங்களை அவரிடம் சொல்லி முடித்தான். பெரியார் புன்னகைத்துக்கொண்டார்.

"காலாகாலத்துல கல்யாணம் கட்டியிருந்தீங்கன்னா இப்பிடி வேலைவெட்டிக்கிப் போகாம சுத்தீட்டு இருப்பீங்களாடா? இன்னும் எத்தனை நாளைக்கித்தான் சுத்துவீங்க? யு டியூப் வீடியோ எடுக்க வந்தானுங்களாமா... சண்டையாயிப்போச்சாமா! நாலுபேருகிட்ட போயி சொல்லுங்கடா... அருமைம்பாங்க! பெருமைக்கிப் பேசுனா எருமைக்கி பில்லு ஆகுமாடா பசங்களா? செவ்வாய்க்கிழமெ சந்தைக்கடைப்பக்கம் போயிருக்கீங்களாடா? பூராப்பயலும் இந்திக்காரனுங்களாவே சுத்துவானுங்க! எங்கயோ இருந்தெல்லாம் இங்க நம்மூருல வந்து அவனுங்க பொழைக்கறானுங்க! கைக்குக்

கெடச்ச வேலையெல்லாம் செய்யுறானுங்க! நீங்க என்னடான்னா நம்மூருல வீடியோ எடுக்கறேன் நெட்டுல ஏத்துறேனுட்டு சண்டைக்கட்டீட்டு சுத்துறீங்க! அவனுங்களைப் பார்த்துக் கத்துக்கங்கடா.."

"சார் நானெல்லாம் சிப்காட்டுக்கு லாரி டிரைவரா போயிட்டுதான் சார் இருக்கேன்!" என்றான் சுப்பிரமணி.

"சரி இன்னிக்கி ஏன் போகலெ நீயி? வளையாது உனக்கு... பொண்டாட்டி இருந்து இடிச்சாள்னா சோத்துப்போசியைத் தூக்கீட்டு ஓடுவே! இவனிருக்காம் பாரு... வாத்தியாரு பிள்ளை மக்குங்கறதுக்கு பொருத்தமா... ஏண்டா பழனிச்சாமி... இப்ப நம்மூருக்குள்ள ஆட்டோ போட்டு காய்கறி வித்துட்டு வர்றாங்கள்ல... பெரிய வெங்காயம் அஞ்சுகிலோ நூறுரூவா... சின்னவெங்காயம் மூணுகிலோ நூறு ரூவான்னு... அப்பிடி வித்துட்டு வர்றவங்க எந்த ஊருன்னு தெரியுமாடா உனக்கு?"

"அவங்க எந்த ஊரா இருந்தா நமக்கென்னுங்க சார்?"

"சரி எந்த ஊரா இருந்தா என்ன? நம்ம ஊரு இல்லீல்ல அவனுங்க. எங்கிருந்தோ ஆட்டோ போட்டு மார்க்கெட்டுல காய்கறிகளை வாங்கிப்போட்டுட்டு ஊரு ஊரா வித்துட்டு வர்றாங்கள்ல. நட்டத்துக்கா அவனுங்க வியாபாரம் பார்ப்பாங்க? எப்பிடியும் வண்டிதேய்மானம், டீசல் செலவுன்னு போனாக்கூட அவங்க வயித்துப்பாட்டுக்கு ஆயிரும்ல! ஏன் நீ அதைப் பண்ணக்கூடாது பழனிச்சாமி?"

"நானெங்கீங்க சார் ஊரு ஊராப்போயி காய்கறி விக்கப்போறேன்!"

"ஏன் கேவலமா இருக்குதாடா?"

"கேவலமெல்லாம் இல்லீங்க சார். இனிப்போயி இதைச் செய்யறதான்னுதான்!"

"எப்பச் செஞ்சா என்னடா? இப்ப யு டியூப் சேனல்ங்கறியே எல்லாருமே அதுல ஜெயிச்சிட முடியுமா? டவுன்ல இதுக்குன்னே மெனக்கெட்டு பண்றாங்க. நாம இருக்குறது கிராமத்துல. ரெண்டு பஸ்சுதான் இந்த ரூட்டுலயே ஓடுது. ஒருவேலைக்குப் போறதுன்னா திருப்பூரு பக்கம்தான் போய்வரணும். திருப்பூர் இன்னிக்கி சும்மா

கிடக்குதுங்கறாங்க. நீயென்னடான்னா காய்கறி விக்கிறது கேவலம்னு கௌரவம் பார்த்துட்டு இருக்குறே! அதா சைக்கிள்ல போறாரே கூடையைப் பொறவுக்கு கட்டீட்டு... அவரைத் தெரியுமாடா உங்களுக்கு?" என்றார்.

"அவரு கொங்கம்பாளையத்துக்காரரு சார்!"

"கொங்கம்பாளையம் செரிடா சுப்பிரமணி... அவரு என்ன ஏவாரம் பாக்குறாரு தெரியுமா? ஆட்டு வியாபாரம் பாக்குறாரு. அவரு வயசு எழுபது இருக்கும். அவருக்கு இருக்குற காசுபணத்துக்கு இந்த நேரம் கயித்துக்கட்டல அட்டணங்கால் போட்டுட்டு படுத்திருக்கலாம். இப்ப ஆட்டேவாரிங்களை பாக்கறீங்கள்லடா... நம்ம ஏரியாவுலயே நாலு பேரு பண்றாங்க. அவங்களுக்கெல்லாம் வயசு அறுவது இருக்கும். சின்னப்பசங்க யாராச்சிம் ஆட்டேவாரத்துக்கு வர்றாங்களாடா? பாத்திருக்கீங்களா? யாரும் இல்லடா!"

"ஆமாங்க சார்."

"நீங்க பண்ணலாம்டா அதை. இப்ப ஆட்டை நாலாயிரத்துக்கு தான் வாங்குவாங்க. கொண்டுபோயி விக்குறப்ப ஆறாயிரத்துக்கு விப்பாங்கடா! வெசீமங்கலத்துல தடுக்கி உழுந்தா கறிக்கடை மேலதான் விழோணும் நாம. வீதிக்கு வீதி கறிக்கடைகதான் இருக்குது. நாலு கறிக்கடைக்காரங்களைப் புடிச்சுக்கிட்டீங்கன்னு வெய்யிங்க.. கணக்குப்போட்டுப்பாருங்க! ஆட்டேவாரிக எப்பிடி கொண்டுட்டு போறாங்க ஆட்டை? ஸ்கூட்டர் வச்சிருக்கறவரு ஆட்டோட காலை கயித்துல கட்டி மல்லாக்க ஸ்கூட்டர் முன்னாடி போட்டுட்டு சர்ருன்னு இதுவழியாத்தான போறாரு. நாலஞ்சு உருப்படின்னா ஆட்டோவை வாடகைக்கி எடுத்துக்கறாரு. தூக்கி ஆட்டோவுல போட்டுட்டு போறாரு. ஆடுமேய்க்கிறவங்களுக்கும் சரியான வெலையெல்லாம் ஒரு ஆட்டுக்குக் கெடைக்கறதில்ல. ஆனாலும் மேய்க்காம இருக்காங்களா? திடீருன்னு ஒரு ஆட்டுக்கு வயித்துல போச்சுன்னா பட்டுப்பட்டுனு நாலஞ்சு ஆடுகளுக்கும் வயித்துப்போக்காயி செத்தே போயிருதுக! இப்ப ரயில்வே லைன்கிட்ட போனவாரம் பொன்னா ஆடுமேய்ச்சிட்டிருந்தப்ப நாலஞ்சு உருப்படிங்க ரயில்ல அடிபட்டு செத்துப்போயிடுச்சுகள்ல. எழவு காங்கப்போறது மாதிரி நானும் கூட போயி... 'எப்பிடி ஏமாந்தயாயான்னு' பேசிட்டுதான் வந்தேன். நீங்க குட்டி வாங்குறப்ப

காசுகுடுத்துத்தான் ஆவணும். ஆயிரம் ரூவா வெச்சு வெசீமங்கலத்துல வித்துடலாம்டா! ரெண்டாயிரம் வெச்சு விக்கிறதெல்லாம் ரொம்ப எச்சு. ஏன்னா இப்பெல்லாம் ஆடுமேய்க்கிறவங்க ரேசன் அரிசியை ஆட்டுக்கு நனைச்சுப் போட்டுடறாங்க! கறிஎடுத்து செஞ்சம்னா முன்ன மாதிரி டேஸ்ட்டா இருக்குதா இப்பெல்லாம்? பன்னு திங்கறாப்லதான் இருக்குது"

"இவன் வேணா ஊட்டுல சும்மா கிடக்குறான் சார்... இவனுக்கு வேணா நீங்க சொல்றது சூட் ஆகும்!" என்றான் சுப்பிரமணி.

"அரக்கப்பரக்க பாடுபட்டாலும் படுக்கப் பாயில்லேங்கறாப்லதான நீயுமிருக்கே? லாரி ஓட்டுறேன்னு சொல்லி ஊரு ஊராப்போயி பொண்ணு கேட்டுப்பாரு... எவுனும் குடுக்க மாட்டான் பொண்ணை. அதே ஆட்டேவாரம் பண்ணீட்டு இருக்கேன்னு சொல்லு... கட்டீட்டு போங்க மாப்ளெ எம்பொண்ணைம்பாங்க!"

"அதென்னமோ நெசம்தான் சார். எங்கம்மாளும் பத்து உருப்படி செம்பிளி ஆடுக மேச்சுட்டுதான் இருக்குது. ஆட்டேவாரிக்கித்தான் ஆடுகளைக் குடுக்குது. எத்தனைக்கி விக்குது பண்ணுதுன்னு நான் ஒண்ணும் கேட்டுக்கறதில்லீங்க சார்!"

"கேக்கோணும்டா... கறிக்கடைக்கிப் போனா மட்டனை வெட்டச் சொல்லீட்டு பராக்குப் பார்த்துட்டு பொட்டணத்தை வாங்கீட்டு வந்துருவே... விசாரிக்கணும். ஆடெல்லாம் என்ன வெலைக்கி வாங்கறீங்கன்னு... ஊட்டுல பத்து உருப்பிடி நிக்கிதுன்னு பேசணும். அவனொரு ரேட்டு சொல்லுவான். மேல ஆயிரத்தை நீ சொல்லி அப்படின்னா கட்டுப்படியாகும்னு பேசணும். இப்ப பெருந்துறையில ஒரு யு டியூப்காரன் இருக்காண்டா... பெருந்துறை சந்தையன்னிக்கி ஆடு வாங்குனவங்ககிட்ட பேச்சுக்குடுக்குறான். என்ன வெலை சொன்னாங்க... என்ன வெலைக்கி வாங்கனீங்க? கட்டுப்படியாகுமா? அப்படின்னு. இதே மாதிரி குன்னத்தூர்ல கோழிச்சந்தை வீடியோ பார்த்தேன். விதவிதமா சேவல்களை ரோட்டோரத்துல வியாபாரிங்க வெச்சுட்டு நிக்கிறாங்க. வாங்குறவங்க எங்கிருந்தோவெல்லாம் வந்து வெலை குடுத்து வாங்கீட்டு போறாங்கடா! அதுல எத்தனை ரகமிருக்குதுன்னு தெரியுமா? உடனே அதைப்போயி வீடியோ எடுக்கப்போறோம்னுட்டு போயிடாதீங்கடா... அங்க பத்து சேவல்களை கொண்டுபோயி வித்து காசுபணம் சம்பாதிக்கணும்னு

நினையுங்க! இப்ப யுடியூப்ல உங்க சொந்த ஆட்டொண்ண வீடியோ எடுத்து இத்தனை கிலோ இருக்கு. இன்ன ரேட்டுன்னு சொல்லிப் பதிவு பண்ணுங்க. உங்க போன் நெம்பரை போடுங்க! தேவையிருக்குறவன் போனைப்போடுவான். அவன் பெருந்துறைன்னா கொண்டுபோயே குடுத்துட்டு பெட்ரோல் காசையும் அவன்ட்டயே வாங்கிட்டு வரலாம். அதுக்கு ஆடு வளர்த்தணும். நோகாம நோம்பி கும்பிடவே முடியாதில்லையா? இந்தக் காலத்துல எதையுமே பண்ணாம எப்பிடிடா பழனிச்சாமி இப்பிடி சும்மா இருக்கே? இப்பிடி சுலபமா ஆட்டேவாரத்துல இறங்கனீன்னா உங்கொம்மாளுக்கும் சந்தோசமா இருக்கும்ல!" என்றார் பெரியார். பழனிச்சாமிக்குள் யோசனை ஓடிற்று. செஞ்சு பார்த்தால்தான் என்ன? என்று நினைத்தான்.

பெரியபாளையத்தான் தன் பைக்கில் சர்ரென வந்து நின்றான். வந்தவன் வண்டியிலிருந்த ஜாமான்செட்டுப் பையை எடுத்து டிவிஎஸ் அருகில் அமர்ந்தான். 'உங்க வண்டியில்லியா? வாத்தியாரு வண்டியா?' என்று அவனாகவே பேசிக்கொண்டு காரியத்தில் இறங்கினான். முடித்தவன் டயரிலிருந்த முள்ளை எடுத்துக்காட்டினான் பெரியாருக்கு. பின்பாக தூரவீசினான்.

ooo

7. என்னையக் கட்டிக்கிறீங்களா?

உள்ளூர்க்காரியான பிரேமா உள்ளூரிலேயே சிவப்பான நிறம் பெற்றவள் என்கிற கர்வமேதுமின்றித்தான் இருந்தாள். உள்ளூர் மாரியம்மன் மண்டபத்தில்தான் அவளது பூப்புனித நன்னீராட்டு விழாவும் நடந்து எப்போதோ முடிந்திருந்தது. அந்தச் சமயத்தில் அவள் கணுகணுப்பாய் இருப்பதாய் ஊர் சொல்லிற்று. வயதுக்கு வந்த பிறகு அம்மாவுக்கு உதவியாய் வீட்டிலேயேதான் இருந்தாள் அவள். மற்ற உள்ளூர்ப்பெண்களைப்போன்று பனியன் கம்பெனிக்குச் சென்றுவர அவள் தாய் அனுமதிக்கவில்லை.

அம்மா சந்தை சந்தையாய் கீரைக்கட்டிலிருந்து முருங்கை வரை எல்லாமும் விற்று பிழைப்புத்தனம் பார்த்துக்கொண்டிருந்தது. பிரேமாவின் அப்பங்காரன் தறித்தொழிலுக்கு சென்னிமலை சென்று வந்து கொண்டிருந்தான். உள்ளூரில் அப்படியான ஒரு மனிதன் இருக்கிறான் என்பதே அப்படியொன்றும் வெளியில் தெரியாது. திருவிழா சமயத்தில் வேற்றூர்க்காரன் போல கோவில்பக்கமாய் தென்படுவான்.

நிஜமாகவே தன் வீடு, தன் மனைவி, தன் மகள் என்றே இருந்தவனைப் போதாத காலமோ என்னவோ கொரோனா என்று வந்து முதல் சாவாக அவன்தான் உள்ளூரில் விழுந்தான். ஊரே எந்த வீட்டு இழவாக இருந்தாலும் முன்னால் நின்றுதான் எடுத்து

முடிக்கும். அது கொரோனா சாவென்பதால் அரசாங்கம் அதைப் பார்த்துக்கொண்டது. அவனுக்கு நிஜமாகவே கொரோனா வந்ததா? இல்லை வேறு எதாவதா? என்று பிரேமாவுக்கும் கூட இன்றுவரை தெரியாது.

மகளை வீட்டிலேயே வைத்திருக்காமல் தன்னோடு சந்தை சந்தையாய் அம்மா கூட்டிப்போனாள். அப்படித்தான் ஒரு வரனும் தேடி வந்தது அவர்களுக்கு. நசியனூரில் நெருங்கிய சொந்தம் என்றுதான் கட்டிக்கொடுத்தாள். மாப்பிள்ளை சின்னச்சாமி மாநிறம்தான். உள்ளூரில் பங்கும் பங்காளிகள் எல்லோருமே மாப்பிள்ளையை தங்கம், பித்தளை என்றார்கள்.

பிரேமாவின் தாயாருக்கும் தனக்கு வரும் மருமகன் குடிகாரனல்ல... பீடி சிகரெட்டு பழக்கமில்லாத தங்கமென்றெல்லாம் மகிழ்வாய் இருக்க நன்னாளில் உள்ளூர் மாரியம்மன் மண்டபத்தில் பிரேமாவை அவனுக்குத் தாரை வார்த்துக்கொடுத்தாள். பிரேமாவும் தனக்கான கணவன் உள்ளூர் சாமியாடிகள் போல குடியும் கூத்தியுமில்லாத தங்கம் என்றுதான் கட்டிப்போய் நசியனூரில் மாமனார், மாமியாவுடன் வாழ ஆரம்பித்தாள். திருமணமாகி ஒரு பையனை ஈன்றெடுக்கும் வரைதான் புருசங்காரன் தங்கமாய் அவளுக்குத் தெரிந்தான்.

எங்கே உள்ளூர் சாவு நிகழ்ச்சிக்கோ, அல்லது திருமண நிகழ்ச்சிக்கோ வந்து சேர்ந்து மண்டபத்தில் பொழுதைக் கடத்தியவனுக்கு வத்தி வைக்க தீப்பெட்டியும் கையுமாக ஒரு உள்ளூர்க்காரன் இருந்திருக்கிறான். அவன் தான் மண்டப வாயிலில் மகிழ்ச்சியாகச் சுற்றிய பழனிச்சாமியைச் சுட்டிக்காடி, ‘மாம்ஸூ... அதா போறான் பார்த்தீங்களா... அவன்தான் உள்ளூரில் சாமா பெருத்தவன். உள்ளூரில் எந்தப்பொண்ணு வயசுக்கு வந்தாலும் கெடையா அவ வீட்டு வாசல்ல பாட்டுப்பாடீட்டே சுத்தி காரியம் பார்க்காம உடமாட்டானுங்க மாம்ஸ். ஆளைப்பாருங்க... தாயொலி சினிமால நடிக்கப்போலாங்கற கணக்கா திரியறாம்பாருங்க! உள்ளூருல அவன் கை வைக்காத சாமா ஒண்ணுமே கிடையாது மாம்ஸ்’ என்று போட்டுக்கொடுத்துவிட்டான்.

அவன் நல்ல மனிதன்தான் என்றாலும் பேச்சு சுவாரஸ்யத்துக்காக சேர்த்திச் சொல்லிவிட்டான். குடிகார மாப்பிள்ளையாக இருந்திருந்தால் ஒரு கோட்டரைக் குடித்து முடித்து அதை அங்கேயே மறந்து போயிருப்பான் பிரேமா ஊட்டுக்காரன் சின்னச்சாமி. அவன்தான்

குடியை ஒதுக்கிய தங்கமாயிற்றே!

விஷேசம் முடிந்து வீடு சென்றவன் அன்னிய ராவிலேயே பிரேமாவிடம் வாயைக் கொடுத்தான்.

“உங்கூர்ல பழனிச்சாமி யாரு?”

“ஏன் அந்தண்ணனுக்கும் உங்களுக்கும் என்ன?”

“இல்ல கேட்டேன். ரொம்ப சாமார்த்தியசாலியாமா? மண்டபத்துல பந்தி பரிமாறுன எடத்துல சிட்டாட்டம் றெக்கெ கட்டீட்டு இருந்தாப்ல!”

“இப்ப உங்களுக்கு என்ன வேணும்?”

“இல்ல, அவன் எந்தப் பிள்ளைங்க உங்கூர்ல வயசுக்கு வந்தாலும் கை வச்சிருவானாமா! என்னை மாதிரி ஆளுங்கெல்லாம் உங்கூர்ல பொண்ணு கட்டுனா ரெண்டாவது கை தானாமா?”

“யோவ் உனக்கு என்ன தெரிஞ்சிக்கணும் இப்ப?”

“உண்மையான்னு கேட்டேன்!”

“அந்தண்ணன் அப்படியாப்பட்ட அண்ணன்தான். ஆனா கல்யாணமாகாத பொண்ணுங்க கூடவெல்லாம் பழகாது. போதுமா?”

“இல்லியே!”

இப்படி ஆரம்பித்ததுதான் சமாச்சாரம். ஒருகட்டத்தில் பிரேமாவே வெறுத்துப்போகுமளவு நடந்துகொண்டான் சின்னச்சாமி. தொடர்ந்து ஒவ்வொரு இரவிலும் அவன் பழனிச்சாமி பற்றியே பேச்செடுத்தான்.

“இல்ல பழனிச்சாமி உன்னைய கைவைக்காமத்தான் விட்டு வச்சானா பிரேமா?”

“ஏனுங்கொ நீங்க இப்புடி கேக்கறீங்கொ? அவன் எப்பிடி என்னைய உட்டு வைப்பான். ஒரு நா ராத்திரில... எங்க வீட்டு ஓட்டைப்பிரிச்சி...”

“மேல சொல்லு மேல சொல்லு!”

“மேல என்ன மயிருன்னா சொல்றது உனக்கு?”

“இல்ல நம்ம பையன் சிங்காரம் எனக்கு பொறந்தவன்தானா?”

“அப்படின்னு நான் உனக்குச் சொன்னனாடா?”

“என்ன மரிகாதி கொறையுது? தூக்கிப்போட்டு மிதிச்சேன்னு வெச்சுக்கோ... இசி முட்டீருமுடி உனக்கு!”

“எங்கே மிதீடா பாக்கலாம்! ஆளும் அவன் மூஞ்சியும்... பழனிச்சாமியாம்... என்னைப்புடிச்சு தூரியாடுனானாம். ஒரு புருசன் இப்பிடியாடா கட்டுன பொம்பளகிட்ட சாமத்துல பேசுவான்? ஐய்யய்யோ... புருசனா வர்றவன், குடிக்கமாட்டான், பொம்பளைய ஏறெடுத்தும் பாக்க மாட்டான், பத்தர மாத்துத் தங்கமுனு எனக்கு கட்டி வெச்சாங்களே இவனை... இந்த நாயி என்னை இந்த ஒரு மாசமா சாமத்துல சாவடிக்கிறானே...”

“ஏய் தொறக்காதடி தொண்டைய... பக்கத்து ரூம்புல எங்கம்மா படுத்துட்டு இருக்குது!”

“உங்கொம்மா படுத்திருந்தா எனக்கென்னடா? இப்ப போயி எழுப்பி உம்பட பையன் இப்பிடியெல்லாம் என்னைக் கேக்கான்னு சொல்லீட்டு நான் எங்கூருக்கே போயிடறேன்டா மவராசா! எங்காயாளும் ஊர்க்காரனுவளும் சொன்னானுகளேன்னு மண்டைய மண்டைய ஆட்டீட்டு உனக்குக் கழுத்தை நீட்டினேன்டா நானு! அட ஈத்தரெ!”

பிரேமா அன்று பையனைத் தூக்கிக்கொண்டு நசியனூரிலிருந்து வந்தவள் தான். வந்து ஒரு மாதமாகிற்று! ஊரார் அவளிடம் ஒவ்வொரு ராவிலும் போய் நல்ல நாயம் சொன்னார்கள். இப்பிடியெல்லாம் புருசன் கெடைக்க கொடுத்து வச்சிருக்கணும் என்றார்கள். இவள் யாருக்கும் பதில் சொல்லவில்லை. அம்மா ஒரு மூலையில் அமர்ந்து அழுததோடு சரி. அதற்கும் எந்த விளக்கமும் இவள் சொல்லவில்லை.

பஞ்சாயத்து என்று நசியனூரில் இருந்து வந்து பேசினார்கள். குடும்பம்னா ஆயிரத்தெட்டு இருக்குமென்றார்கள். அனுசரிச்சுப் போறது தான் வாழ்க்கை என்றார்கள். சின்னச்சாமியைக் குடிகாரனில்லை என்றார்கள். கேட்க இவளுக்குக் காதில் ஈயத்தைக் காய்ச்சி ஊற்றினது போலத்தானிருந்தது.

சின்னச்சாமி அப்பாவியாய் சேரில் அமர்ந்திருந்தான் கையைக் கட்டிக்கொண்டு. ‘நான் அப்பிடிக் கேட்டது தப்புத்தான் பிரேமா... என்னை மன்னிச்சிடு!’ என்று ஒரு வார்த்தை சொல்லாமல்

பெரியவர்களின் முகம் பார்த்துக்கொண்டு அமர்ந்திருந்தான். இவளுக்கு ஓடிப்போய் அவனை சேரோடு உதைக்கலாம் போலிருந்தது.

நசியனூர் வாழ்மக்களின் வருகையும் உள்ளூர்க்காரர்களின் தொந்தரவும் அதிகரிக்கையில் பிரேமா தன் பிரச்சனையைச் சொல்லிவிட்டாள். அவர்களிடம் அதற்குப் பதிலில்லை என்றான போது எழுந்து போய்விட்டனர்.

பிரேமா மழைத்தூறல் விழுந்துகொண்டிருந்த ஒரு மாலையில் பழனிச்சாமியைப்பற்றி யோசித்தாள். பழனிச்சாமி இப்போது நாலுகால் ஆட்டோ வாங்கி ஓட்டுவதாய் சொன்னார்கள். பழனிச்சாமி முன்னைப்போல இல்லாமல் மல்பேரிச் செடியைத் தன் காட்டில் வளர்த்தி ஆடுகள் வளர்ப்பதாயும் சொன்னார்கள். வீட்டின் முன்னால் வாசலில் செட்டுப்போட்டு ஒன்றில் சேவல்கள் வளர்த்துவதாயும், மற்றொன்றில் ஆடுகள் நிற்பதாயும் பேசினார்கள். இவள்தான் வீட்டை விட்டே வெளியில் வருவதில்லையே.

மல்பேரிச் செடியைப்பற்றி இவளுக்கு ஒன்றும் தெரியவில்லை. அதைத் சாப்பிட்டால் ஆடுகள் என்னவாகின்றன என்பதும் தெரியவில்லை. சின்னச்சாமியோடு வாழ முடியாது என்றான போது அம்மாவுக்கு ஒத்தாசையாய் இருக்கவேணுமென்ற எண்ணமும் அவளுக்குள் இருந்தது. பழனிச்சாமி உள்ளூருக்குள் எவள் வலையிலும் சரியாய் விழவில்லை. இப்போது கடைசியாய் கவிதாவோடு தொடர்பிருப்பதாயும், அவளைத்தான் அவன் கட்டிக்கொள்வான் என்ற பேச்சும் ஊருக்குள் இருக்கிறது.

பழனிச்சாமி இவள் பார்த்த பழைய பழனிச்சாமி அல்ல. அவனுக்கு பெரியார் ஆசிரியர்தான் உதவி செய்வதாகவும் பேச்சு ஊருக்குள் நடக்கிறது. இவளும் அவரிடம் இரண்டு வருடம் பயின்றவள்தான். எந்த நேரமும் இவளுக்கு பழனிச்சாமி நினைப்பு வர அவள் புருசனே காரணமாகிப்போனது அவளுக்கே தெரியவில்லை. இருபது வயதில் ஒரு பையனைப் பெற்றெடுத்து புருசனை ஒதுக்கிவிட்டு வந்த பிறகு வாழ்க்கை இனி முடிந்தது என்று நம்பும் பெண்ணுமல்ல அவள்.

அவளுக்கென மிகப்பறந்த வாழ்க்கையொன்று எதிரே இருக்கிறது. அது அவளை அள்ளிக்கொள்ளத் தயாராகவும் இருக்கிறது. சாமர்த்தியம் மட்டுமே அவளிடமிருந்து பீறிட வேண்டும். அதற்கு அவனிடம் செல்ல வேண்டும். ஆடுவளர்ப்பு பற்றிக்

கேட்கவேண்டும். இனிப்போய் ரோட்டோரத்தில் நான்கைந்து ஆடுகளை வளர்த்திக்கொண்டு நிற்பதில் அவளுக்கு விருப்பமில்லை. அவன் ஆட்டோ தேவை. அவனை நெருங்க வேண்டுமானால் ஆட்டோ ஒன்றுதான் வழி. அதற்கு என்ன வழி? மண்டையை உடைத்துக்கொண்டு யோசித்தாள் பிரேமா!

அப்போதுதான் ஊருக்குள் நின்றிருந்த ஆட்டோவிலிருந்து பதிவு செய்யப்பட்ட குரல் கேட்டது! 'வாங்கம்மா வாங்க! ஃப்ரஸ்சானா காய்கறிகள்மா! இப்பத்தான் காலையில கொள்முதல் பண்ணீட்டு வந்தது! கொறஞ்ச விலையில எல்லா காய்கறிகளும் இருக்கு நம்மகிட்ட!' மாரியாத்தா இருக்கு இன்னம் உசுரோட! என்றே நம்பினாள் பிரேமா.

பிரேமாவுக்கு காய்கறி வியாபாரம் பற்றிய நுணுக்கங்களை அம்மாவிடமிருந்தே கற்றுக்கொண்டிருந்தாள். பழனிச்சாமியை நெருங்க வேண்டுமென்றால் காய்கறி வியாபாரம் துவங்க வேண்டும். அதற்கு அவன் ஆட்டோ வேண்டும். அவனிடம் பேசிப்பார்க்க வேண்டும். அதற்கு அவன் போன் எண் வேண்டும். பக்கத்துவீட்டு செல்வக்குமார் அண்ணனிடம் பழனிச்சாமியின் நெம்பரைக்கேட்டாள். அவன் தன் அலைபேசியிலிருந்து பார்த்துச் சொல்லவும் இவள் தன் அலைபேசியில் பதிவு செய்துகொண்டு வீடு வந்தாள்.

இப்போ கூப்பிடலாமா? அப்புறமேத்திக்கிக் கூப்பிடலாமா? இப்பக்கூப்பிட்டா தண்ணி போட்டிருப்பானா? என்று குழம்பினாள். என்னமோ அவனைக் கட்டிக்கொள்ள இவள் சம்மதம் சொல்வதற்கு தசுங்குவது போல தசுங்கினாள். தொட்டிலில் கிடந்த குழந்தை காலை உதைத்துக்கொண்டு அழுதது. அப்படியே தொட்டிலை இவள் ஆட்டிவிடவும் குழந்தை அமைதியானது. முதலாக அம்மாவிடம் இதைப்பற்றிப் பேச வேண்டும். அம்மா ஒருபுத்திவந்தால் சேரி சாமீங்கும். செவ்வாய்க்கிழமை சந்தை ஏவாரம் முடித்து அம்மா ஆறரை பஸ்சுக்கே திரும்பிவிட்டது அன்று.

அம்மா மூன்று சந்தைகளுக்குத்தான் போய்வருகிறது இப்போதெல்லாம். அதுவும் பஸ் வசதி இருப்பதால்தான். மற்ற நாட்களில் ரோட்டுவேலைக்குப் போகிறது. வேட்டகாரன் கோவிலருகே ஒரு மளிகைக்கடை போடவேணுமென்ற ஆசை அதற்கு ரொம்பகாலமாகவே இருந்தது. அங்கே மளிகைக்கடை

ஆரம்பித்துவிட்டார்கள் என்று தெரிந்ததும் மூஞ்சியை தொங்க வைத்துக்கொண்டு இருந்தது. வேட்டகாரன் கோவில் நான்கு சாலை சந்திப்பு என்பதால் அந்த இடத்தைப்பற்றி ரொம்பகாலமாக பேசிக்கொண்டிருந்தது.

இப்போதும் கூட அடிக்கடி அங்கே பேருந்தில் போய் இறங்கி கீரைக்கட்டை ரோட்டில் வைத்து விற்றுக்கொண்டு வந்துவிடும். பிரேமா யோசித்து வைத்திருந்த விசயத்தை அம்மாவிடம் சொன்னதும் அது திருப்பி எதுவும் சொல்லாமல் டீவைத்து குடித்துக்கொண்டிருந்தது. அம்மாவுக்கு மகளின் திட்டம் நல்லதாகத்தான் தெரிந்தது. இருந்தாலும் அவள் பழனிச்சாமி பயலோடல்லவா போகிறேன் என்கிறாள்! என்றுதான் யோசித்தது. "என்னம்மா ஒண்ணுஞ் சொல்ல மாட்டீங்கறே?" என்றாள்.

"சொல்றதுக்கு என்ன இருக்குது நானு? பையனை யாரு பார்த்துப்பா?"

"எல்லா நாளும் வியாபாரத்துக்குப் போகலம்மா நானு. ஒரு நாளு உட்டு ஒரு நாளுதான் போவேன். நீ அந்த நாள்ல பையனைப் பார்த்துக்கோ" என்றாள்.

"நீயி அந்தப் பழனிச்சாமி கிட்ட பேசீட்டியா?"

"அந்தண்ணன்கிட்ட இன்னும் பேசலை நானு. உன்கிட்ட கேட்டுட்டு பேசிக்கலாம்னு இருக்கேன்" என்றாள். அம்மாவுக்கு உடனே சம்மதம் சொல்ல வாய்வரவில்லை.

"வெசீமங்கலத்துல வேற ஆட்டோ எதாச்சிம் கேட்டுப்பாக்கலாமே நாம..."

"அவங்கெல்லாம் நாம டீசல் அடிச்சு உட்டாலுமே ஒருநாளைக்கி அதிகமா வாடகை கேப்பாங்கம்மா... இந்தண்ணன் இப்பத்தான் ஆட்டோ வாங்கியிருக்குது. உள்ளூருங்கறதால அனுசரிச்சு வாங்கிக்கும்மா!" என்றாள். அம்மாவுக்கும் அப்படித்தான் தோணிற்று.

அடுத்த நாள் எல்லாத் தயக்கத்தையும் விட்டு விட்டு பழனிச்சாமியை போனில் கூப்பிட்டாள் பிரேமா.

"அண்ணா நானு பிரேமா பேசுறேன்ணா!" என்றாள் எடுத்தவுடன்.

"எனக்கு பிரேமான்னு எந்தத் தங்கச்சியையும் எங்கம்மா

பெத்தெடுக்கலியே... புதுசா இருக்குது எனக்குத் தெரியாம!" என்றான் பழனிச்சாமி.

"அண்ணோவ்! நானு கீரைக்காரம்மாவோட பொண்ணு"

"நசியனூர்ல இருந்தா பேசுறே?"

"இல்லண்ணா நானு நம்மூர்லதான் இருக்கேன்"

"அப்பிடியா? கண்ணுக்கே தட்டுப்படலியே நீயி. சரி அதையுடு. என்னைய கூப்பிட்டிருக்கியே என்ன விசயம்?" என்றான். பிரேமா தன் திட்டத்தை முழுதாகச் சொன்னாள்.

"ஆமா, காய்கறியெல்லாம் எங்க போயி மொத்தமா எடுக்குறது?"

"பெருந்துறை மார்க்கெட்லதாண்ணா!"

"அதுக்குக் காத்தால மூணுமணிக்கே கிளம்பிப்போகணுமே! நானு அப்பத்தான் குப்புறப் படுத்துட்டு கனாக்கண்டுட்டு தூங்குவேனே! சரி நசியனூர்ல இருந்து புருசங்காரனை உட்டுட்டு இங்க ஏன் வந்து சிரமப்படறே?"

"பிடிக்கலை... வந்துட்டேண்ணா! அதை விடுங்க... நீங்க எனக்கு இன்னும் பதிலு சொல்லலியே!"

"அதைத்தான் யோசனை பண்ணீட்டு இருக்கேன் பிரேமா. உன்கூடவே வெடியக்காத்தால இருந்து ஒரு பொழுது ஊரு ஊரா சுத்தணுமே. அதெல்லாம் எனக்கு சரிப்பட்டு வருமான்னு யோசிக்கறேன்."

"வாரத்துல மூணு நாளு மட்டும்ணா."

"இதை மொதல்லயே சொல்றதுக்கு என்ன! அப்பிடின்னா செரி" என்றான் பழனிச்சாமி.

ooo

முதல்நாள் பெருந்துறை மார்க்கெட்டில் வெங்காயம், தக்காளி, உருளைக்கிழங்கு என்று ஆட்டோவில் நிரப்பியவள் கைராசியாய் கீரைக்கட்டு மூட்டை வாங்கிப்போட்டாள். வசதியாய் இருக்க

ஜீன்ஸ் பேண்ட்டும் பாக்கெட் வைத்த டீசர்ட்டும் அணிந்திருந்தாள். பழனிச்சாமிக்கு பிரேமா மீது மையல் வர அவள் நடக்கையில் டிக்கியாட்டம்தான் காரணமாயிருந்தது. முதலாக பிழைப்புத்தனம் பார்க்க வந்த பெண்ணை இப்படி ரசிப்பது தப்பு தப்பு என்று தனக்குள்ளாகவே சொல்லிக்கொண்டான்.

பிழைப்புக்கு என்று இரண்டாயிரம் ரூபாயை இறக்கியிருந்தாள் பிரேமா. ஆட்டோவில் இன்னமும் இடமிருந்தது. ஒருவேளை அவளிடம் பணப் பற்றாக்குறையோ என்று கேட்கவும் தயக்கமாயிருந்தது. ஐநூறுரூபாய்க்கு அசோசியேசன் பங்க்கில் டீசல் அடித்திருந்தான். அப்போது பிரேமா இவன் கையில் ஐநூறு ரூபாயைக் கொடுத்தாள். மறுக்காமல் வாங்கி பாக்கெட்டில் வைத்துக்கொண்டான்.

ஈங்கூரில் வடமாநிலத்துக் குடும்பங்கள் இருக்கும் பகுதியாகவே பழனிச்சாமி ஆட்டோவை நுழைத்துக் கொண்டுபோய் நிப்பாட்டினான். பிரேமாவுக்கு தன்னூரைப்போன்ற கிராமங்களில் சுற்றத்தான் நினைப்பிருந்தது. போக இந்தி வேறு தெரியாதே! ஆனால் கூடைகளைக் கையில் எடுத்து வந்த இந்திக்காரப்பெண்கள் தமிழில் தான் பேசினார்கள் இவளிடம். உருளைக்கிழங்கை ஒவ்வொருத்தியும் மூன்று நான்கு கிலோவாக வாங்கிப்போனார்கள். கீரைக்கட்டுகள் பறந்தன.

மாரியாத்தாவை மனசில் நினைத்துக்கொண்டே பிரேமா பணத்தை வாங்கி தன் பர்ஸில் திணித்தாள். காய்கறி வாங்க வருவோரின் வரத்து குறைந்ததும் ஆட்டோவைக் கிளப்பினான் பழனிச்சாமி. பிரேமா அவனோடு முன்னிருக்கையில்தான் அமர்ந்திருந்தாள். தனித்து அவள் ஐடியா செய்து திடீரென காய்கறி வியாபாரத்தில் இறங்கியது அவனுக்குத்தான் ஆச்சரியமாய் இருந்தது.

பெரியார் சார் சொன்னபோது எப்படி ஊர் ஊராய் இவன் போய் காய்கறி விற்பது? என்று மலைப்பாய் நினைத்தான். நல்லவேளை ஆட்டேவாரி அப்போது சாலையில் சைக்கிளில் சென்றதால் அவருக்கு அந்த வியாபார நினைப்பு வந்து சொன்னார். விஜயமங்கலத்தில் மூன்று கறிக்கடைக்காரர்களை கையில் போட்டுக்கொண்டான். எத்தனை ஆடிருந்தாலும் கொண்டு வாங்க பழனிச்சாமி... கைமேல காசு தர்றோம் என்றார்கள்.

ஆட்டோவையும் பெரியார் சார் தான் சென்னிமலையில் பேசி

இவனுக்கு ஏற்பாடு செய்து கொடுத்தார். இவனுக்காக அவர் கையிலிருந்து நாற்பதாயிரம் கொடுத்தார். ஆட்டு வியாபாரத்தில் ஒரு மாதத்திலேயே அவருக்கு அந்தத் தொகையை திருப்பியும் கொடுத்துவிட்டான். அவரிடம் கைவசம் இன்னும் ஏராளமான தொழில் ஐடியாக்கள் இருந்தன. ஆனால் அவர் எதையும் செய்வதில்லை. ரெண்டு பென்சன் போதுமென்கிறார்.

அவரெல்லாம் இவனுக்கு ஒரு பத்துவருடம் முன்பாக இப்படியான யோசனைகளைச் சொல்லியிருந்தாரென்றால் எப்போதோ நாலு காசு பணம் சம்பாதித்திருப்பான். எல்லாம் மிக தாமதமாகத்தான் கூடிவருகிறது. பிரேமாவை ஓரக்கண்ணால் பார்த்தான். இந்தநேரம் வரை அவளும் திருட்டுத்தனமாய் இவனைப் பார்த்து வந்திருக்கிறாள் போல. முகத்தை நேராக்கிக்கொண்டாள். பழனிச்சாமி சிப்காட் செல்லும் வழியில் இந்திக்கார குடும்பங்கள் தங்கியிருந்த பகுதியில் கொண்டு போய் வண்டியை நிப்பாட்டினான்.

“வண்டியில ஒரு ஸ்பீக்கர் வச்சுட்டம்னா வசதியா இருக்கும்ல பிரேமா?” என்றான்.

“அண்ணா, இன்னிக்கித்தான் மொதலா வந்திருக்கோம்ணா... வியாபாரம் நல்லாயிருந்தா சீக்கிரம் வாங்கி முன்னாடி சின்னக்கொடை ரேடியோ மாட்டிக்கலாம்!” என்றவள் கீழிறங்கி வண்டிக்குப்பின்னால் சென்று கொக்கியை இறக்கிவிட்டு டோரை இறக்கினாள். வண்டியுள் ஏறி தராசு முன்பாக அமர்ந்தாள்.

முதலாக என்ன ஏது? என்று எட்டிப்பார்த்த பெண்கள் காய்கறி என்றதும் தங்களது அறைகளுக்கு ஓடிப்போய் கட்டைப்பைகளோடு வந்தார்கள். வந்தவர்கள் வாங்கி முடித்ததும் அப்படியே வடக்கே மண்சாலையிலேயே போகுமாறு சொன்னார்கள். திரும்பவும் இறங்கியவள் டோரைத்தூக்கி கொக்கி மாட்டிவிட்டு முன்புறம் வந்தமர்ந்தாள். ‘செந்தாழம்பூவில் வந்தாடும் தென்றல் என் மீது மோதுதம்மா!’ பாடலை வண்டி ஸ்பீக்கரில் போட்டிருந்தான் பழனிச்சாமி.

“பென்டிரைவர் குத்திக்கிற வசதியெல்லாம் இருக்காண்ணா... நான் இதைக் கவனிக்கவேயில்ல! அப்படின்னா கொடைரேடியோ நீங்க வாங்கி மாட்டிடுங்க... நான் பணம் குடுத்துடறேன். இந்த ரோட்டுல வடக்கெ போகச் சொல்றாங்கண்ணா... உள்ளார நிறைய இந்திக்கார

குடும்பங்கள் இருக்காமா! என்னை இந்திக்காரங்களுக்கு ஏவாரம் செய்ய வச்சுட்டீங்கண்ணா!" என்றாள். பழனிச்சாமி புன்னகைத்து வண்டியை நகர்த்தினான்.

"அவங்கதான் சொன்னவிலைக்கு பேரம் பேசாம வாங்கிக்குவாங்க பிரேமா. இதே நம்மாளுங்க கிட்ட போயி வண்டியை நிப்பாட்டிப்பாரு... தக்கோளி கிலோ இருவது ரூவாயா? வெள்ளிக்கிழம சந்தையில பத்துரூவாய்க்கி குடுத்தாங்க!ன்னு அங்கலாப்பு பட்டுக்குவாங்க. இதெல்லாம் ஒரு நேரம் பிரேமா. இவனுங்க கிட்ட காய்கறி விக்குறதுக்கு வேற ஆட்டோவெல்லாம் வராமயா இருக்கும். நம்ம நேரம் காத்தால ஏழுமணிக்கி வந்துட்டோம். ஆமா ஏன் ரெண்டாயிரத்துக்கு மட்டும் பர்ச்சேஸ் பண்ணினே?"

"வெங்காயம், உருளைக்கிழங்கு, தக்காளியெல்லாம் மீதமாயிட்டாலும் நாளைக்கிக் கூட நாளான்னிக்கிக் கூட வித்துக்கலாம்ணா. கீரை எப்படியும் போயிரும்னு நம்பிக்கையா வாங்கினேன். ரொம்ப மீதமாயிட்டா என்ன பண்ணுறதுன்னு கம்மியா வாங்கினேன்."

"என்ன இருந்தாலும் உன்னோட தைரியத்தை பாராட்டணும் பிரேமா!"

"இதுல எங்கிருந்து தைரியம் வந்துச்சுண்ணா? சாப்பாட்டு பொருளெல்லாம் எப்பயும் விற்கும். எங்கூட்டு முன்னாடி எங்கம்மா செங்கீரை, புளிக்கீரை, கருஞ்சுக்குட்டி கீரை, பொன்னாங்கண்ணி கீரையின்னு திரைக்கட்டி வளர்க்குது. படபடன்னு அறுத்து கட்டுப்பிரிச்சித் தூக்கீட்டு போச்சுன்னா ஊருக்குள்ளாரயே புடி பத்துரூவாய்னு வித்துப்போட்டு வந்துரும். காசு நாளைக்கித்தர்றேன்னு சொன்னாங்கன்னா அவங்க கையில இருக்குற கீரைக்கட்டை புடுங்கீட்டு நாளைக்கே வாங்கிக்கன்னு சொல்லீட்டு வந்துரும். அதுக்கெல்லாம் கொஞ்சம் கூட சங்கடப்படாது எங்கம்மா! அது அப்படித்தான். எங்கம்மாகூட எத்தனை சந்தைக்கிப் போயி வியாபாரம் பார்த்திருப்பேன் நானு. அந்தப் பழக்கத்துல தான் இப்படிப் பண்ணலாம்னு யோசிச்சேன்."

"கரைக்ட்டா நான் மாட்டிக்கிட்டேன்!"

"என்னது மாட்டிக்கிட்டீங்களா? என்னமோ என்கூட சும்மா வந்த மாதிரி பேசுறீங்க!"

"கோவிச்சுக்காதீங்க எஜமானியம்மா... எதோ பார்த்து மேல

போட்டுக்குடுத்தீங்கன்னா இந்த ஆட்டோக்காரன் பொழைச்சுக்குவான் உங்க பேரைச்சொல்லி!" என்றான். அவளோ இவன் தொடையில் நறுக்கென கிள்ளி வைத்தாள். இவனுக்கு மகிழ்ச்சியாய் இருந்தது. தகரக்கூரை போட்ட வீடுகள் டப்பா டப்பாவாய் நின்றிருந்தன ஒரு நெட்டு முழுதும்.

எப்படித்தான் வெயில் காலத்தில் இதனுள் கிடக்கிறார்களோ?வென நினைத்தான் பழனிச்சாமி. வண்டியைத் திருப்பி நிறுத்தினான். பின்னால் வந்து பார்த்தவனுக்கு ஒரு பொழுதெல்லாம் சுற்றுமளவு வண்டியில் ஜாமான் இல்லையென்று தெரிந்தது. மதியத்திற்குள்கூட வண்டி காலியாகிவிடலாம். அங்கேயும் வியாபாரத்தை முடித்துக்கொண்டு கிளம்பினார்கள். பிரேமாவின் முகத்தில் நேரம் ஆக ஆக பொழிவு கூடிக்கொண்டே சென்றது.

"பணமெல்லாம் அவசரத்துல வாங்கி பர்சுல வைக்காதே பிரேமா... நோட்டுகளைப் பார்த்து வாங்கு! கிழிஞ்ச நோட்டைத் தள்ளி விட்டுடுவாங்க. என்கிட்ட வீட்டுல அப்பிடி நிறைய நோட்டுகள் கிடக்குது பத்து இருபதுன்னு!"

"அப்படித்தான் ரெண்டுபேரு குடுத்தாளுங்க! திருப்பி வேற குடுன்னு வாங்கினேன்! அப்பலையா ஒரு இந்திக்காரங்கிட்ட என்னமோ பேசிட்டு இருந்தீங்களே... உங்களுக்கு இந்தி தெரியுமாண்ணா?"

"எனக்கு தமிழே சுத்தமா தெரியாது... பிரேமா"

"வாத்தியாரு பையனா பொறந்துட்டு தமிழ் தெரியலீன்னா? சரி என்ன பேசீட்டு இருந்தீங்க?"

"அவனா? குட்டி உங்க சம்சாரமா டக்கரா இருக்குனு சொன்னான்!"

"என்னைய குட்டின்னா சொன்னான்... அப்பவே சொல்லியிருந்தா அவன் வாயைக் கிழிச்சிருப்பேன்ல நானு!"

"பிரேமா... ஒண்ணு சொன்னா கேப்பியா நீயி!"

"ஒன்னென்னணா... ஒம்போது சொல்லுங்க!"

"இந்த அண்ணா லொண்ணாங்கறதை உட்டுரு நீயி... "

"நானு இன்னொருத்தன் பொண்ணாட்டிங்கற ஞாபகம் இருக்கட்டும்ணா... எங்கம்மா உங்க ஆட்டோங்காட்டி ரொம்ப யோசிச்சுது!"

“பழனிச்சாமி பிள்ளையைக் கசக்கீருவான்னா?”

“ண்ணோவ்! என்னண்ணா இப்பிடியெல்லாம் பேசுறீங்க?”

“ஆமா, உனக்கு ஒண்ணுமே தெரியாது பாரு... வாயில வெல்லு வச்சா சப்புவே... அண்ணான்னு கூப்புட்டீன்னா நாளைக்கி நீயி வேற ஆட்டோ பார்த்துக்கோ பிரேமா. என்னால எல்லாம் தங்கச்சிகாரி வியாபாரத்துக்கு ஆட்டோல சுத்தமுடியாது. எதோ போன்ல பேசுறப்ப அண்ணா அண்ணான்னே... இப்ப என்னடான்னா விடியக்காத்தாலைல இருந்து அதே பாட்டுப் பாடறே! நான் இப்படித்தான் பிரேமா. அதுக்காக என் மேல சங்கடப்பட்டுக்காதே! இப்பிடி உம்முன்னு உட்கார்ந்திருக்க அவசியமில்லே!”

“அதான் ஊருக்குள்ள ஒரு பொண்ணை நீங்க கட்டிக்கிறதா இருக்கீங்களாமே?”

“அடுத்த நாயமெல்லாம் நமக்குள்ள வேண்டாம் பிரேமா... ஊரு என்ன வேணா சொல்லும். இப்ப என்னோட ஆட்டோல நீயி காய்கறி விக்குறதை ஊரு தெரிஞ்சிக்கிச்சின்னா அண்ணனும் தங்கச்சியும் ஜோடி போட்டுட்டு காய்கறி வியாபாரம் பண்ணப்போறாங்கன்னு சொல்லிடும்னு நினைக்கிறியா? நல்லா யோசனை பண்ணிச் சொல்லு பிரேமா. இதையெல்லாம் நீயி யோசிக்காமயா எனக்கு போன் போட்டிருப்பே? பேசுனா பேசீட்டு போறாங்கன்னு நீ நினைச்சிருப்பே! உங்கம்மாவே அப்படித்தான் நினைச்சுதுன்னு சொன்னியே!”

“நான் ஏன் நசியனூர்ல இருந்து இங்க வந்தேன்னு தெரியுமா உங்களுக்கு!”

“ஐ! அண்ணா போயிடுச்சு!” என்று இவன் சொல்லவும் குறுஞ்சிரிப்பு சிரித்தாள்.

“அது வந்து....” என்று இழுத்தாள் பிரேமா.

“இங்க பாரு பிரேமா, நீ நசியனூர்ல இருந்து ஏன் வந்தே? எதுக்கு வந்தேன்னு எல்லாம் நான் தெரிஞ்சுக்க ஆசைப்படலை. அது தெரிஞ்சாலும் புருசன்கூடப்போயி நல்லா பிழைக்கலாம்லன்னு உனக்கு அட்வைஸ் பண்ணவும் போறதில்லெ. நீ நீபாட்டுக்கு வியாபாரத்தைப் பாரு. ஆட்டோ ஓட்டுறதுக்குக் கூட கத்துத்தர்றேன்.

கத்துக்கோ! நீயே ஒரு ஆட்டோ வாங்கு... ஓட்டு!"

"ஆனா அண்ணான்னு மட்டும் கூப்பிடாதேன்னு சொல்றீங்க!"

"பாய்ண்ட்டுக்கு வந்துட்டே!"

"அப்பிடிக்கூப்பிட்டா என்ன பண்ணுது உங்களை?"

"அப்பிடிக்கூப்பிட்டா ஜீன்ஸ்பேண்ட்லயும், டீசர்ட்லயும் எடுப்பா, அழகா, கவர்ச்சியா, தூக்கலா, இருக்குற உன்னை ரசிச்சுப் பாக்க முடியல! ம்! சிம்பிள்!" என்றான் தோள்களைக் குலுக்கியபடி.

"அப்ப விடிகாலையில இருந்து எதை அதிசயமா பார்த்தீங்க என்கிட்ட?"

"நான் தான் பாக்கவே இல்லையின்னு சொல்றேன்ல! அண்ணா லொண்ணாண்டே இருந்தா பார்த்தாலும் திரும்பிக்கறேன்!"

"எம்பட ஊட்டுக்காரன் சொன்னது நெசம்தான்! அவன்தான் சொன்னான்... உங்கூர்ல பழனிச்சாமின்னு ஒருத்தன் இருக்கானாமா... ஊர்ல ஒருத்திய உடமாட்டானாமான்னு!"

"அட! என்னோட பெருமைய நசியனூர்ல எல்லாம் பேசிக்கறாங்களா..? பரவால்லயே!"

"அந்தண்ணா நல்ல அண்ணான்னு என் வீட்டுக்காரங்கிட்ட நான் சொன்னேன்."

"கேக்க மாட்டாப்லையே... நீ சொல்லி ஒரு ஆம்பளை நம்புவானா... தெரிஞ்சோ தெரியாமயோ உம்பட வாழ்க்கையில குறுக்கால நான் வந்து முன்னயே ஆட்டோ ஓட்டிருப்பனாட்ட இருக்குதா! சரி அந்த நாயம் எனக்கு வேண்டாம். இந்த ஊர்ல ஆட்டோவை நிப்பாட்டுறேன்!" என்று சிப்காட் தாண்டி வரப்பாளையத்தில் நிறுத்தினான் பழனிச்சாமி. பெரிச்சியைத் தேடிப்போனான் பழனிச்சாமி. பெரிச்சியிடம் பனைமரக்கள்ளு இருந்தாலும் இருக்கும்.

இவன் போகையில் பெரிச்சி தன் வீட்டின் முன் மரத்தடி நிழலில் கட்டிலில் கிடந்தான். 'பெரிச்சீ!' என்று குரல் கொடுத்தான். அவனிடமிருந்து கள்ளு வாடை வீசிற்று. பெரிச்சி வீட்டினுள் போய் கள்ளுக்கொடத்தை எடுத்து வந்தான். வீட்டின் தாழ்வாரத்தில் சொறுகி வைத்திருந்த மட்டை ஊறுகாயை எடுத்துப்பிரித்தான்.

மண்சொப்பில் ஊற்றிக்கொடுத்ததை வாங்கி டமக் டமக்கென குடித்தான் பழனிச்சாமி.

இரண்டு நிமிடத்தில் ஏப்பம் வந்தது. வயிறு குபுகுபுவென இருந்தது. மட்டை ஊறுகாயில் விரல் வைத்து இழுத்து நாக்கில் தடவிக்கொண்டான். இன்னொரு சொப்பு ஊற்றும்படி சொப்பை நீட்டினான். பெரிச்சி வாங்கி நிரப்பிக்கொடுத்தான். அதையும் முடித்துவிட்டு ஐம்பது ரூபாய் நோட்டை பெரிச்சிக்குக் கொடுத்தான். கொஞ்சம் திருகல் ஆரம்பித்தது.

“ஆறு கிலோ ஏழு கிலோ உழுகறாப்ல கடுவங்குட்டி இருக்குதா பெரிச்சி?” என்றான். அவன் சம்சாரம் வரும் வழியில் ரோட்டில் ஆடுகளை மேய்த்துக்கொண்டிருப்பதைக் கண்ணால் பார்த்துத்தான் வந்திருந்தான் பழனிச்சாமி.

“இருக்குதுங்க நீங்க கேக்குறாப்ல... பொன்னையன் வேற சொல்லி வச்சிருந்தாப்லைங்களே... அதான் யோசிக்கிறேன்! உங்களுக்கு எத்தனை வேணும்?”

“எனக்கு நாலு இருந்தாலும் குடு பெரிச்சி!”

“அப்படின்னா பொழுதோட வாங்க! நாலையும் புடிச்சுட்டு போவீங்களாமா... கைமேல காசு வந்துறோனும் பாத்துக்கங்க!”

“அப்படியா... செரி இப்ப பத்தாயிரம் குடுத்துட்டுப்போறேன்!” என்று மணிபர்சை எடுத்தான்.

“இப்பவா கேட்டேன் நானு... நீங்க வேற... பொழுதோட புடிக்கிறப்ப குடுங்க!”

“செலவாயிருமப்பா... புடி இதை மொதல்ல!” என்று பெரிச்சி கையில் பணத்தைக் கொடுத்துவிட்டுக் கிளம்பினான். இவன் திரும்ப வருகையில் ஆட்டோவைச்சுற்றிலும் பெண்கள் கூட்டமிருந்தது. எல்லோர் கையிலும் கீரைக்கட்டுகள் தெரிந்தன. ஆயாளும் மகளும் கீரை வித்தே கோடீஸ்வரிக ஆயிருவாளுங்க! என்று நினைத்தான். செல்போனில் மணியைப் பார்த்தான். பதினொன்றுதான் ஆகியிருந்தது.

ooo

அடுத்த வாரத்தில் அரச்சலூர் பக்கம் வரை ஆட்டோவில் வியாபாரத்திற்காக போய் வந்தார்கள் இருவரும். அரச்சலூரில் சுத்துப்பட்டு கிராமங்களெல்லாம் சுற்றினார்கள். பிரேமா ஐந்தாயிரம் வரைக்கும் சரக்கு இறக்க ஆரம்பித்தாள். மீதம் என்று ஆகிவிட்டால் பிரேமாவின் அம்மா ஊருக்குள் கூடையில் தூக்கிப்போய் மறுநாள் விற்று வெறுங்கூடையோடு வீடு வந்தது. 'பழனிச்சாமி ராசியானவனாட்டத்தான் இருக்குது' என்று பிரேமாவிடம் சொல்லிற்று. 'அப்பிடி இப்பிடி அவன் பேசுனான்னா வாயை காதுவரைக்கிம் வெச்சுட்டு இளிக்காதே அவன்கிட்டே!' என்று கடிந்தும் பேசிற்று.

அன்று சென்னிமலை சாலையைப்பிடித்து ஆட்டோ ஏறுகையில் மணி ஆறு ஆகியிருந்தது. எப்போதும் இப்படி ஆனதில்லை. ஆறுமணி என்கிறபோது இவர்கள் ஊருக்கே திரும்பியிருப்பார்கள். தலவுமலை தாண்டுகையில் இருண்டே விட்டது. பிரேமா எதாவது பதறிக்கை ஆகிறாளா? என்று நோட்டம் பார்த்தான் பழனிச்சாமி. அன்றைய வியாபார திருப்தியில் அமர்ந்திருந்தாள் அவள். அம்மாபாளைய ஸ்டாப்பில் டியூப்லைட் வெளிச்சத்தில் வண்டியை நிப்பாட்டியவன், 'வண்டியிலயே இரு வந்துடறேன்!' என்று சொல்லி இறங்கிப்போனான்.

சற்று தூரம் நடந்தே வந்து கோட்டர் பாட்டில் வாங்கி பேண்ட் பாக்கெட்டில் சொருகிக்கொண்டான். மளிகைக்கடையில் தம்ளரும், ஒரு லிட்டர் கேனும் வாங்கிக்கொண்டு ஆட்டோவினருகில் வருகையில் பிரேமா வியாபாரம் செய்து கொண்டிருந்தாள். நாளையேனும் கொடைரேடியோ ஒன்றை ஆட்டோவில் மாட்டிவிட வேணுமென்று நினைத்தான். குட்டி வியாபாரத்தை முடித்து வண்டியைக் கிளப்புகையில் மணி ஏழாகியிருந்தது. பிரேமாவின் போனில் அவள் அம்மா கூப்பிட்டாள். அரச்சலூரில் இருப்பதாய் கூசாமல் பொய் சொன்னாள் அவள்.

"என்ன இப்பிடி புளுகுறே உங்கம்மா கிட்ட?" என்றான்.

"அப்படிச் சொன்னாத்தான் கம்முனு இருக்கும் எங்கம்மா. இல்லன்னா வந்துட்டியா? எங்கிருக்கே? அப்படின்னு கூப்பிட்டு கூப்பிட்டு கேட்டுட்டே இருக்கும்! ஆமா வண்டியை நிப்பாட்டிட்டு எங்க போனீங்க?" என்றாள். இவன் பேண்ட் பாக்கெட்டை தொட்டுக்காட்டினான்.

"குடிக்காம இருக்க முடியாதா உங்களால"

“நல்ல கேள்வி! மேல அடுத்த கேள்வி கேளுங்க எஜமானியம்மா!” என்றான்.

“நான் ஒண்ணுமே உங்களைக் கேக்கலை சாமி!”

“நல்லபிள்ளைக்கு அதான் அழகு!” மேலப்பாளையம் சாலையில் ஆட்டோவை செலுத்தினான் பழனிச்சாமி. தோப்புப்பாளையத்திலிருந்து பனியம்பள்ளி போகும் சாலையில் திருப்புகையில் அவள்தான் “அந்த ரோட்டுல போனா பக்கம்தானே இதைவிட!” என்றாள்.

“இதுலயாச்சிம் நாலு டிவியெஸ் பைக்காவது எதிர்க்க வரும் பிரேமா... அந்த ரோட்டுல ஒரு காக்கா குஞ்சு வராது. நீ பயந்துக்குவே... அதனாலதான் இதுல விட்டேன்!” என்றான்.

“ஒரு நல்ல பாட்டுத்தான் போடுங்களேன் கேட்போம்!”

“அதை விட நீ எதாச்சிம் ஒரு பாட்டுப் பாடேன் பிரேமா!” என்றான்.

“நான் பாடினா வண்டியை யாரு ஓட்டுறது? நீங்க எந்திரிச்சி ஓடியே போயிருவீங்களே!” என்றாள் சிரித்தபடி. விளக்கொளியில் அவள் முகம் பளீரிட்டது.

“எத்தனை ஜீன்ஸ் பேண்ட் எடுத்திருக்கே... நாலஞ்சண்ணம் எடுத்திருப்பியாட்ட இருக்கே... சும்மா ஒவ்வொண்ணும் சொல்லி வச்சமாதிரி உக்கோந்திருக்கே!”

“நான் ஈரோடு மார்க்கெட்டுல எடுத்தேன். முன்னூறு ரூவான்னான் ஒண்ணை. அஞ்சி தூக்கிட்டு ஆயிரம் குடுத்தேன்... வாங்கிட்டான்! இந்த பனியனுங்கதான் இன்னும் கொஞ்சம் லூசா அடுத்த சைசு எடுத்திருந்தன்னா நல்லா இருந்திருக்கும்.”

“எனக்கு நல்லா இருந்திருக்காது!”

“ஐய்யோ ஏன்? இதென்ன கணக்கு?”

“கிச்சுன்னு இருக்கங்காட்டித்தான் நச்சுன்னு தெரியுது!” என்றதும் கிள்ளி வைத்தாள் இவன் தொடையில்.

“இதென்ன அடிக்கடி என்னைப்புடிச்சிக் கிள்ளி வச்சுட்டே இருக்கே நீயி!”

“வலிக்குதா உங்களுக்கு...? ஏனோ அப்பிடி திடீரு திடீருன்னு கை நீளுது எனக்கு!”

“நல்லவேளை தொடை வரைக்கும்தான் நீளுது... இன்னுங்கொஞ்சம் நீண்டுதுன்னா போச்சு!” என்று இவன் சொன்னதுமே, நாக்கைக் கடித்துக்கொண்டு இருளில் வெளியே பார்த்தாள் பிரேமா!

“பிரேமா... நான் குய்க்கா சரக்கை அடிச்சிக்கறேனே நீயொண்ணும் தப்பா நினைக்க மாட்டியே! எப்பயும் இருட்டு கட்டுனா நனைச்சிடுவேன்!”

“உங்க ஆட்டோ, உங்க பாட்டிலு, என்கிட்ட என்ன அனுமதி?”

“என்ன இருந்தாலும் என் எஜமானியம்மா!”

“இத பாருங்க... என்னை இந்த மாதிரி எஜமானியம்மான்னு கூப்பிடறதை மொதல்ல நிப்பாட்டுங்க! எஜமானியம்மாவாமா!” ஆட்டோவை தார்ச்சாலையில் விடாமல் மண்பாதையொன்றில் விட்டவன் அதிலிருந்தும் பிரிந்த மற்றொரு மண்பாதையில் விட்டு ஊஞ்சை மரங்கள் நின்றிருந்த கூட்டத்தினருகில் நிப்பாட்டினான்.

“ஐயோ என்னங்க பேய்கள் இருக்குற எடத்துல கொண்டாந்து நிப்பாட்டிட்டீங்க!”

“அப்ப உன்னோட கண்ணுக்கு அதுக தெரியுதா?”

“யாராச்சிம் வந்து பார்த்தா என்ன நினைப்பாங்க? நல்ல எடம் கெடச்சுது பாருங்க உங்களுக்கு!”

“ரோட்டுல நிறுத்துனா பைக்கிலயோ டிவிஎஸ்லயோ போறவங்க நின்னு பார்த்துட்டுப் போவாங்க பிரேமா. இந்த எடத்துக்கு யாரும் வரமாட்டாங்க! சொன்னாப்புல பேயிங்கதான் வரும் போகும்.”

“சரி சீக்கிரம் அடிச்சுடுங்க போலாம்!” சரக்கை எடுத்தவன் இரண்டே கட்டிங்கில் காலிசெய்து பாட்டிலை ஆட்டோவிலேயே முன்பாக வைத்தான். அவனுக்கு உடனே வண்டியை எடுத்துப்போகும் எண்ணம் வரவில்லை.

“வண்டில என்ன இருக்கு சாப்பிடறமாதிரி...”

“சுக்கிட்டி கீரை, கொஞ்சம் கேரட்டுக, வெங்காயம்!”

“நான் ரெண்டு கேரட்டு எடுத்துக் கடிக்கணும்” என்றவன் இறங்கிப் போய் பின்னால் விளக்கைப்போட்டு ஏறி கேரட் எடுத்து வந்தான்.

“போலாங்களா?”

“என்ன அவசரம் உனக்கு? அவசரம்னா உடனே வண்டியை எடுக்கிறேன்.”

“இங்க உக்காந்துட்டு நாம என்ன பண்ணுறது?”

“நீ சரின்னா நாம பண்ணலாம்...”

“தண்ணியப்போட்டுட்டு இனி போதையில இப்பிடித்தான் உளறுவீங்க!” என்று பிரேமா சொன்னபோது இவன் அலைபேசி ‘சின்னச்சின்ன வண்ணக்குயில்... கொஞ்சிக்கொஞ்சிப் பேசுதம்மா!’ என்று பாடியது. எடுத்து யாரெனப்பார்த்தான். வத்தப்பொச்சான் பெண் கவிதாதான். இவனுக்கு எடுக்கலாமா? வேண்டாமா? என்றிருந்தது. பிரேமாவின் பார்வைக்கும் கவிதா என்று தமிழில் ஸ்கிரீனில் பளிச்செனத்தான் தெரிந்தது. எடுக்காமல் விட்டான்.

“நான் வேணா இறங்கிக்கட்டுமா?” என்றாள் பிரேமா.

“நீ ஏன் இறங்கணும்? உக்கோந்துட்டு இரு.”

“இல்ல நீங்க கட்டிக்கப்போற பொண்ணுகூட ஜாலியா பேசுவீங்க... நான் எதுக்கு...?” மீண்டும் அவளே அழைப்புப் போட்டாள். டேஸ்போர்டில் அவுட்ஸ்பீக்கர் போட்டு வைத்தான் பழனிச்சாமி.

“ஹலோவ்! எங்க இருக்கீங்க? ரெண்டு வாரமா ஃபுல் கொண்டாட்டமா இருப்பீங்க போல இருக்கு!”

“என்ன கொண்டாட்டம்?”

“எனக்கெல்லாம் தெரியாதுன்னு நினைச்சுட்டீங்களா... காய்கறி ஏவாரத்துக்கு மூணு மணிக்கே கிளம்பிடறீங்களாம்... அவவேற ஜீன்ஸ் பேண்ட் பனியனோட வர்றாளாம்! அவளே புருசனை வேண்டாமுன்னுட்டு ஊருக்குள்ள வந்து உக்கோந்திருக்கா... அவ கூப்பிட்டா ஆட்டோவை எடுத்துட்டு கூடப் போவீங்களா? அவளை இன்னுமா தொடாம உட்டுருப்பீங்க...”

“ஏய் என்ன பேசுறே நீயி? அப்ப உன் கூட பழகினேனே உன்னை எத்தனைவாட்டிடி தொட்டிருக்கேன். தொட்டா கையைத் தட்டி உட்டுட்டு கல்யாணத்துக்கு அப்புறம்தான்னு சொல்லுவே... ஒரே வாட்டி பொறந்த நாளுன்னு சொல்லி ஈரோடு தியேட்டருக்கு

கூட்டிட்டு போகச் சொன்னே நீயி. தியேட்டர்ல உன் தோள்ல கையைப்போட்டதுக்கு அப்பிடி வெடுக்குன்னு தள்ளி விட்டேடி நீயி! அப்புறம் உன்கூட ஒருதாட்டியாச்சிம் சினிமாக்கு வந்தனா? ஊருக்குள்ள பூராவும் என்னைக் கட்டிக்கப்போறதா உங்காயாளும் சொல்லிட்டு திரியறா... பொன்னாயா என்னடான்னா நேரா என் வீடே வந்து எங்கம்மாட்ட சொல்லிட்டு போறா. உன்கிட்ட ஒருநாளாச்சிம் நானு காதலிக்கறேன், கல்யாணம் பண்ணிக்கறேன்னு சொல்லியிருக்கனாடி? ஊரே முழுசும் கல்யாணம் பண்ணிக்கப்போறாங்கன்னு நானா வந்து பரப்பி உட்டேன்? பாக்குற பொண்ணையெல்லாம் தொடறேன்னு நீ பேசுறியே... உன்னைய தொட்டிருந்தா நீ இந்தப் பேச்சு பேசலாம்.''

"இப்ப எதுக்கு இந்தக் கத்து கத்தறீங்க?''

"கத்தாம?''

"அப்ப நான் கேக்கக்கூடாதா எதுவும்?''

"நீ யாரு மொதல்ல என்னைக் கேள்வி கேக்க? என்னோட வயசென்ன தெரியுமாடி... நாப்பது. உன்னோட வயசு இருவத்தெட்டு! திங்கக்கிழமெல இருந்து வாரம் முழுசும் காத்தால வேனு ஏறி பொழுதோட ஊடு வர்றே! ஒரு நாளாச்சிம் உன்னையப்பாக்கணும் பேசணும்னு பம்பீட்டு உங்கூட்டுப்பக்கம் நான் சுத்தியிருக்கனாடி? நானா உனக்கு எந்தக்காலத்துல போன் போட்டுப் பேசியிருக்கேன்? ஏண்டி நீங்களா முடிவு பண்ணீட்டு என்னை அமுக்கிடலாம்னு பாக்கறீங்க? பனியன் கம்பெனிக்கி போயிட்டு வர்ற இருவத்தியெட்டு வயசுப்பொண்ணு இன்னும் சுத்தபத்தமா எவங்கூடவும் செக்ஸ் வச்சுக்காம சுத்துவாளாடி? என்னையப்பார்த்தா இளிச்சவாயம் மாதிரி தெரியுதா உனக்கும் உங்கோயாவுக்கும்?'' இவன் கத்தியபோது எதிர்முனை கட்செய்து விட்டது.

"பார்த்தீல்ல பிரேமா... ஊரு ஒண்ணுஞ் சொல்லாது நம்மளை. இவளுங்கதான் ஊரு முழுக்கப் போயி சொல்லுவாளுங்க!''

"அப்ப நெசமா நீங்க அவளைக் கட்டிக்க சம்மதமெல்லாம் சொல்லலியா?''

"நீ கேட்டுட்டுத்தானே இருந்தே...''

"அப்புறம் ஏன் அப்படி ஊரு பேசுறவரைக்கும் சும்மாவே இருந்தீங்க?''

“நான்தான் சொல்றேன்ல... யாரோ என்னமோ பேசிட்டு போறாங்க... என்னையப்பத்தி இப்படியெல்லாம் பேசாதீங்கன்னு நான் எதுக்காக ஊருக்குள்ள வந்து ஒவ்வொருத்தரு வீடு வீடா ஏறிப்போய்ச் சொல்லணும்? எப்பிடி கேட்டா பார்த்தியா... இன்னும் அவளை விட்டா வச்சிருப்பீங்கன்னு... இவதான் குடும்பம் நடத்துற பொம்பளையா பிரேமா? இவளைக் கட்டிக்கிட்டவன் தொலைஞ்சான். தெனமும் உரிச்செடுத்துடுவா! ஒண்ணுக்கு போயிட்டு வந்தாக்கூட யாரை போட்டுட்டு வர்றேம்பா!”

“ஆனா நான் நீங்க அவளைத்தான் கட்டிக்குவீங்கன்னு நினைச்சிருந்தேன்.”

“இப்பவும் நினைச்சுக்கோ...” என்றதும் கிள்ளி வைக்க அவள் கைநீண்டதும் அப்படியே அழுத்திப்பிடித்துக்கொண்டான். அவள் ஒன்றும் கையை உருவி எடுத்துக்கொள்ள முயற்சிக்கவேயில்லை என்றதும் சளாரென அந்தக் கையைப்பிடித்து இவன் பக்கமாய் அவளை இழுத்து மார்போடு கட்டிக்கொண்டான். கட்டிக்கொண்டவன் கைகள் அவள் நெஞ்சுப்புறத்தில் அழுத்தவும் முனகினாள் பிரேமா. பிடியை இறுக்கவும் ‘பன்னி’ என்றாள். வாகாய் தூக்கி அவள் கீழுதட்டை தன் வாயிற்குள் இறக்கிக்கொண்டான். நிமிடத்தில் இவன் கை அவளின் ஜீன்ஸ் பேண்டிற்குச் செல்லவே இவனை ஒரு தள்ளு தள்ளியவள்... ‘இங்க வேண்டாம்’ என்றாள்.

“ஏன் இங்க வேண்டாம்?”

“இங்க பேயிருக்கு...”

“அதுக அதுக பாட்டுக்கு இருக்கட்டும். நாம நாமபாட்டுக்கு இருப்போம்!”

“தொழில் செய்யுற ஆட்டோவுல தப்பு பண்ணக்கூடாது.”

“அப்ப கீழ இறங்கிடுவோம்!”

“வேண்டாம்... இந்த இருட்டு எனக்குப் பிடிக்கல! நாளைக்கி நான் வீட்டுக்கே கூப்பிடறேன். எங்கம்மா வெள்ளிக்கிழமை சென்னிமலை சந்தைக்கி மதியமா கிளம்பிடும்!”

“சரி” என்றவன் ஆட்டோவைக் கிளப்பினான்.

அடுத்த நாள் எப்போ எப்போ?வென ஆவலாய் வீட்டில் கிடந்தான்.

அவளை நினைக்க நினைக்க உச்சிமண்டை வரை ஜிவ்வென்றிருந்தது அவனுக்கு. மதியமாய் அழைப்பு வந்ததுமே தீயாய்ச் சென்று அவள் வீட்டில் நுழைந்தான். பிரேமாவும் தீயாய்த்தான் இருந்தாள்.

அரைமணி நேரம் கழித்து மேலே வேகமாய் சுழலும் மின்விசிறியைப் பார்த்துக்கொண்டே படுத்திருந்தவனைத் தன் பக்கமாய்த் திருப்பி அவன் உதட்டின்மீது ஒரு முத்தா கொடுத்தாள் பிரேமா.

“என்னைய கட்டிக்கறீங்களா?” என்றவளை இழுத்து தன்மேல் போட்டுக்கொண்டு கட்டிக்கொண்டான்.

“இது இல்லங்க... கல்யாணம் கட்டிக்கறீங்களான்னு கேட்டேன்!”

“கல்யாணம் பண்ணீட்டு என்ன பண்ணப்போறோம்? இதைத்தான பண்ணுவோம்! அதான் கட்டிக்காமயே பண்ணிட்டம்ல!”

“இப்பிடி திருட்டுத்தனமா என் வீட்டுக்கு வரவேண்டியதில்லைல்ல!”

“திருட்டு மாங்காயிக்கித்தான் ருசி அதிகம்னு தெரியும்ல உனக்கு. கல்யாண நாயத்தை உடு நீயி! ஆமா எதுக்கு ஆம்பளைங்க போடுற ஜட்டி போட்டிருக்கே? பார்த்ததும் மெரண்டு போயிட்டேன். உன் வீட்டுக்காரனுதை எடுத்துப் போட்டுப் பழக்கமாயிடுச்சா?”

“ஐய்யே! என் வீட்டுக்காரன் ஒரு ஜட்டிகம்பெனில வேலைக்குப் போயிட்டிருந்தான். டேமேஜ் பீஸ்களை எல்லாம் அட்டப்பெட்டில போட்டு ரூம்ல வச்சிருப்பாங்களாம். செகண்ட் சேல்ஸ்க்கு மொத்தமா போயிடுமாம். அப்படிப் போகாம எடத்தை அடச்சிட்டுக் கிடந்தா வேலை செய்யுறவிங்களுக்கு ஓனரு எடுத்துக் குடுத்துடுவாராம். அப்பிடி மூணு மாசத்துக்கொருக்கா என் வீட்டுக்காரன் டஜன் டஜனா கொண்டாருவான். எனக்கு மூணுநாள் டைம்ல எல்லாம் பேடு வச்சிக்கறதுக்கு இந்த ஜட்டி லேடீஸ் ஜட்டியை விட ஜம்முன்னு இருக்கும். கிச்சுன்னு உக்காந்துக்கும். அப்புறம் பாக்கெட் கூட வசதி தான! எப்படியும் ரெண்டாயிரம் ரூவா ஜட்டி பாக்கெட்ல வச்சிருப்பேன்.”

“ஆமா முன்னாடி துளை விட்டிருப்பாங்கல்ல... அது உச்சா அடிக்க எங்களுக்கு வசதியா விட்டு வச்சுத் தச்சிருப்பாங்க...”

“டேய் லூசு!” என்று இவன் கன்னத்தைக் கடித்தாள் பிரேமா.

ooo

8. அடிங்கடா தப்பட்டைய!

பெரியபாளையத்தில் சண்முகன் வீட்டின் முன்பாக ஜனம் முச்சூடும் காலைவேளையில் நின்றிருந்தது. எல்லோருக்கும் தகவலைச் சொன்னது ரமேசான் தான். விடிகாலையிலேயே முத்தாயா பண்ணாடிச்சி காலமாகிவிட்ட சேதியை சுள்ளிமேட்டூரில் பேசிக்கொள்ள தகவலை உறுதிப்படுத்திக்கொண்டுதான் ஊருக்குள் வந்து சொன்னான்.

நேற்றைய இரவில் வேலுச்சாமியும் அவன் பங்காளிகள் மாரிமுத்தானும், குருசாமியும் பெரியபாளையத்தில் சாமத்தில் முட்டி சண்முகனையும் பிரியாவையும் வடிவுக்கரசியையும் அடித்துவிட்டுப் போன சம்பவம் பற்றி பெருசுகள் சண்முகன் வீட்டில் வந்து விசாரித்துக் கொண்டிருக்கையில்தான் ரமேசான் இப்படியான இழவுத்தகவலையும் வந்து சொன்னான். எல்லோருக்கும் என்ன செய்வதென எதுவும் விளங்கவில்லை. எல்லோரும் வடிவுக்கரசி என்ன சொல்வாள் என்று அவள் முகத்தையே பார்த்து நின்றார்கள்.

முன்பாக முத்தாப்பண்ணாடி சாவுக்கு பெரியபாளையத்திலிருந்து இழவுகாண யாருமே சென்றிருக்கவில்லை. சண்முகன் பிரச்சினை வேறு இருந்தமையால் அதை வைத்துக்கொண்டு இழவு காணச் சென்றால் எதாவது அசம்பாவிதம் நடந்துவிடுமெனத்தான் யாரும்

போகவில்லை. அந்தச் சாவுக்கு பண்ணாடிக்கு குழிவெட்டவும், தப்பட்டையடிக்கவும் கூட அழைப்பும் இவர்களுக்கு வரவில்லை.

பத்து வருடம் முன்பாக சுள்ளிமேட்டூர் சரக்குவாத்தியார் இறந்த சமயத்தில் அவரது மகன் கட்டுக்கூலிகளிடம் வேலையெதுவும் வாங்கவில்லை. அன்று இழவு காண வந்தோர்கள் எல்லோருக்குமே நிலவரம் புரியவுமில்லை. ஆனால் அவன் கட்டுக்கூலிகளுக்கு எப்போதும் போல சாவுத்தொகை கொடுக்கத்தான் செய்தான். அன்று ஆரம்பித்த பழக்கம் சில ஊர்களில் கட்டுக்கூலிகள் இல்லாமலேயே ஊராரே பிணத்தை எடுத்துப்போய் சுடுகாட்டில் புதைப்பதும் நடந்தபடிதான் இருக்கிறது. சம்பிரதாயங்களை மதிப்பவர்கள் எப்போதும்போலவே இழவுகாரியத்தைச் செய்கிறார்கள்.

முத்தாப்பண்ணாடியின் பிணத்தை சுடுகாட்டில் வைத்து எரியூட்டினார்கள் என்று இவர்கள் தெரிந்திருந்தார்கள். அப்படியே கூட இந்தமுறையும் செய்ய வாய்ப்பிருக்கிறது. இல்லையெனில் மின்மயான வண்டிக்குச் சொல்லி எடுத்துப்போய் அங்கே வைத்துக் காரியத்தை முடித்தாலும் முடித்துவிடுவார்கள்.

முன்புபோல கருப்பு வைப்பதெல்லாம் மூன்றுநாட்கள் கழித்துத்தான் என்ற வழமையெல்லாம் மெதுவாக மாறிவிட்டதுதான். தூரத்திலிருந்து வரும் சொந்தங்கள் மீண்டும் மூன்றுநாட்கள் கழித்து கருப்புக்கு வரும் சிரமத்தைத் தவிர்க்க சாவு விழுந்த நாளிலேயே கருப்பை முடித்துவிட்டு அவரவர்கள் சென்றுவிடுகிறார்கள். காலையில் நேரமே தகவல் சுற்றுவட்டார கிராமங்களில் பரவியிருக்கிறது என்றால் முத்தாயா பண்ணாடிச்சி ஒருவேளை சாமத்திலேயே மேலுலகம் போய்ச் சேர்ந்திருக்கலாம்.

“ஆயாவைக் கெடையில போட்டுட்டு பங்காளிகளைக் கூட்டீட்டு அக்காளை அடிக்க வந்திருக்கான்னா அவனுக்கு என்னவொரு தெனாவட்டு இருந்திருக்கும்? அவனே கம்முன்னு இருந்தாலும் கூட இருக்குறவனுங்க தூண்டியுட்டு வேடிக்கை பார்த்துட்டு போயிருவானுங்க! யாரை நம்பமுடியுது இந்தக் காலத்துல? தூங்குறப்ப கல்லைப்போட்டு கொன்னு போட்டு போயிருவானுங்க கூடவே இருந்துட்டு! தானா பழுக்காதத இனி தடியில அடிச்சிப் பழுக்க வச்சிருவானுங்களா?” பெரியவர் ஒருவர் தன் ஆதங்கத்தை மின்கம்பத்தில் சாயந்து நின்றபடி சொல்லிக்கொண்டிருந்தார்.

“எப்பிடியிருந்தாலும் நானும் என் மாமனும் இழவூட்டுக்குப் போயித்தான் ஆகணும். கொழந்தைங்க வேணா இங்கியே இருக்கட்டும். அவுங்களை மல்லிகா பார்த்துக்கட்டும். போயி கடைசியா எங்காயா மூஞ்சியைப் பார்த்து அழுதுட்டு வந்துடறேன்!” என்றாள் வடிவுக்கரசி. சண்முகன் அதற்கு ஒன்றும் சொல்லவில்லை. சண்முகனால் வடிவுக்கரசியிடம் வேண்டாமென்று சொல்லவா முடியும்?

“நீங்க ரெண்டுபேரு மட்டும் போறதுக்கு நாங்க ஒத்துக்குவமா? அங்கபோயி ஒண்ணுகெடக்க ஒண்ணு ஆயிப்போச்சுன்னா என்னா பண்றது? அவிங்க பத்துப்பனிரெண்டு வருசமா கோபம் ஆறாம நேத்துத்தான் இங்க வரைக்கிம் வந்துட்டு போயிருக்காங்க! இனி அங்க நீங்க போனா உட்டுவெப்பாங்களா? போறதுன்னா பத்து இருபது பேரு போயிட்டு வாங்க... அதான் நல்லதுங்கூட! அவங்க அப்பிடி இப்பிடின்னு தகராறு செஞ்சா திரும்பி வந்துருங்க!” சண்முகனின் அத்தை கொழவி வாசலில் நின்றுகொண்டு சொல்லிற்று. அதுசொல்வதிலும் நாயமிருப்பதாகவே வடிவுக்கரசி நினைத்தாள்.

“உள்ளூருசனம் முச்சூடும் இந்த நேரம் பண்ணாடிச்சி வாசல்ல கூடியிருக்கும். நம்மளுக்கு நாலுபேரு சப்போர்ட்டா பேசாமயா போயிருவாங்க அங்கெ? ஆனது ஆவட்டும்... நமக்காக இல்லீன்னாலும் நம்ம சண்முகனுக்கானாச்சிம் ஒருஎட்டு போயி தலையைப் காட்டீட்டு வந்துருவோம்! சண்முகன் என்ன இருந்தாலும் பண்ணாடிச்சிக்கி மருமகப்பிள்ளைதானே... அதையெ மாத்தவா முடியும்? இல்ல பள்ளியோடத்து பசக வச்சிருக்குற லப்பரை வச்சு அழிச்சுட முடியுமா?” என்றது ஒரு பெருசு. இறுதியாய் வடிவுக்கரசி திண்ணையிலிருந்து எழுந்தவள், “தப்பட்டை இருக்குமா? அடிக்கிறவங்க நாலு பேரு கூட வாங்க” என்றாள்.

“அதெதுக்குசாமி அங்க எடுத்துட்டுப் போவோணும். அப்படி அடிச்சுத்தான் பண்ணாடிச்சி பிணத்தைத் தூக்கோணுமுன்னு நினைச்சிருந்தாங்கன்னா காத்தாலையே ஆளுக்காரன் வந்து எங்ககிட்ட சொல்லியிருப்பானே! இப்பெல்லாம் அது வெட்டிச்செலவுன்னு யாரும் பெருசா இங்க வந்து கூப்புடறதே இல்ல சாமி!” என்றார் ஒருவர்.

“அப்படியெல்லாம் எங்காயா பிணத்தை தப்பட்டையடிக்காம

தூக்கறதுக்கு நானு உடமாட்டேன். முடிஞ்சா எடுத்துட்டு வாங்க. இல்லீன்னா எங்க மாமன் கையில ஒண்ணையாச்சிம் குடுங்க! நாங்க பாத்துக்கறோம்!'' என்றாள் வடிவுக்கரசி.

அப்படித்தான் ஊருக்குள்ளேயே முடிவு செய்து பனிரெண்டு பேர்மட்டுமே இழவு வீடு நோக்கி பெரியபாளையத்திலிருந்து சென்றார்கள். சண்முகனின் ஜோட்டாளுகள் இருவர் கையில் தப்பட்டை இருந்தது. சண்முகன் வெள்ளைவேட்டி வெள்ளைச்சட்டையில் தோளில் துண்டு போட்டுக்கொண்டு சென்றான் கூட்டத்தின் முன்னிலையில். அவனையொட்டி வடிவுக்கரசியும் சம்பாளும் பாவாத்தாவும் சென்றார்கள். சண்முகன், இப்பிடியெல்லாம் பண்ணீட்டு அங்க போறது நல்லதுக்குத்தானா? என்று நினைத்தான். செம்பூத்து ஒன்று வேலிக்கடவில் முட்டி இவர்களின் குறுக்காக ஓடியது. சகுனம் பார்த்தே பழக்கமானவர்கள் அவர்கள். காரியமாய்ப் போகையில் எதிர்க்கே விறகுச்சுமை வரக்கூடாது, வெள்ளைச்சேலைப் பெண் வரக்கூடாது, பூனையோ முயலோ குறுக்கே ஓடக்கூடாது, நாவிதர் வரக்கூடாது எதிர்க்கே.

“செம்பூத்து குறுக்கால போவுதுளே சம்பா... எனக்கென்னமோ சுத்தமாப்படலெ,'' என்றாள் பாவாத்தாள்.

“அது அதுபாட்டுக்கு எங்கியோ அதுமோட வேலையப்பார்த்துட்டு போவுது... நமக்கென்ன? நடளே நீயி!''

இவர்கள் பள்ளிப்பாளையத்தை நோக்கிச் செல்வதைத் தாண்டிப்போன பைக்காரர்கள் பார்த்துப்போய் இழவு வீட்டில் ‘இந்த மாதிரி, இந்த மாதிரி!' என்று சொல்லிவிட அங்கும் கசமுச சப்தம் எழும்பிற்று. சுள்ளிமேட்டூர் மண்டபத்திலிருந்து ஆட்டோவில் நூறு சேர்கள் தூக்கி வந்திருந்த பழனிச்சாமி உள்ளூர் ஆட்களோடு கலந்து அவற்றை தூக்கிப்போய் வாசலில் வரிசையில் போட்டபடியிருந்தான். அவன் காதில் இந்தத் தகவல் விழவும் என்னதான் பண்ண முடிவெடுக்கிறார்கள் என்று நிதானமாய் சேர்களை வரிசையில் போட்டபடியிருந்தான். வேலுச்சாமியிடம் துளசிமணியும் குருசாமியும் தான் நின்று ‘அவனுங்களையெல்லாம் ஊரு எல்லையிலயே தடுத்து நிறுத்தி அப்பிடியே முடுக்கியுட்டுறோணும்! இங்கெல்லாம் காலை வைக்க உடக்கூடாதுடா! நான் நாலு பேர்த்தோட போயி முடுக்கியுட்டுட்டு வர்றேன். நீ வர்றவங்ககிட்ட இழவு பாரு!'

என்றவன் நான்கைந்து பேரோடு வேட்டியை மடித்துக்கட்டிக்கொண்டு வெக்குடு வெக்குடெனச் சென்றான். பழனிச்சாமி வேலுச்சாமியிடம் வந்து நின்றான்.

“சாமியானா பந்தலுக்கு சென்னிமலைக்கி போன்போட்டுச் சொல்லிட்டேன் மாப்ளெ! சித்தங்கூரியத்துல வந்துருவாங்க! வீட்டுல ஆத்தா பொணத்தை வச்சுட்டு உம்பட பங்காளிங்க கண்டதீம் பண்ணீட்டு இருக்காம பார்த்துக்க! துக்கவினையை தேடீட்டு உன்னையெ சிக்க வச்சிருவானுங்க! சூதானமா இருக்கணும் ஆத்தா பொணம் சுடுகாடு போற வரைக்கிம். வெளியூர்ல இருந்து வர்றவங்க எப்பிடியும் இருந்து கருப்பை முடிச்சுட்டு தான் கிளம்புவாங்க. வெசீமங்கலத்துல மத்தியானச்சாப்பாடு ஐம்பது சொல்லியிருக்கேன். அது ரெடியானதும் என்னை கூப்பிடுவாங்க! வர்றவங்களுக்கு குடுக்க எலுமிச்சை ஜூஸ் போடச்சொல்லி உம்பட மாமனூட்டுல சொல்லியிருக்கேன். உம்பட அத்தைக்காரியும் சந்திரான் பொண்டாட்டியும் இப்ப கொண்டாந்துடுவாங்க சால்ல!” என்றான்.

“நீ சொல்றது சரிதான் மாம்சு. இவனுங்க இனி தண்ணியெ வேற போட்டுக்குவானுங்க... அலப்பறை பண்ணுவானுங்க! வேண்டாம்டான்னு நானு அவனுங்ககிட்ட சொல்லமுடியாது. கோவிச்சுக்குவானுங்க! நானு இவனுங்களை பாக்குறதா... எழவு காண வர்றவீங்கள பாக்குறதா? சரி மின்மயானத்துல டைம் சொல்லீட்டாங்களா மாம்ஸ்?”

“அங்க நாம ஒருமணிக்கி டான்னு இருக்கணும் மாப்ளெ! பன்னண்டு மணிக்கி வண்டி வந்துரும். ஒண்ணு ஒன்றைக்கெல்லாம் வீடே திரும்ப வந்துடலாம். வண்டி இருக்குறவங்க வண்டீல வந்துக்குவாங்க... ஆத்தா போற வேன்ல நாலுபேருதான் போக முடியும். மத்தவங்களுக்குன்னு தனியா எந்த வண்டியையும் ஏற்பாடு பண்ணீட்டு வெட்டியா காசு செலவு பண்ணீட்டு இருக்காதே!”

“ஏன் நீ எடுக்கலாம்ல உன்னோட ஆட்டோவை மாம்சு!”

“ம்! வண்டியைப் புடிச்சுக்கொண்டி ஸ்டேசன்ல நிப்பாட்டிருவாங்க மாப்ளெ! வண்டி போவுதுன்னு தெரிஞ்சா மொசுமொசுன்னு தொத்திக்குவாங்க... அது வேண்டாம். நான் இங்க பார்த்துக்கறேன்! சரி நான் ஈங்கூரு போயி வாழையிலை வேண்டீங்கற முட்டும் ரகு தோட்டத்துல அறுத்து ஆட்டோல போட்டுட்டு வந்துடறேன்...” என்று

சொன்ன பழனிச்சாமி ஆட்டோவை நோக்கிச் சென்றான். அவன் மனதிலும் இந்தத் துளசிமணியும் மாரிமுத்தானும் துக்கவினையை இன்று தேடாமல் ஓயமாட்டார்கள் என்றே உறுத்தியது. அவர்கள் தங்கள் பொண்டாட்டிக்காரிகளைக் கண்ணில் கண்டால்தான் அடங்குவார்கள். எறும்பு வங்கு தேடுவார்கள் ஒளிந்துகொள்ள! அவர்கள் கண்ணுக்கு முன்னால் இல்லையென்றால் சிங்கமாய் கர்ஜிப்பார்கள்.

ஆட்டோவில் ஏறி டிரைவர் சீட்டில் அமர்ந்தவன் தனக்குத் தோதாய் துணைக்கிக் கூட்டிப்போக மாப்பிள்ளை எவனாவது கண்ணில் படுகிறானா? என்று பார்த்தான். இல்லையென்றதும் ஆட்டோவை ஸ்டார்ட் செய்து சாலையைப்பிடித்து நகர்த்தினான். பள்ளிப்பாளையம் ஸ்டாப்பிங்கில் கூட்டமாயிருந்தது.

“நாங்கென்ன ஊட்டுக்குள்ள போயா பண்ணாடிச்சியப் பாக்கோணும்னு நிக்கிறோம்! த்தென்னங்க நீங்க நாயம் சொல்றீங்கெ... நாங்க உங்க வாசல் பக்கம் கூட வரலீங்க. அப்பிடியே ரோட்டும்பேர்லயே நின்னுக்குறோம்...” தப்பட்டை வைத்திருந்த மாரிமுத்தான் சொன்னான்.

“அங்க உங்களுக்கு என்னடா வேலை ரோட்டுல? நாங்க உங்களை வெத்தலை பாக்கு வெச்சுக் கூப்பிட்டமாடா? தப்பட்டையத் தூக்கீட்டு வந்திருக்கீங்க? மோதிப்பாத்துறலாம்னு தாண்டா எல்லோரும் வந்திருக்கீங்க! எங்க வாங்கடா... உங்க சாமார்த்தியத்தெ நானும் தான் பாக்குறனே!” குருசாமி தண்ணி போடாமலேயே குதித்தான்.

அப்போதுதான் இழவு வீட்டுக்கு டிவிஎஸ்சில் வந்த பெரியார் வாத்தியார் கூட்டம் கண்டு வண்டியை ஓரம்கட்டி நிப்பாட்டிவிட்டு வந்தார்.

“என்னப்பா பிரச்சனை உங்களோட? ஏன் இப்பிடி வெட்டியா சத்தம் போட்டுக்கறீங்க? ஏப்பா குருசாமி என்ன உன் பிரச்சனை?” என்றார்.

“சார் இவங்களை எழவுக்கு நாங்க வரச்சொல்லலை. தகராறு பண்ணுறதுக்குன்னே தப்பட்டையத் தூக்கீட்டு வந்திருக்கானுங்க!”

“ஏப்பா மாரிமுத்தா... நீங்கெல்லாம் தகராறு பண்ணவா வந்திருக்கீங்க?”

“நாங்க எப்பும் போல பண்ணாடிச்சி சாவுக்கு வந்திருக்கோமுங்க சார். அவிங்க அடிக்கச் சொன்னா அடிக்கிறோம். அடிக்க வேண்டாம்னா அடிக்கலை” என்றான். பெரியார் அப்போதுதான் வடிவுக்கரசியையும் சண்முகனையும் பார்த்தார். அவர்கள் தடுப்பது இவர்களைத்தான் என்று புரிந்துபோயிற்று. இவர்களுக்கு நாயம் சொன்னால் மண்டையில் ஏறாது இப்போ! என்று முடிவெடுத்தார்.

இழவுக்கு வெளியூரிலிருந்து பைக்கில் வந்த சனமெல்லாம் வண்டியை ஓரம்கட்டி நிறுத்திவிட்டு “என்ன? என்ன பிரச்சனை?” என்று குழுமியது. இழவு வீட்டிலிருந்தும் பலர் “பிரச்சனையாமா! வடிவா பிரச்சனை பண்றாளாமா! அவளே எப்பவோ ஓடிப்போனவ தானே… இப்ப ஆயா சாவுக்கு அவ வந்து அழுவலின்னு இங்க யாரு அழுதா? ஓடுகாலி முண்டை சாவூட்டுல சண்டக்கட்ட வந்துட்டா!” பெண்கள் சிலர் ஓடிவந்தனர்.

“ஓடிப்போனவ ஓடிப்போனவளாவே இருக்கட்டும்! அங்க வாசப்படியக்கூட மிதிக்க நானு உடமாட்டேன்!” துளசிமணி நேராக விசயத்துக்கு வந்துவிட்டான்.

“அப்புறம் என்ன மயித்துக்குடா சாமத்துல என்னையும் எம்புருசனையும் வந்து மிதிச்சே? எம்புள்ளை உன்னை என்னடா பண்ணுச்சு? அவளைப் பிடிச்சு அடிச்சு டிச்சுல தள்ளுனீல்லடா! உம்பட கையும் காலும் விளங்காமப் போகப்போவுதா இல்லியானு பாரு! ஓடிப்போனவ வந்துட்டாள்னு தெரிஞ்சதும் மிதிக்க மட்டும் வருவியாடா மாரிமுத்தா? தண்ணியப்போட்டுட்டா வீரம் வந்துடுமாடா உனக்கு? தண்ணியப்போட்டுட்டு பிய்யவா திங்கறே தெனமும்?” இத்தனை நேரம் சும்மா நின்றிருந்த வடிவுக்கரசி சத்தம் போட ஆரம்பித்தாள் கூட்டத்தைக் கண்டதும்.

“அடே புடேன்னு பேசுற வேலையெல்லாம் வெச்சுக்காதே வடிவா… அப்புறம் சுத்தப்படாது பாத்துக்க!”

“என்னடா சுத்தப்படாது? உனக்கென்னடா மரியாதை? சாமத்துல மிதிக்க வந்தவன்டா நீயி! பொட்டெ!”

“உன்னையெல்லாம் உங்கோயாளைப் பாக்க உடமாட்டோம். வீணா தொண்டை காய கத்தீட்டு நிக்காதே… போயிரு!”

“உங்கிட்ட நானு எதாச்சிம் கேட்டனாடா? எங்காயா சாவுக்கு

நானும் புருசனும் வந்திருக்கோம். உன்னால என்னடா பண்ண முடியும்?" என்றாள்.

"என்ன இருந்தாலும் பெத்த தாயிப்பா அந்தம்மா... கடைசியா ஒருவிசெ பார்த்துட்டுதான் போகட்டுமே வடிவாப்புள்ளெ! அதனால என்ன ஆயிறப்போவுது?" என்று மூத்த பெரியவர் ஒருவர் ஆரம்பித்தார். அதை ஆமோதித்துச் சிலர் கூட்டத்தில் பேச ஆரம்பித்தனர். அந்தச் சமயம் பார்த்து உள்ளூர் பிரசிடெண்ட் தன் சுமோவில் வந்தவர் தூரமாகவே தன் வண்டியை நிறுத்திவிட்டு இறங்கி நடந்து வந்தார்.

அவர் நடைபெறும் சம்பவத்தைத் தன் அலைபேசி வாயிலாகவே கேட்டபடிதான் சுமோவில் வந்துகொண்டிருந்தார். பள்ளிப்பாளையம் உள்ளூர் நெம்பர் மனோகரன்தான் தன் செல்போனை ஆன் செய்து கூட்டத்தின் நடுவாந்திரத்தில் சட்டைபாக்கெட்டில் போட்டு நின்றிருந்தான். அவன் தலைவருக்கு சரியான அல்லக்கை. வந்தவர் நேராக எல்லோருக்கும் வணக்கம் வைத்தபடி கூட்டத்தில் நுழைந்தார். அவருக்கு, சண்முகனைக் கைகாட்டி அவன்தான் என்று அல்லக்கை மனோகரன் சொன்னான்.

"சொல்றதைக் கேட்டுக்கங்க எல்லாரும். என்ன இருந்தாலும் ஆயா சாவு தெரிஞ்சு வந்த பிள்ளையைப் பார்க்க வரக்கூடாதுன்னு சொல்றதெல்லாம் தப்பு. இந்தத் தம்பியும் கூட வந்த பெரியபாளையத்து சனங்களும் எப்பயும் போல வாசலுக்கு இந்தப் பக்கம் நின்னுக்குங்க! பெத்த தாயைத் தூக்கிட்டு போறமுட்டும் பொண்ணு தாயிகிட்டயே இருக்கட்டும். பண்ணுற சீரை பண்ணட்டும். அப்புறம் அவிங்கவிங்க பாட்டுக்கு சத்தமில்லாம இருங்க!"

"தலைவரே சொல்லீட்டரு எல்லாரும் போங்கப்பா!" என்றொருவர் கூட்டத்தில் சப்தமிட, சிலர் முனகிக்கொண்டே நகர்ந்தனர். வடிவுக்கரசி சுற்றிலுமிருந்த எவர் முகத்தையும் காணாமல் தன் வீடு நோக்கிச்சென்றாள். அவள் பொறத்தே சண்முகனும் ஊர் ஆட்களும் சென்றனர். நின்றிருந்த வண்டிகளும் இழவு வீடு நோக்கிக் கிளம்பின.

இழவு வீட்டில் சாமியானா பந்தல் ரெடியாகிக்கொண்டிருந்தது. இழவு வீட்டின் வாசல் பறந்து நீண்டு கிடந்தது. வாசலின் முகப்பில் வரிசையாக கிலுவைமரங்கள் வேலியாய் நின்றிருந்தன. முகப்பிலிருந்த

மரக்கதவு கேட் இரண்டும் விரிந்து கிடந்தது. கேட்டுக்கு இந்தப்புறமே சாலையையொட்டி சண்முகனும், மாரிமுத்தானும் கூட வந்தவர்களும் நின்றுகொண்டனர்.

மாரிமுத்தான் பல்லனின் கையிலிருந்த தப்பட்டையையும் வாங்கி கிலுவை வேலியில் மாட்டித்தொங்கவிட்டான். வெயில் ஏறிக்கொண்டிருந்தது. பஞ்சாயத்து தலைவர் சுமோவை தெற்கால கடைசியில் கொண்டுபோய் நிப்பாட்டிவிட்டு வந்தார். அல்லக்கை மனோகரன் அவர் வாங்கி வந்திருந்த மாலையைக் கையில் தூக்கிக்கொண்டு துணையாய் வந்தான்.

தலைவர் வரும்வரை வாசலுக்குள் கால் வைக்காமல் நின்றிருந்த வடிவுக்கரசி அவர் வந்து நுழைந்ததும் அவர் பின்னாலேயே எழவு வீட்டு வாசலுக்குள் நுழைந்தாள். அதைக்கண்ட வேலுச்சாமி பறந்தடித்து வந்து, 'நீயெல்லாம் வீட்டுக்குள்ளார போவக்கூடாது... போயிரு இங்கிருந்து!' என்றான். வேலுச்சாமியை நிமிர்ந்து ஒரு பார்வை பார்த்தவள் தலைவரின் முகம் பார்த்துத் திரும்பினாள்.

"இப்பத்தானப்பா எல்லாம் பேசி முடிச்சு ஒருவழியா வந்து சேர்ந்திருக்கு. ஆயாளப்பார்த்துட்டு சித்த நின்னுட்டு உங்கக்கா கெளம்பீருமப்பா! எழவு வீட்டுல சச்சரவு போடாதீங்க! நல்லமுறையா பிணத்தை எடுக்குற வேலையப்பாருப்பா!" என்று தலைவர் சொன்னதும், வேலுச்சாமி அதற்கு மறுப்பு தெரிவித்தான். "அதெப்படிங்க தலைவரே, எங்கூட்டுப் பிரச்சனையெல்லாம் உங்களுக்குத் தெரியுமா? தெரிஞ்சா இப்பிடிப் பேசுவீங்களா?" என்றான்.

அப்போது சின்னம்மாக்கிழவி வீட்டினுள்ளிருந்து வெளிவந்து வடிவுக்கரசியைப் பார்த்ததும் நெஞ்சு நெஞ்சாய் ஓங்கிக் குத்திக்கொண்டே வந்தது. "யம்மாடீ! உங்கோயா உன்னிய வுட்டுட்டு போயிட்டாளேடி... உனக்கு உம்பட வாசலே இன்னிக்கித்தான் கண்ணுத்தெரிஞ்சிதா? சாமீ!" என்று வந்து கட்டிக்கொண்டு அழுதது. அதைக்கண்ட இன்னும் ரெண்டு பெருசுகள் வாசலுக்கே வந்து வடிவுக்கரசியைக் கட்டிக்கொண்டு அழுதார்கள்.

தலைவர் ஒன்றும் சொல்லாமல் வீட்டினுள் போய் மாலையை ஆயாளுக்குப் போட்டுவிட்டு வந்து சேரில் அமர்ந்தார். வேலுச்சாமியால் அங்கு ஒன்றும் செய்ய முடியவில்லை. சந்திரனிடம் குருசாமியும்,

துளசிமணியும் நிறுத்தத்தில் நடந்த நிகழ்ச்சியை மறு ஒலிபரப்பு செய்துகொண்டு நின்றார்கள். சந்திரன் வடிவுக்கரசியின் கனத்த உருண்டை வடிவிலான முலைகளை வெறித்திருந்தான். முன்னதிற்கு கனமாய் அவள் மாறிப்போயிருப்பதைக்கண்டு கண்ணு வைத்தான்.

துளசிமணியும் குருசாமியும் அங்கிருந்து செல்ல, கொட்டக்காட்டு முனியப்பன் சந்திரானிடம் வந்து நின்று, "மாப்ளெ! வடிவாளைப்பாரு மாப்ளெ... அப்புடி அம்சமா இருக்கா முன்னத்தக்காட்டியும். அப்பவே ஒருகண்ணு வச்சிருந்தன் மாப்ளே இவமேல. படிச்சு முடிக்கட்டும் எங்கப்பங்கிட்டச் சொல்லிக் கட்டிக்கலாம்னு அப்புடி ஆசையா இருந்தேன். ஓடுகாலி பெரியபாளையத்தானை இழுத்துட்டு ஓடீட்டா! அதுக்கெல்லா ஒரு அமைப்பு வேணும்தான். பெரியபாளையத்தானுக்கெல்லாம் குடுத்து வச்சிருக்குது பாரேன்!" என்றான். சந்திரன் அவனுக்கு பதில் சொல்லாமல் போய் சேரில் அமர்ந்தான்.

பெருசுகள் வடிவுக்கரசியை வீட்டினுள் கூட்டிப்போனார்கள். வீட்டினுள்ளிருந்து பெருத்த ஒப்பாரிச்சப்தம் வெளியில் கேட்கத்துவங்கியது. பெரியார் வாத்தியார் தலைவருக்கு ஒரு வணக்கத்தை வைத்து விட்டு வீட்டினுள் போய் ஆயாளைப்பார்த்துக் கும்பிட்டு விட்டு வந்தமர்ந்தார். எல்லா சேர்களிலும் சுத்துப்பட்டு கிராமத்தவர்கள் அமர்ந்திருந்தனர். சந்திரனின் அம்மா தட்டில் எலுமிச்சை சர்பத் தம்ளர்களை வைத்து எடுத்துவந்து எல்லோருக்கும் கொடுத்துப்போனது.

எழவுவீட்டில் முத்தாப்பண்ணாடி இருந்த இருப்பென்ன... முத்தாயா வாழ்ந்த வாழ்வென்ன... என்று பேசியவர்கள் வடிவுக்கரசி செய்த செயலையும் பேசத் தவறவில்லை.

"கேட்டுக்கு வெளிய வெள்ளை வேட்டி சட்டையோட அவ புருசன் மொக்கறக்கையாட்டம் நின்னுட்டு இருந்தான் பாக்கலியா! தோள்ல துண்டு போட்டுட்டு அவனூட்டு எழவு மாதிரியே மூஞ்சியைத் தொங்க வச்சுட்டு நிக்கிறானப்பா!"

"பின்ன செத்தது அவனோட மாமியாக்காரிதான!"

"அப்பிடிச் சொல்லக்கூடாது... அவன் பொண்டாட்டியோட அம்மான்னு சொல்லணும்..."

“இந்தப்பய வேலுச்சாமிக்கி ஒரு கல்யாணம் காச்சி ஆயிருந்தாக்கூட நல்லாயிருந்திருக்கும்.”

“நல்லாத்தான் இருந்துருக்கும். பொண்ணுக்கு எங்க போறது? எவன் பொண்ணு வெச்சுட்டு இந்தா இந்தான்னு நீட்டீட்டு உக்காந்திருக்கான்? வடிவா மாதிரி இருக்குறதுகளும் வேறையில கட்டீட்டு அப்பனாத்தாவெ மறந்துட்டு ஓடீருதுக!”

“பத்தேக்கரா காடு இருக்குது, வீடு இருக்குதுன்னாக்கூட மாப்ளகாரனுக்கு மாசம் சம்பளம் எவ்ளோன்னு கேக்கறாங்க! ஒருவசதியுமில்லாத இந்தப் பட்டீக்காட்டுக்கு எவன் பொண்ணு குடுப்பான்? இருக்குமுல்லொ வேலானுக்கும் வயசு முப்பதுக்கும் மேல!”

“எது எப்பிடியோ இனி வேலான் இத்தாச்சோட்டு ஊட்டுல தனியாத்தான படுத்துக்கெடக்கணும்! அப்பிடி இப்பிடின்னு தொடுப்பு வச்சுக்குற அளவுக்கு அவன்கிட்ட கூறுமில்ல! தண்ணி ஒண்ணு போட ஆரம்பிச்சுட்டான் பங்காளிப்பசங்களோட சேர்ந்து... அவனவனுக்கு பொண்டாட்டிக வேலைக்காச்சிம் போயி ஆக்கி வடிச்சுக்கொட்டீருதுக! தனிமரமா நிக்கறனேன்னு வேலானுக்குத்தான தோணணும்?”

“ஒண்ணு வேணா பண்ணலாம். கேரளாப்பக்கம் போயி பொண்ணு கட்டீட்டு வரவேண்டீது தான்.”

“அங்கயும் மாப்பளைங்க வருவாங்க தமிழ்நாட்டுல இருந்துன்னு காத்துட்டு இருக்கானுங்க... நீ கம்முனுரு மாம்சு... செரி இவனை கூட்டீட்டு யாரு அலையுறது? எவன் இவனுக்குப் பொண்ணுக்கட்டி வெச்சு அழகு பாக்கணும்னு நினைக்கிறான்? அவனவனுக்கு ஆயிரத்தெட்டு சோலி இருக்குது மாம்சு. நீ வருவியா நம்ம மாப்ள வேலான் தானேன்னு?”

“ஊட்டுல பொண்டாட்டிக்காரி கொமட்டுல குத்துவாடா!”

“அப்பிடித்தான் எல்லாருக்கும்! அவனாத் தேடி அவனா கட்டிக்கணும். அதுக்கு வள்ளல் பத்தாது வேலானுக்கு! அதையுடு மாம்சு... இந்த வடிவா எந்த ஊர்லதான் போயி இத்தனை வருசம் இருந்தாளாமா?”

“போயி அவகிட்டயே கேளு. அதான் மறுக்கா ஊட்டுக்குள்ள வந்து நின்னுட்டாளே. இன்னுஞ்சித்த நேரத்துல அவளோட

பிள்ளைங்களும் அம்மாயிக்கி நெய்ப்பந்தம் புடிக்க வந்துருங்க பாரு! அப்புறமென்ன வேலான் சொத்துல பாதியைக் கேப்பா வடிவா. பின்ன ஆயாளைப்பாக்க அழுதுட்டு வந்தாள்னு நினைக்கிறியா மாப்ளெ!"

"அந்தக் கருமம் வேற அப்பிடியா? அப்படின்னா வேலானுக்கு ஆப்பு ரெடி பண்ணி கொண்டாந்திருக்கா வடிவா? ஆனா பார்த்தா அப்பிடி பண்ண வந்தவளாட்ட தெரியல மாம்சு!"

"எந்தப் புத்துல எந்தப் பாம்பு இருக்கும்னு நீ கண்டியா? சொத்து மாப்ளெ... புள்ளைக்கி உரிமையில்லாம போயிருமா? வேலானுக்கு நாலு பேரு இருந்தா வேலானுக்கு சண்டைக்காரனுங்க நாலு பேரு வடிவா பக்கம் நிப்பாங்க மாப்ளெ. ஒரு ஏக்கரா இருவத்தஞ்சு லட்சத்துக்கு இப்ப போயிட்டு இருக்குது. வேலானுது ரோட்டும்பேர்ல இருக்கறதால இப்பவே முப்பது லட்சத்துக்குப் போகும். பக்கத்துக் காட்டு பங்காளிங்க வேற உள்ளார என்ன நெனச்சுட்டு இருக்கானுங்கன்னு இந்த வேலான் கண்டானா? வெள்ளந்தியா எல்லாரு கூடயும் பழகறான்."

"மாம்சு, நேத்து பெரியபாளையம் முட்டி அக்காளையும் அவ ஊட்டுக்காரனையும் இழுத்துப்போட்டு மிதிச்சிருக்கான் மாம்சு இந்த வேலான்."

"அதுவேற நடந்துடுச்சா? அப்ப வடிவா தம்பிகாரன்மேல மசக் கடுப்புல தான் இருப்பா! கூட யாரு போனாங்களாம்?"

"குருசாமியும், துளசிமணியுமாம்"

"ரெண்டும் வெளங்காததுக"

நேரம் ஓடிக்கொண்டிருந்தது. ஆள் ஆளிற்கு இட்டுக்கட்டி இட்டுக்கட்டி கதை கதையாய் வடிவுக்கரசியைப்பற்றி ஜோடித்துப் பேசிக்கொண்டேயிருந்தார்கள். கடைசியில் மின்மயானத்திலிருந்து வேன் கிளம்பிவிட்டதாய் தகவலைச் சொல்லிக்கொண்டு சந்திரன் வந்தான். எல்லோரிடமும் பரபரப்பு தொற்றிக்கொண்டது. பள்ளிப்பாளையத்திலிருந்து இதுவரை எந்தப் பிணமும் மின்மயானம் சென்றதில்லை. இதுவே முதல்முறை என்று பேசினார்கள். கோடித்துணி போடும் ஆட்களை ஒன்று சேர்த்தார்கள் விரைவாய். மஞ்சள் கொட்டிப்போட சொந்தக்காரப்பெண்கள் பரபரப்பாய் திரிந்தார்கள்.

முத்தாயா பண்ணாடிச்சியின் பிணத்தைப் பாயோடு வீட்டிலிருந்து வெளியில் தூக்கிவந்து வாசலில் கிழக்குப்பார்த்து வைத்தார்கள். “வேனுக்காரன் சர்ர்ருன்னு முறுக்கிப்புடிச்சுட்டு காலமணிநேரத்துல வந்து சேர்ந்திருவான்'' என்று அவசரப்படுத்தினார்கள். யாரோ, “ஆயாளுக்கு தப்பட்டை அடிக்கலியாப்பா?” என்று குரல் கொடுக்க, “அந்த வேலைமயிரே இருக்கப்புடாது!” என்ற பதில் குரலும் கேட்டது. அழுதுவீங்கிய முகத்துடன் இருந்த வடிவுக்கரசி எல்லோரின் பார்வைக்கும் உள்ளானாள். ‘‘அப்பிடியே பட்டாஸ் கூட போடாம தூக்குங்களேண்டா!'' என்றொரு எகத்தாள குரலும் கேட்டது.

வாசலுக்கும் வெளியில் நின்றிருந்த பெரியபாளையத்து சனம் தெற்கே கொஞ்சம் தூரப்போய் ரோட்டினோரமாக நின்றுகொண்டது. மாரிமுத்தானும் பல்லனும் கிலுவை மரத்தில் தொங்கவிட்டிருந்த தப்பட்டைகளைக் கையில் எடுத்துக்கொண்டு போய் ஓரமாய் நின்றார்கள். ‘அடிங்கடா தப்பட்டையெ!' என்று ஒரு குரலேனும் கூட்டத்திலிருந்து வந்தால் போதுமென அவர்கள் நினைத்தார்கள். எங்கு பார்த்தாலும் ஜனக்கூட்டம் நின்றிருந்தது. சண்முகன் நின்று பார்த்துவிட்டு அவனுமே மாரிமுத்தான் அருகில் வந்து ரோட்டோரத்தில் நின்றுகொண்டான். பட்டாசுக் கட்டுகளோடு சிலர் இவர்களைக் கடந்து தெற்கே சென்றார்கள்.

மின்மயான வேன் சற்று நேரத்தில் வந்து சேர்ந்தது. அதை எல்லைக் கல்லினருகிலேயே திருப்பி பின்னாலேயே நகர்த்திக்கொண்டு வந்து வீட்டின் வாசலருகே சாலையில் நிப்பாட்டினார் டிரைவர். பெண்களின் ஒப்பாரிச் சத்தம் பெரிதாக ஒலிக்க முத்தாயாவைத் தூக்கி வந்து வேனில் கிடத்தினார்கள் பங்காளிகள்.

வேனுக்குள் திமுதிமுவென சனம் ஏற, டிரைவர் ‘இத்தனைபேரு ஏறாதீங்க! முக்கியமான ஆளுங்க ஐஞ்சுபேரு மட்டும் ஏறிக்குங்க... மாலைப்பூவையெல்லாம் பிச்சு வெளிய வீசீருங்க! வேனுக்குள்ளயே பிச்சுப்பிச்சுப் போட்டுறாதீங்க!” என்றவர் முன்பக்கம் வந்து வேனை நிதானமாக எடுத்து நகர்த்தினார். “அந்த முக்குக்கிட்ட வண்டியெ நிப்பாட்டுங்க டிரைவரே! அங்கதான் ஆத்தாவை திருப்பிப் படுக்க வைக்கணும்' என்றொருவர் சப்தமிட்டார். எல்லைக்கல் அருகே பட்டாசுச் சத்தம் படபடவென கேட்டது. பெரியபாளைய ஜனம் முன்னால் நகர்ந்தது. யாரும் கூட்டத்தில்

அவர்களைக் கண்டுகொள்ளவில்லை. எல்லைக் கல் அருகே வேனை நிப்பாட்டினார் டிரைவர். இரண்டுபேர் வேன் கதவுக்கருகில் சென்று ஆத்தாவைப்பிடித்து வெளியில் வாங்கித் திருப்பிக்கொடுத்தனர்.

“எங்காயா சாவை தப்பட்டை அடிக்காமயா தூக்கீட்டு போவீங்க? அடீங்கப்பா அடீங்கப்பா!” என்று திடீரென சாமி வந்தவள் போல வடிவுக்கரசி கத்தவும், எப்படா எனக் காத்திருந்த மாரிமுத்தானும் பல்லனும் தப்பட்டையைக் கழுத்தில் மாட்டி எடுத்தவுடன் ஆக்ரோசமாய் அடித்தார்கள். சேலையைத் தூக்கி இடுப்பில் செருகிக்கொண்ட வடிவுக்கரசி அதே இடுப்பிலிருந்து கோட்டர் பாட்டிலை எடுத்து ராவாவாக அன்னாந்து குடித்து குழியில் வீசிவிட்டு நாக்கை பற்களால் கடித்துக்கொண்டு குத்தாட்டம் போட்டாள். இழவுக்கு வந்தவர்களெல்லாம் அதிர்ந்துபோய் செய்வதறியாது பார்த்தார்கள். “ஏண்டா இவளையா அப்பங்கிட்ட சொல்லி கட்டிக்கறேன்னு சொன்னே?” சந்திரான் அருகில் நின்ற முனியப்பனிடம் சொன்னான்.

“மானத்தைக் கெடுக்கறதுக்குன்னே வந்திருக்காடா இவொ வேலா” என்று துளசிமணி முந்திக்கொண்டு போய் வடிவுக்கரசியின் இடுப்பில் ஓங்கி மிதித்தான். மிதிபட்டவள் அப்படியே டிச்சுக்குழியில் விழுந்து மண்டையை உடைத்துக்கொண்டாள். “என்னுங்க நீங்கொ! ஒரு நிமுசம் ஆடுறதுன்னா ஆடீட்டு போச்சாதுன்னு உடமாண்டீங்களா?” சண்முகன் வாயைத்திறக்கவும், மாரிமுத்து அவன் தாவாங்கட்டையில் குத்தி விழுக்காட்டினான். பல் உடைந்து ரத்தம் அவன் வாயிலிருந்து ஊற்ற ஆள் ஆளிற்கு சண்முகனையும் வடிவுக்கரசியையும் குமூமி அடிக்கத்துவங்கினார்கள். அந்த இடமே காச்சு மூச்சென சப்தமாயிருந்தது.

வேன் டிரைவர் இறங்கி தூரப்போய் நின்றுகொண்டு பீடி பற்ற வைத்து புகை ஊதிக்கொண்டிருந்தார். மிதித்துக்கொண்டிருந்தவர்களை இழுத்துப்பிரித்து விலக்கிவிடுவதற்குள் தலைவருக்கும் சிலருக்கும் போதும் போதுமென்றாகிவிட்டது. சண்முகன் சாலையில் குப்புறடித்துக்கிடந்தான். அவனைத் தூக்கிய பல்லன் கேன்தண்ணீர் காட்டினான். மண்டை கிழிந்தும், உதடு கிழிந்தும் உருண்டு கிடந்த வடிவுக்கரசி சாமி வந்தவள் போல எழுந்து நின்று தலைமுடியைக் கொத்தாய்ச் சுருட்டி சொருவிக்கொண்டு தன் ஜாக்கெட் பட்டன்களை

படபடவென அத்து முலைகள் தொங்க நின்றாள். "இப்ப வந்து கசக்குங்கடா! அடிக்கிறவனுங்க இதையேண்டா கசக்குனீங்க! எவன் கசக்குனான்னு தெரியுமடா எனக்கு! இப்ப வந்து கசக்குடா தாயலி!" என்று கத்தினாள். கொட்டக்காட்டு கணேசன் ஒன்றும் தெரியாதவன் போல அங்கிருந்து நழுவினான்.

○○○

9. செரியான ஆப்பு

தவுட்டுப்பாளையம் காவல் நிலையம் முன்பாக என்றுமில்லாமல் இன்று ஜன நடமாட்டம் அதிகமிருந்தது. நேரம் மாலை நான்கைத் தொட்டுக்கொண்டிருந்தது. குருசாமி, துளசிமணி, சந்திரன், முனியப்பன், வேலுச்சாமி ஐவரும் காவல் நிலையத்தினுள் மூலைக்காட்டில் உட்கார வைக்கப்பட்டிருந்தார்கள். யாரையும் அதிகாரிகள் நேரில் சென்று தூக்கிவரவில்லை. காவல்நிலையம் வரை வந்ததீம் இன்ஸ்பெக்டரைப் பார்த்துப் பேசீட்டு நீங்க போயிடலாம்! என்ற தகவல் வேலுச்சாமிக்கு மட்டும் வந்தது.

அதிகாரிதான் பேசுகிறார் என்பதை உணர்ந்த வேலுச்சாமி மாலையில் தன் வீட்டில் கருப்பு வைத்திருக்கும் தகவலை அவருக்கு பணிவாய்ச் சொன்னான். அவரோ, "எல்லா விசயமும் தெரியும் தம்பி... அதனாலதான் அஞ்சு பேரு மட்டும் வந்து இன்ஸ்பெக்டர்கிட்ட பேசீட்டு போயி உங்க காரியங்களைப் பாருங்க! நீங்க அஞ்சு பேரு மட்டும் வந்தாக்கூட போதும்!" என்றார். வேலுச்சாமி தகவலை குருசாமியிடம் சொன்னபோது அவன் கோபப்பட்டான்.

"நமக்கு தவுட்டுப்பாளையம் போலீஸ் ஸ்டேசன்ல என்னடா இப்ப வேலை? யாராச்சிம் பெரியபாளையத்துக்காரன் போன்ல அதிகாரி பேசுற மாதிரி பேசி உன்னை லந்து உடுவானுங்கடா! நீயி பயப்படுறியா இல்லியான்னு பாப்பானுங்க!" என்றான்.

வேலுச்சாமிக்கு அப்படியும் இருக்குமோ? என்ற சந்தேகமும் வந்தது. ஆனால் சந்திரன்தான்,

“அப்பிடி இருக்காது குருசாமி. பெரியபாளையத்தானுங்க அப்படியெல்லாம் நம்மகிட்ட லந்து பண்ணமாட்டாங்க! எதுக்கும் நாம தவுட்டுப்பாளையம் உடனே போயிட்டு வந்துடறது நல்லதுன்னு தோணுது!”

“மொட்டக்கட்டையாப் போயி நின்னு இப்பிடி போனு வந்துச்சுங்க சார் எங்களை வரச்சொல்லிச் சொன்னாங்கன்னு சொல்றதா?” என்றான் துளசிமணி.

“இப்ப ஆயாவோட கருப்பு வேலையப்பாக்குறதா... என்ன பண்ணுறது? எல்லாரும் துணிமணி எடுக்க சாப்பிட்டு முடிச்சதீம் கிளம்பிடுவாங்கடா!” என்றான் குருசாமி.

“அதான் நான் இப்பிடி ஆயாளுக்கு கருப்பு காரியம் இருக்குங்க சார்ன்னேன். தெரியும் தம்பின்னாரு. அவுங்களும் மனுசங்கதானே... போயி என்னான்னு பார்த்துட்டே வந்துடுவோம்” என்றான் வேலுச்சாமி.

“நம்ம அஞ்சு பேர்த்தை மட்டும் கூப்பிட்டாங்களா?”

“ஆமா குருசாமி!”

“அப்ப கூட நம்ம பெரியார் வாத்தியாரைக் கூட்டிட்டு போகலாம். அவரு பேசிக்குவாரு!” ஒருமனதாய் ஐவரும் முடிவெடுத்து பெரியார் ஆசிரியருடன்தான் தவுட்டுப்பாளையம் ஸ்டேசனுக்கு வந்து சேர்ந்தார்கள். பெரியார் இவர்களை ஸ்டேசனுக்கு வெளியே நிற்கவைத்து விட்டு உள்ளே சென்றார். ஸ்டேசனில் ரைட்டர் ஒருவரும் கான்ஸ்டபிள் ஒருவரும் தங்கள் மேஜை முன்பாக அமர்ந்திருந்தார்கள். பெரியார் சார் ரைட்டரிடம் சென்று வணக்கம் ஒன்றை வைத்தார்.

“வாங்க... யார் நீங்க என்ன விசயமா வந்திருக்கீங்க?” என்று ரைட்டர் ஆசிரியரை விசாரிக்கையில் கான்ஸ்டபிள் தன் சேரிலிருந்து எழுந்து வந்தார்.

“பெரியார் சார்! நல்லா இருக்கீங்களா சார்! நான் கோழிப்பாளையம் கணேசன் சார். உங்ககிட்ட அஞ்சாவது வரை சுள்ளிமேட்டூர்ல

படிச்சேன்!" என்று அவர் அருகில் வந்து வணக்கம் வைக்க, ஆசிரியருக்கு சுத்தமாய் கணேசன் முகம் ஞாபகத்தில் இல்லையென்றாலும் வணக்கம் வைத்தார்.

"உட்கார்ந்து பேசுங்க சார்! என்ன விசயமா வந்திருக்கீங்க?" என்று கான்ஸ்டபிள் கணேசனும் இன்னொரு சேரை டேபிளின் தென்புறமாய்ப் போட்டு அமர்ந்தார்.

"ஸ்டேசன்ல இன்ஸ்பெக்டர் இல்லைங்ளா?" ரைட்டரிடம் ஆசிரியர் கேட்டார்.

"அவரு கேஸ் விசயமா வெளிய போயிருக்காருங்க சார். வர எப்படியும் ஒருமணி நேரத்துக்கு மேலாகுமே!" என்றார் கான்ஸ்டபிள் கணேசன்.

"இந்த பள்ளிப்பாளையத்துல இருந்து அஞ்சு பசங்களை ஸ்டேசனுக்கு வரச்சொல்லி போனு வந்ததா சொன்னாங்க!"

"சார் புரிஞ்சிடுச்சு! அவனுங்க உங்களுக்கு வேண்டியப்பட்டவங்களா சார்?"

"ஓரே ஊருக்காரங்க! என் கிட்ட அவனுங்களும் சுள்ளிமேட்டூர்ல படிச்ச பசங்கதான். அந்த வேலுச்சாமிங்கறவன் அம்மா இன்னிக்கி இறந்துட்டாங்க. இன்னிக்கி நைட்டு கருப்பு காரியமெல்லாம் வச்சிருக்காங்க அந்த வீட்டுல!"

"இப்ப நீங்க அவனுங்களைக் கூட்டிட்டு வந்திருக்கீங்களா சார்?" என்றார் ரைட்டர்.

"ஆமாங்க சார் வெளிய நின்னுட்டு இருக்காங்க ரோட்டும்பேர்ல!"

"அவங்களை உள்ளார கூப்பிடுங்க கணேசன் சார்!" என்றதும் கான்ஸ்டபிள் கணேசன் எழுந்து ஸ்டேசனை விட்டு வெளியே சென்றார்.

"எதாவது கேஸ் குடுத்திருக்காங்களா சார் இவனுங்க மேல!"

"கேஸ் எழுதிக்குடுத்திருக்காங்க. இன்னும் இன்ஸ்பெக்டர் அதைப் பார்க்கலைங்க! ஆனா இன்ஸ்பெக்டர் இந்த கேஸை விடமாட்டாருன்னு நினைக்கிறேன். ரொம்ப ஸ்ட்ராங்க எவிடென்சோட அந்த வடிவுங்கற பொண்ணு அஞ்சுபேரு மேலயும் எழுதிக்குடுத்திருக்கு!"

“அடிச்சு வச்சிட்டானுங்க அப்படின்னுங்களா சார்?”

“சார் அதுகூட பரவாயில்ல... சாதியைச் சொல்லித் தன்னோட வீட்டுக்காரனை அடிச்சு பல்லையெல்லாம் ஒடச்சிட்டாங்கன்னு குடுத்திருக்கு. பிசிஆர் கேஸ் தான் சார்.”

“இப்ப அவங்கெல்லாம் எங்கே? யாரையும் காணோமே சார்!”

“அடிபட்டு நேரா ஸ்டேசனுக்குத்தான் வந்தாங்க... எனக்கே பார்க்க பாவமாப்போச்சுங்க சார். ஆஸ்பிட்டலுக்கு மொத போயிட்டு வாங்கப்பான்னு சொன்னேன். ஆனா எழுதிக்குடுத்துட்டு நாங்க போயிக்கறோம்னு அந்தப் பொண்ணு எழுதிக்குடுத்துட்டேதான் போச்சுங்க!”

கான்ஸ்டபிள் கணேசன் ஐவருடனும் உள்ளே வந்தார்.

“போங்கடா, போயி அந்த மூலையில வரிசியா உக்காருங்க...” என்று சொல்லவும் ஐவருமே திரு திருவென விழித்துக்கொண்டு போய் சொன்ன இடத்தில் அமர்ந்தார்கள். இருந்தும் பெரியார் சார் சேரில் அமர்ந்து அவர்களுடன் பேசுவது மனசுக்குள் அவர்களுக்குத் தெம்பாயிருந்தது.

“எதாவது பேசி சமாதானத்துக்கு வரவைக்கலாங்களா சார்?” என்றார் பெரியார் சார்.

“அந்தப் பொண்ணு நீங்க நினைக்கிற மாதிரி சமாதானத்துக்கெல்லாம் ஒத்துவருமாங்கறது சந்தேகமா இருக்குங்க! எதுக்கும் நாலு பெரியமனுசங்க கிட்ட பேசிப்பாருங்க. அந்தப் பொண்ணு யாரு சொன்னா மரியாதை குடுத்து கேட்டுக்கும்னு யோசனை பண்ணுங்க! ஆனா எதைப்பண்ணாலும் சீக்கிரமா முடிவெடுத்துப்பண்ணுங்க. இன்ஸ்பெக்டர் பார்த்துட்டாருன்னா இந்தக் கேசை விடமாட்டாரு. ஏன்னு நான் உங்களுக்குச் சொல்ல வேண்டியதில்ல!”

“எவிடென்ஸ்ன்னு சொன்னீங்களே சார்!”

“ஆமாங்க! இருவது போட்டோஸ் குடுத்திருக்கு... வீடியோ ஆதாரம் குடுத்திருக்கு. பொண்ணோட உடல் பாகத்தைப் பிடிச்சிருக்கான் ஒருத்தன், உள்ளார போனாங்கன்னா பத்துவருசத்துக்கு வெளியவர முடியாதுங்க. பெயில் கூட கிடையாது. இந்தக் கேசுக்கெல்லாம் விசாரணையே கிடையாதுங்க சார்...” பெரியாரே அதிர்ந்துபோனார்.

அவருக்கே இருதயம் திடுக் திடுக்கென அடிக்க ஆரம்பித்துவிட்டது.

“சார் இவங்க வீடியோ எடுத்ததையோ... இல்ல சம்பவம் நடக்குறப்ப உள்ளூருக்காரங்க வீடியோ செல்போன்ல எடுத்திருந்தாலோ அதை ஃபேஸ்புக்லயோ யு டியூப்லயோ போட்டு உட்டுட்டானுங்கன்னா இதுக்குன்னு இருக்குற சங்கங்கள் உள்ளார வந்துடும். கேஸ் போட்டே ஆகணும்னு இங்க தவுட்டுப்பாளையம் வரைக்கும் வந்து போராட்டம் அது இதுன்னு இறங்கிடுவாங்க. அப்ப எங்களால ஒண்ணும் பண்ண முடியாதுங்க சார். முதல்ல ஊர்க்காரனுங்க யாருக்காச்சிம் போனைப்போட்டு எங்காச்சிம் சமூக வலைதளத்துல ஏத்தீடாதீங்கடான்னு சொல்லி வையுங்க! இப்ப கையில போனை வச்சுட்டு என்னவெல்லாம் பண்றாங்கன்னு உங்களுக்கே தெரியுங்க சார்... இப்ப எல்லாரும் ஃபேஸ்புக்ல இருக்காங்க! அந்தப் பொண்ணு சைடுல அவங்க இதுவரைக்கும் எங்கேயும் வீடியோவை நெட்ல ஏத்தலை. ஊருக்குள்ள அப்பிடி நடந்துடப்போவுது... போய் வாங்க!” என்று ரைட்டர் முடித்துக்கொண்டார்.

பெரியார் சார் எழுந்து கான்ஸ்டபிள் கணேசனிடம் ‘வந்துடறேன்!’ என்று சொன்னார். “பார்த்து முடிக்கிற வழியைப் பாருங்க சார்!” என்றார் அவரும். அமர்ந்திருந்த ஐவரையும் “இப்பிடிப் பண்ணி வச்சிருக்கீங்களேடே முட்டாப்பசகளா!” என்று சொல்லாமல் சொல்லி வெளியில் வந்தார். முதலாக யாருக்குக் கூப்பிட்டு தகவலைச் சொல்வதென அவருக்கே குழப்பமாய் இருந்தது. பஞ்சாயத்து தலைவருக்குத் தகவல் சொல்ல வேண்டுமென நினைத்தார். தன் அலைபேசியை எடுத்து அவர் எண்ணுக்கு அழைத்தார்.

“சொல்லுங்க சார், எதாச்சிம் பிரச்சனைங்களா?”

“என்னங்க தலைவரே... எடுத்த உடனே இப்பிடிக் கேக்கறீங்க?”

“தகவலை இப்பத்தான் எனக்கும் சொன்னாங்க பெரியார் சார். ஸ்டேசன்லதான் இருக்கீங்க... என்ன சொல்றாங்க அங்கே?” என்று விசாரித்தவருக்கு பெரியார் சார் ஒன்றுவிடாமல் தகவலைச் சொன்னார்.

“நான் அப்பயும் சொன்னேங்க சார் அந்த வேலுச்சாமிகிட்ட. சாவு வீட்டுல பிரச்சனையைப் பண்ணிக்காதேன்னு... இப்ப அங்க போயி உக்கோந்துட்டு குத்துது கொடையுதுன்னு பேசுனா எப்படிங்க சார். இன்ஸ்பெக்டர் புதுசுங்க. ரொம்ப ஸ்ட்ரிக்ட்டானவர்னு வேற

சொன்னாங்க! மாவட்ட கட்சித் தலைவரைப் பிடிச்சுட்டுதான் ஸ்டேசனுக்குள்ளயே வரமுடியும். அந்த வேலான் அக்காவையெல்லாம் இன்னிக்கித்தான் சார் நான் பார்த்தேன். போட்டு அந்த அடி அடிச்சானுங்க! சரி என்ன பண்ணுறது... நம்மூரு பசங்களாப் போயிட்டாங்க... கால்மணி நேரத்துல தலைவருக்கும் கூப்பிட்டு சொல்லிட்டு வர்றேன்" என்று சொன்னவர் கட்செய்தார்.

பெரியார் ஆசிரியர் பள்ளிப்பாளையம் மாரிமுத்துவைக் கூப்பிட்டார். வீடியோ பற்றிய தகவலைச் சொன்னார். அவரோ, "ஆமாம் ரெண்டு பசங்க எடுத்ததைப் பார்த்தேன்... இங்க நம்மூருக்கார பசங்கதான் சார். இப்பக்கூப்பிட்டு எங்கியும் ஏத்தீடாதீங்கடான்னு சொல்லிடறேன்...' என்றார். "மாரிமுத்து அவனுங்க ஏத்தியிருந்தாலும் உடனே அதை டிலைட் பண்ணிடச் சொல்லுங்க!" என்றார். அப்படியே செய்வதாய் சொன்ன மாரிமுத்து பத்துப்பேருடன் சீக்கிரம் ஸ்டேசன் வந்து சேர்ந்துவிடுவதாய் சொன்னார். பெரியார் ஆசிரியருக்கு எல்லோரும் இங்கே சீக்கிரம் வந்துவிட்டால் அடுத்து என்ன செய்யலாமென திட்டமிட சுலபமாய் இருக்குமென நினைத்தார்.

முதலாக டீக்கடை நோக்கிச் சென்றார். ஒரு டீயை ஆர்டர் போட்டுவிட்டு பெஞ்ச்சில் அமர்ந்தார். காலையில் வந்த தினத்தந்தி பேப்பர் ஆங்காங்கே பீஸ் பீஸாய் நமத்துப்போய்க்கிடந்தது. "போண்டா சாப்புடறீங்களா? சூடா இருக்கு" என்று கேட்ட கடைக்காரர் பேப்பரில் இரண்டு போண்டாவை வைத்துக் கொடுக்கவும் வாங்கிக்கொண்டார். எந்த ஆஸ்பத்திரிக்கு அந்த வடிவுக்கரசி போயிருக்கலாமென யோசித்தார். அங்கேயே தேடிப்போய்க்கூட அவளிடம் பேசிப்பார்க்கலாம்.

பத்து வருஷம் உள்ளார கிடப்பதையெல்லாம் அவரால் நினைத்துப்பார்க்கவே முடியவில்லை. பின்விளைவுகளைப் பற்றி யோசிக்காமல் இப்படித்தான் பலர் காரியத்தைச் செய்துவிட்டு மாட்டிக்கொள்கிறார்கள். அவர்களுக்காக பலர் உதவவும், அவர்களுக்கெல்லாம் போய் உதவுவதா? என்று பலரும் களத்தில் இறங்கிவிடுகிறார்கள். ரைட்டர் ஐயா சொன்னதுபோல வீடியோ பதிவெல்லாம் வெளியில் சென்றால் மிகப்பெரிய பிரச்சனை ஆகிவிடும் தான். முடிந்த அளவுக்கு பேசித்தான் ஒரு சமாதான உடன்படிக்கைக்குக் கொண்டுவர முடியும். அந்தப் பெண் ஏற்றுக்கொண்டால்தானே!

இவரும் அந்தப் பெண்ணுக்கும் அவள் கணவனுக்கும் விழுந்த அடிகளைப் பார்த்தார்தான். ஆனால் இவரால் தடுக்கமுடியவில்லை. வயது அவரைத் தடுத்துவிட்டது. இதை வீடியோ எடுப்பவர்களாவது ஒரு நிமிசம் யோசித்து அதை நிப்பாட்டிவிட்டு போய் பிரித்துவிடலாமே... விபத்தில் அடிபட்ட மனுசனைக் காப்பாற்ற வழிதேடாமல் அவன் சாலையில் சாவதைக்கூட வீடியோ எடுத்து சமூக வலைதளத்தில் பதிவேற்றிவிடுவார்கள் போல.

பெரியார் சார் பணிக்கு சுள்ளிமேட்டூர் வருகையில் ஊரே அசல் கிராமமாக இருந்தது. டிவி என்கிற பொட்டி வருவதற்கே பத்துவருடங்களுக்கும் மேலாயிற்று. சுற்றிலும் எங்கும் தென்னை மரங்கள் நிறைந்த தோட்டங்கள் இருந்தன. இன்று நிலைமை அடியோடு மாறிவிட்டது. பெரியார் சார் டீயைக் குடித்துமுடித்து தொகையைக் கொடுத்துவிட்டு கடையை விட்டு வெளியே வந்தார்.

அவருக்கு காவல் நிலையம் பக்கம் செல்வதற்கு தயக்கமாயிருந்தது. எல்லோரும் வந்துசேரட்டும் என்று டீக்கடையைத் தாண்டி எதிர்க்கே பூட்டிக்கிடந்த கடை வாசலின் சட்டர் அருகே திண்டில் போய் அமர்ந்தார். சற்றுத்தள்ளி செம்மிக்கலரில் ஒரு கடுவன் நாய் படுத்திருந்தது. அசைவு கண்டு தலையை உயர்த்தி இவரை ஒரு பார்வை பார்த்தது. நம்பிக்கைக்கு உரிய மனிதர்தான் என்று அதுவாக முடிவெடுத்து மீண்டும் தலையை சாய்த்துப் படுத்துக்கொண்டது.

வீட்டிலிருந்து டெய்ஸியின் அழைப்பு இவர் போனுக்கு வந்தது. எடுத்து காதுக்குக் கொடுத்தார். டெய்ஸி எல்லா விசயங்களையும் கேட்டுத் தெரிந்துகொள்ள ஆசைப்பட்டாள். “விசயம் இனிமேல்தான் நடக்கும் டெய்ஸி. ஊருலயிருந்து யாரும் இன்னம் வரலை. மலர்விழி ஊர்ல இருந்து வர்றேன்னு சொன்னாளே வந்துட்டாளா நாலரை பஸ்சுக்கு?” என்று கேட்டார். “பஸ் போற சத்தம் இப்பத்தான் கேட்டுச்சு... வந்துருவா. சரி நீங்க முந்திரிக்கொட்டையாட்டம் போய் நின்னுட்டு நாயம் சொல்லிட்டு இருக்காதீங்க... அதெல்லாம் பேசுறவங்க பேசிக்குவாங்க!” என்று சொல்லி டெய்ஸி போனை வைக்கவும் இவரும் போனை பாக்கெட்டில் போட்டுக்கொண்டார்.

சாலையில் காவல் நிலையத்தை நோக்கி பெரியபாளையத்து ஜனம் பத்துப்பதினைஞ்சு பேர் இவரைக் கடந்து சென்றார்கள். பல்லனும், மாரிமுத்தானும் இவரிடம் படித்தவர்கள்தான். இவர்

அமர்ந்திருப்பதைப் பார்த்தும் பார்க்காதது போலச் சென்றனர். வடிவுக்கரசி மண்டையில் பெரிய ஆஸ்பத்திரிகட்டு போட்டிருந்தாள். அவளுடனே தொய்ந்த நடையில் காலை இழுத்து இழுத்து வைத்து சண்முகன் போய்க்கொண்டிருந்தான். ஒரு நாளில் எத்தனை மாற்றங்கள் உடனுக்குடன் நடந்துமுடிந்துவிடுகின்றன என்று பெரியார் நினைத்தார்.

காலையில் இப்படியெல்லாம் நடந்து முடிந்துவிடுமென அந்தப்பெண் வடிவுக்கரசி நினைத்தாளா? அவள் தம்பி வேலுச்சாமி நினைத்தானா? இவரும்கூட எப்போதும் போல ஒரு சாதாரண நாளாகத்தான் இந்த நாளைத் துவங்கினார். ஆனால் தவுட்டுப்பாளையத்தில் பூட்டப்பட்ட கடை வாசலில் அமர்ந்திருக்கிறார். ஒருநாளேனும் இப்படி வந்து இந்த இடத்தில் அமர்ந்திருப்போமென நினைத்தாரில்லை.

தலைவரின் சுமோ காவல் நிலையத்தைத் தாண்டி ஒதுக்குப்புறமாய் வந்து நின்றது. தலைவர் சுமோவிலிருந்து இறங்காமல் போன் பேசிக்கொண்டே அமர்ந்திருந்தார். அல்லக்கை மனோகரன் டோரைத் திறந்துகொண்டு இறங்கினான். பெரியார் எழுந்து சாலையைக் கடந்து சுமோவின் அருகில் சென்றார்.

“சார், எங்கீங்க நம்ம பசங்க? பெரியபாளையத்து டிக்கெட்டுக்கெல்லாம் ஸ்டேசனுக்கு முன்னால நின்னுட்டு இருக்குதுக!” என்றான் ஆசிரியரிடம் மனோகரன்.

“நம்ம பசங்க ஸ்டேசனுக்குள்ள உட்கார்ந்துட்டு இருக்காங்க மனோகரா. ஊர்ல இருந்து மாரிமுத்து வந்துடறதா சொன்னாப்லையே என்கிட்ட!”

“அவங்க ஒரு பத்துப்பேருக்கு பக்கம் பைக்குல வந்துட்டு இருக்காங்க சார். இப்பத்தான் வர்றப்ப பார்த்துட்டு வந்தோம்.”

“தலைவரு ஈரோட்டுக்கு போன் போடறதா சொன்னாரே...!”

“அவரு வெளியூர் போயிட்டாராம் சார். நம்ம பொன்னம்பலம் வக்கீலை வச்சே முடிச்சுக்கச் சொல்லியிருக்காரு. நம்ம தலைவரு அவருகிட்டத்தான் பேசிட்டு இருக்காருங்க சார்!” என்றான் மனோகரன். வக்கீல வெச்சா? என்று பெரியார் யோசித்தார். சந்தேகத்தை மனோகரனிடமே கேட்டார்.

“சார் வக்கீல்னா எந்த நேரமும் அவரு வக்கீல் இல்லங்க சார். கட்சிலயும் பொறுப்புல இருக்காரு. ஏகப்பட்ட பஞ்சாயத்துக்களை இங்க முடிச்சும் குடுத்திருக்காரு.” என்றான் மனோகரன். இவருக்குத்தான் ஒன்றும் புரியவில்லை. போக இந்த மாதிரி விசயங்கள் எப்போதுமே அவருக்குத் தெரியாதுதான். காவல்நிலையம் பக்கமே இப்போதுதான் முதலாக வந்திருக்கிறார் அவர். இங்கே மேற்கொண்டு என்ன நடக்குமென்று அவருக்குத் தெரியாதுதான்.

“வக்கீலு லோக்கல்லதான் இருக்காருங்க சார். கொஞ்சம் நேரத்துல வர்றேங்கறாரு. வாங்க போயி ஒரு டீ சாப்டுட்டே பேசுவோம்!” என்று டீக்கடைப் பக்கம் நகர்ந்த தலைவர் பின்னால் இருவரும் சென்றனர். டீக்கடைக்காரர் தலைவருக்கு ஒரு வணக்கம் வைத்தார்.

“இங்கயே உங்க பொழப்புத்தனம் ஓடீருமாட்ட இருக்குங்ளே தலைவரே!” என்றார் டீக்கடைக்காரர்.

“என்ன பண்றதுங்க… வாரத்துல எதோ ஒரு பிரச்சனைன்னு ஸ்டேசனுக்கு வந்து நின்னுக்க வேண்டீதா இருக்குது!”

“இன்னிக்கி என்னங்க தலைவரே பிரச்சனை!”

“எல்லாம் அடிதடி கேசுத்தானுங்க!”

“இன்ஸ்பெக்டரு இவரு வர்றதுக்கும் சித்த முந்தித்தான் ஜீப்ல போனாருங்க தலைவரே!” என்று பெரியார் சாரைப் பார்த்த வண்ணம் தலைவரிடம் பேசினார் டீக்கடைக்காரர்.

“அதிகாரிங்க அவங்க டூட்டியைப் பார்க்கப் போகத்தானே செய்வாங்க. டீயில புதுத்தூளு போட்டீங்களா?” என்று கேட்டுக்கொண்டே தலைவர் தன் டீ தம்ளரை வாங்கிக்கொண்டார். மனோகரனும் இரண்டு தம்ளர்களைக் கையில் வாங்கிக்கொண்டு ஒன்றை பெரியார் சாரிடம் கொடுத்தான். ‘இப்பத்தான் குடிச்சேன் தலைவரே எனக்கு வேண்டாம் டீ’ என்று அவரால் சொல்லவும் முடியவில்லை. பள்ளிப்பாளைய ஆட்களின் இரண்டுசக்கர வாகனங்கள் காவல் நிலையத்தின் முன்பாக ஸ்லோவாகி தலைவரை டீக்கடை வாசலில் காணவும் நேராக டீக்கடை முன்பாக வண்டிகளைக் கொண்டு வந்து நிறுத்தி இறங்கினார்கள்.

“ஊருக்குள்ள என்ன காரியம் பண்ண வேண்டியவங்க எங்க வந்து

நிக்க வந்திருக்கீங்கன்னு பாருங்க!'' என்று தலைவர் பொதுவாய்ச் சொன்னார்.

“எல்லாம் எங்க தலையெழுத்துங்க தலைவரே!'' மாரிமுத்து சொல்லிக்கொண்டே வந்து தலைவர் முன்பாக நின்றார்.

“இதெல்லாம் முள்ளுல வேட்டி சிக்குன மாதிரி மாமா... அவசரப்பட்டு இழுத்தம்னா வேட்டி டாரு டாரா போயிரும்!''

“உள்ளார போயி பசங்களைப் பார்த்துட்டு வந்தீங்களா தலைவரே?'' என்றார் மாரிமுத்து.

“தலைவரே இப்பத்தான் வந்து சேர்ந்தாரு மாமா!'' என்றான் அல்லக்கை மனோகரன்.

“அப்ப வாங்க உள்ளார போயி பாத்துட்டு வந்துடுவோம்!''

“மாமா என்ன அவனுங்க ஆஸ்பத்திரில இருக்குறாப்ல போயி பார்த்துட்டு வந்துடுவோமுங்கறீங்க? யாரு எவுருன்னு விசாரிப்பாங்க... பசங்களுக்கு நீங்க என்ன ஆகணும்பாங்க! ஆதார அட்டை கூட கொண்டாந்தியான்னு கேப்பாங்க. கொண்டாந்தீங்களா?'' என்று மனோகரன் கேட்கவும் அவர் அமைதியானார்.

“உள்ளார இப்ப நமக்கு ஒரு ஜோலியும் இல்லங்க மாமா. பேசுறதுன்னா கேஸை வாபஸ் வாங்கச் சொல்லி உங்க வடிவுக்கரசிகிட்ட போயி நீங்க... இந்தா பெரியார் சாரு... எல்லோரும் போயி பேசிப்பாருங்க! அதெல்லாம் முடியாதுன்னு புடிவாதமா சொன்னாப்லைன்னா நெதானமா எடுத்துச் சொல்லிப் பேசுங்க!''

“தலைவரே! நீங்க வந்து பேசலாமே தலைவரே!'' என்றார் மாரிமுத்து.

“நீங்க பேசி முடிச்சுட்டு வந்து என்கிட்ட சொல்லுங்க புள்ளை என்ன சொல்லுதுன்னு. அப்புறம் நீங்க யாரும் ஸ்டேசனுக்குள்ள வரவே வேண்டாம். நான் இன்ஸ்பெக்டர்கிட்ட பேசிக்கிறேன். நான் இப்ப வந்து அந்தப் பொண்ணுகிட்ட பேசுறதுக்கு ஒண்ணுமில்ல. உங்க சொந்தக்காரப் பொண்ணுதான!'' என்று தலைவர் சொல்லவும் மாரிமுத்து மனசொப்பாமல் தலையாட்டினார். எல்லாமே தலைவர் பார்த்துக்குவார் என்று ஊராரிடம் சொல்லி காவல் நிலையத்துக்கு அவர் கூட்டி வந்திருந்தார்.

“ஊரை உட்டு ஓடுன கழுதை எங்கியோ கண்காணாத எடத்துல கெடந்துது. அப்பிடி ஒரு புள்ளையே இல்லையின்னு ஊரே மறந்தும் கெடந்துது. அங்கயே கெடந்திருந்தா இப்ப ஒரு சீரழிவுமில்லெ! யாரு நெனச்சா அவளையெல்லாம்? திடீருன்னு ஆயா செத்த எழவுக்கு வந்து நிக்கிறா!” என்று செல்வம் புலம்பினார்.

“வந்தாப் போச்சாதுங்க மாமா... இந்தப் பசங்க முன்னத்தநாளு பெரியபாளையம் போயி அங்கயும் அடிச்சு வச்சுட்டு வந்திருக்கானுங்க. அதுக்கே ஸ்டேசனுக்கு வர்றதுக்குத்தான் இருந்திருப்பாங்க. இப்பிடி எழவுச் செய்தி கேட்டதீம் கெளம்பி எழவூட்டுக்கே வந்துட்டாங்க. அந்தப் புள்ளை என்ன சொல்லுச்சு... ஆயா சாவை தப்பட்டையடிக்காம எடுக்கக் கூடாதுன்னு ரெண்டு தட்டு தட்டச் சொல்லுச்சு. அதும்பேருல தப்புசொல்றதுக்கு ஒண்ணுமில்லீங்க மாமா. ஆட்டம் முடிஞ்சதீம் வேனும் கிளம்பிப் போயிருக்கும். அதுக்குள்ள இவனுங்களுக்கு என்ன வந்துச்சுன்னு போயி அடிச்சானுங்க? கேப்பாங்கல்ல மாமா நாலு பேரு!” என்று தலைவர் சொல்லிவிட்டு, வந்த போனை அட்டெண்ட் செய்ய ஒதுங்கினார். பேசி முடித்துவிட்டு வந்தவர், “சேரி ஒண்ணும் யோசிக்காதீங்க! அவங்க அதென்ன ஸ்டேசனுக்கும் முன்னால நின்னுட்டுதான இருக்காங்க... அப்பிடி ஓரமாக் கூட்டிட்டு போயிப் பேசுங்க!’ என்றார்.

செல்வம் முன்னால் செல்ல ஊர்க்காரர்கள் அவரைத் தொடர்ந்து ஸ்டேசனை நோக்கிச் சென்றார்கள். பெரியார் சாரும் அந்தக் கூட்டத்தில் பின்னே சென்றார். அவர் மனதில் ஏனோ ஏகப்பட்ட எண்ணவோட்டங்கள் இருந்துகொண்டே இருந்தது. அவை அவரைக் குழப்பத்தில் ஆழ்த்தின. யார் பேச்சும் இந்த இடத்தில் எடுபடாது என்றே பட்டது. மீறி அதிசயம் நிகழ்ந்தால்தான் அது முடியும்.

செல்வமும் மாரிமுத்துவும் போய் அவர்களிடம் தனியே போய் பேசுவோமென அழைத்தார்கள். “பேசுறதுக்கு என்னுங்க அப்பிச்சி... அதா அந்தப் பூட்டிக்கிடக்குற கடைகிட்ட நின்னு பேசுவோம்” என்று செல்வத்தைப் பார்த்து வடிவுக்கரசி சொன்னாள். பின்பாக சண்முகனிடம், “நீங்க இங்கயே நில்லுங்க...” என்று சொல்லி வந்தாள். அவர்கள் யாருமே வடிவுக்கரசியோடு வரவில்லை. செல்வமும் தன் ஊர் ஆட்களை டீக்கடைக்கே போகச் சொல்லிவிட்டார். பெரியார் சார் மட்டும் வரட்டுமெனச் சொல்லிக் கூட்டிப்போனார்.

“சொல்லுங்க அப்பிச்சி. எனக்கென்னன்னா... என் தம்பியாகட்டும், இல்ல அண்ணனுகளாகட்டும், யாரு வேணாலும் என்னைய அடிங்க! அதுக்கு நானு ஒண்ணுமே சொல்லப்போறதில்லேங்க அப்பிச்சி. எம்பட ஊட்டுக்காரனை அடிக்கலாமா? இவனுங்க யாரு என்னோட ஊட்டுக்காரனை அடிக்க?”

“நீ சொல்றது செரித்தானம்மா... நடந்தது நடந்து முடிஞ்சிருச்சு. இப்பிடி இங்க கொண்டாந்து எங்களையும் நிக்க வச்சிட்டியேம்மா!” என்றார் செல்வம்.

“எனக்கு வேற வழி தெரியலீங்க அப்பிச்சி. எங்கம்மா சாவுக்குப் போயே ஆகணும்னு நான்தான் அவுங்களைக் கூட்டிட்டு வந்தேன். பிரசிடெண்டு கூட நாயமாத்தான் சொன்னாரு. இந்த மாதிரி புள்ளை வேணா அம்மாளைப்போயிப் பாக்கட்டும், பண்ணுற சீரெல்லாம் கூட பண்ணட்டும் அப்படின்னாரு. அவங்களை எப்பவும் போல வெளியவே நின்னுக்கச் சொன்னாரு. எதாச்சிம் நான் சொன்னனா? சேரீன்னுட்டுதான இருந்தேன். நம்மூருல நாங்காண வரைக்கிம் தப்பட்டை அடிக்காம எந்தப் பொணம் சுடுகாடு போச்சுங்க அப்பிச்சி. அதான் போறப்பயாச்சிம் அடிக்கச் சொன்னேன்!”

“சரி இப்ப என்ன பண்ணலாம்னு சொல்லு வடிவு. படிச்ச பொண்ணு. ஊருக்குள்ள உம்பட அளவெல்லாம் யாரும் படிக்கவுமில்ல. நீயொரு கணக்குலதான இங்க ஸ்டேசனுக்கு வந்திருப்பே... அதைச் சொல்லு. உன் தம்பிக்காரன் இனி உள்ளார போயி உக்காந்துட்டா உங்க வீட்டு நிலைமையை யோசனை பண்ணுனியா? பங்காளி அண்ணக்காரனுங்க குடும்பத்தை நினைச்சியா? உம்பட மாமன் நிலைமைய நினைச்சியா?”

“அப்பிச்சி... மொதல்ல அவனுங்க என்னைய நினைச்சானுங்களா?”

“அவனுங்களை உன் கால்ல உழுந்து மன்னிப்பு கேக்கச் சொல்லட்டா நானு...”

“அவனுங்க மன்னிப்பெ வச்சுட்டு நானு என்ன பண்ணப்போறேன். அப்பிச்சி இத்தனை வருசத்து வெறிய மனசுல வெச்சுட்டு எம்பட ஊட்டுக்காரனை மிதிச்சிருக்காங்க அப்பிச்சி! அப்பிடியே மிதியை இவனுங்ககிட்ட வாங்கீட்டுப் போயிட்டன்னா எம்புருசங்கூட நானு வாழ முடியுமா சொல்லுங்க. வேணுக்குன்னே வீட்டு

வாசலுக்கு கூட்டிட்டுப் போயி நிக்க வச்சு மிதியும் வாங்க வெச்சுக் கூட்டீட்டு ஊடு வந்திருக்கான்னு அவரு நினைச்சா எம் பொழப்பு என்னாவுறதுங்க அப்பிச்சி? இந்தா சாரு நிக்காருல்ல... நீங்கதான் சொல்லுங்க சார்..."

"நான் சொல்றக்கு இதுல என்னம்மா இருக்குது. எல்லாரும் அனுசரிச்சுப்போங்கன்னுதான் நான் சொல்லமுடியும். அவங்ககிட்ட இருந்து மன்னிப்பு வேண்டாம்னா உனக்கு எதாச்சிம் தேவை இருக்கும்னு தான் நினைக்கிறேன். அஞ்சு பேர்த்தையும் பத்துவருசம் உள்ளார தள்ளி சந்தோசப்படுற பிள்ளையாவும் நீ எனக்குத் தெரியல. உள்ளார கணேசன்னு என்கிட்ட படிச்ச பையன்தான் இருக்கான். முடிஞ்ச அளவுக்கு அந்தப் பொண்ணுகிட்ட சமாதானமா போயிடுங்க சார்ங்கறான். எனக்கும் அவன் சொன்னதைக் கேட்டதீம் பகீர்னு ஆயிடுச்சு. பின்ன எந்தக் காலத்துல நான் இங்கெல்லாம் வந்தேன். நீயே சொல்லும்மா... அஞ்சு குடும்பத்து வாழ்க்கையும் இப்ப உன் கையிலதான் இருக்குது. அஞ்சுபேரும் உள்ளார போயிட்டா அந்த அஞ்சு குடும்பமும் தொணையில்லாம தவிக்கும். ஒரு நாளா ரெண்டு நாளா? அந்தக் குடும்பத்து சாபமெல்லாம் உன்மேல விழும். நீயும் அப்புறம் நிம்மதியா இருக்க முடியுமா சொல்லும்மா? ஏதோ ஒருவேகத்துல அவனுங்களும் அடிதடியில இறங்கிட்டானுங்க. அதே வேகத்துல நீயும் நேரா ஸ்டேசனுக்கு வந்து கேஸ் குடுத்துட்டே! நிதானமா யோசனை பண்ணி சுமுகமா இதை முடிச்சுக்கலாம்னு எனக்குப் படுறதைச் சொல்லிட்டேன். நீயி கலந்துட்டு கொஞ்சம் நேரம் கழிச்சுக்கூட என்கிட்டயோ இல்ல உங்கப்பிச்சிகிட்டயே அப்புறம் சொல்லும்மா" என்று சொல்லி முடித்தார் பெரியார் ஆசிரியர்.

"எங்க பெரீப்பன் சின்னமலை வந்திருக்காருங்களா அப்பிச்சி?"

"விசயம் இன்னுமா அவனுக்குத் தெரியாம இருக்கும். எங்க கூட வரலை அவன்."

"போனு போட்டு வரச்சொல்லுங்க அப்பிச்சி. நான் அவர்கிட்ட பேசிக்கறேன்" என்று சொல்லிவிட்டு சாலையைக் கடந்து சென்றாள் வடிவுக்கரசி. இவர்கள் இருவரும் டீக்கடைக்கே திரும்பினார்கள். "என்ன சொல்றா அவொ? என்ன சொன்னா அவொ?" என்று ஆளாளிற்குக் கேட்டார்கள். செல்வம் பொறுமையாய் அவர்களுக்குச்

சொல்லி முடித்தார். கேட்டுக்கொண்டிருந்த தலைவருக்கு விஷயம் விளங்கிவிட்டது. விஷயம் வேறு ரூட்டில் பிரயாணம் செய்யப் பார்க்கிறதை உணர்ந்தார். சரி அதையும்தான் பார்ப்போமே என்று மனதில் நினைத்தார்.

“சரி அந்தப் பொண்ணு சொன்னாப்புல அவுங்க பெரியப்பனை வரச்சொல்லுங்க! எதா இருந்தாலும் இப்பிடின்னு தெரிஞ்சிட்டாத்தான அடுத்து பேச முடியும்?” என்று சொல்லியும் வைத்தார். சின்னமலைக்கு மாரிமுத்து போனைப்போட்டார். அவர் பைக்கில் வந்துகொண்டு இருப்பதாகச் சொல்லிய தகவலை எல்லோருக்கும் சொன்னார். பத்து நிமிடத்தில் அவரும் வண்டியில் வந்திறங்கினார்.

“வடிவாளுக்கு பெரீப்பன் பாசம் இன்னும் போகலியாட்ட இருக்குது. உங்க கிட்டயேதான் சொல்லுவாளாம்!” என்று மாரிமுத்து சொன்னார். பெரியப்பன் சின்னமலை சாதனை நிகழ்த்தியதைப்போல தன் நரைத்த முறுக்கு மீசையைத் தடவிக்கொண்டு புன்னகைத்தார். அவர் டிவிஎஸ்சில் வருவதைக் கண்டிருந்த வடிவுக்கரசி அவரைத் தேடியே வந்தாள்.

“வடிவா வர்றா, வடிவா வர்றா!” என்று மாரிமுத்து, சின்னமலையிடம் சொன்னார்.

“பெரீப்பா வாங்க நாம அப்பிடிப் போயி பேசீட்டு வருவோம்!” என்று அங்கே நிற்காமல் முன்னால் சென்றாள். சின்னமலை அவளைப் பின்தொடர்ந்து சென்றார்.

“என்னம்மா பிரச்சனை? ஒரு காரியத்தைச் செய்யுறதுக்கு முன்னாடி எங்கிட்டயாச்சும் வந்து பேசீட்டு செஞ்சிருக்கலாம்ல? ஆமா மண்டையில என்ன இத்தாப் பெரிய கட்டுப் போட்டு உட்டுருக்காங்க?” என்றார்.

“அதையெல்லாம் யோசிக்கவே இல்லீங்க பெரீப்பா. மண்டையில தையல் போட்டு மருந்து வெச்சுக் கட்டியுட்டிருக்காங்க!”

“சரி என்ன பேசுனாங்க உன்கிட்ட வந்து. இப்பத்தான் செல்வம் அரையுங் குறையுமா சொல்லீட்டு இருந்தான். உள்ளார போயி கெடந்தா கெடந்து சாட்டாறானுங்க அவனுங்க. கல்யாணமாயி கொழந்தை குட்டி வச்சிருக்கானுங்க... ஒரு அறிவு நெனவு வேண்டாம் அவனுங்களுக்கு. ஊட்டுக்கு பாரமா அங்கேன் பள்ளிப்பாளையத்துல

தண்ணியப்போட்டுட்டு அவனுங்க கெடக்கணும்? போயி உள்ளார கெடந்துட்டு வரட்டும் வடிவா! ரேசன் அரிசியெ அரிசீம்பருப்பு சோறா ஆக்கிப்போடறாளுங்க அவனுங்க பொண்டாட்டிங்க. குண்டி வெடிக்க குடிக்கறக்கு மட்டும் எங்கிருந்து காசுவருதுன்னு தெரீல. பன்னாட்டு பண்றதுக்கு முன்னால வந்துடறானுங்க! நாளைக்கி கொடலு குந்தாமணியெல்லாம் வெந்து ஆஸ்பத்திரியில கெடந்தா சீரும் பாக்கோணும் அவனுங்களுக்கு. பொண்டாட்டிக்காரிங்க என்ன மடியில முடிஞ்சா வெச்சிருக்காளுங்க இவனுங்களுக்கு சீரு பாக்க? இல்ல இவனுங்கதான் இந்தான்னு ரெண்டு பணம் அவங்க கையில குடுக்கறானுங்களா?"

"பெரீப்பா அப்ப நானு அவனுங்களை உள்ளார தள்ளீரட்டா? அப்பிச்சி என்கிட்ட அந்தக் குடும்பங்க சாபம் உட்டா எம்பட குடும்பம் பொழைக்காதுன்னு சொல்லுது!"

"சாபமாமா சாபம். கொழூப்பெடுத்துப்போயி பண்டிக்கிறதையும் பண்டீட்டு இனி சாபம் வேற தனியா தெக்கீம் வடக்கீம் பார்த்துட்டு உடுவாங்களா? செரி நீயி சொல்லு வடிவா... பேசாம உன் தம்பிக்காரன் பத்தேக்கரா வச்சிருக்கான். கேசை வாபஸ் வாங்குறதுன்னா பாதியை எழுதிக்குடுக்கச் சொல்லு! உனக்கும் ஆச்சு பாரு. செரீன்னுட்டு எழுதிக்குடுத்துட்டு வெளிய திரிஞ்சா திரியட்டும் வேலான். அவம்பாரேன்... தண்ணியவேற போட்டுப்பழகீட்டு என்னையக் கண்டா பொச்சைத் திருப்பீட்டுப் போறான் வர்றான். நானு அவனுக்கு என்ன கொடுமை பண்டுனேன். எல்லாம் என்னோட நேரம். குடிகாரனுங்க எல்லாம் என்னையப்பார்த்து பொச்சைத் திருப்புறானுங்க!"

"நீங்க சொல்றதும் சரிதானுங்க பெரீப்பா. நானு ஒரு முப்பது லட்சம் கேட்டு வாங்கீட்டு முடிச்சுக்கலாம்னு பார்த்தேன்!"

"உனக்கென்ன பைத்தியமா? முப்பது லச்சத்த வச்சிட்டு என்ன பண்ணப்போறே? காடு ஒரு ஏக்கரா இருவத்தஞ்சி லச்சத்துக்குப் போயிட்டு இருக்குது இங்க. முப்பது கேட்டீன்னா இந்தான்னு எடுத்து நீட்டீட்டு பொச்சைத்தட்டீட்டு போயிட்டே இருப்பான்."

"அவங்கிட்ட ஏதுங்க பெரீப்பா பணம்?"

"பணமில்லத்தான். ஆனாலும் வட்டிக்கி வாங்கியாச்சிம்

குடுத்துருவான். அப்பன் கெடையில உழுந்தப்பவும் நிறைய செலவாயிடுச்சு. கோயமுத்தூரு ஆஸ்பத்திரியில வெச்சுக்கூட பார்த்தான் அப்பனை. ஆனாலும் முடியல. ஆயாவுக்கு ஒண்ணும் பெரிசா செலவு பண்டல. ஆயாவும் செலவாகுறதை ஒத்துக்க மாட்டாளே! காசுன்னா பிய்யில ஒரு ரூவா காசு கெடந்தாக்கூட எடுத்துட்டு வந்து கழுவி சுருக்குப்பையில போட்டுக்கறவளாச்சே உங்கோயா. தனக்கு இத்தனை காசு செலவாகுதுன்னு தெரிஞ்சுட்டாவே உசுரை உட்டுருவா!''

“சேரி என்னங்க பெரீப்பா பண்ணலாம்? இவிங்க மறுக்கா மறுக்கா என்கிட்ட வந்து பேசவே கூடாது. இன்ஸ்பெக்டர் வந்துட்டா பார்த்துட்டு நாங்கபாட்டுக்கு போயிட்டே இருப்போம். என்னவோ ஆயிட்டுப்போச்சாது. நீங்க சொன்னாப்ல அவனுங்க ஜெயிலுக்குப் போனா போயிச்சாட்டாறானுங்க. சாபம் உட்டா ஊருக்குள்ள யாருவேணாலும் உட்டுட்டு போச்சாறாங்க! சாபமெல்லாம் என்னைய ஒருமசுரும் பண்டாது. எனக்கு எம்பொழப்பு இருக்குது. நான் எம்பட குடும்பத்தப் பார்த்துக்குவேன்.''

“அப்பிடிச் சொல்றியா நீயி... சரி அத்தினிக்கிம் புத்தினிக்கிம் எழுவத்தஞ்சுல நின்னுக்கோ. தந்தா தர்றானுங்க அஞ்சு பேரும் சேர்ந்து. இல்லீன்னா போகட்டும்.''

“சேரீங்க பெரீப்பா... நீங்க போயிச் சொல்லிடுங்க'' என்றவள் பேச்சு முடிந்ததென அங்கிருந்து ஸ்டேசனை நோக்கிச் சென்றாள். சின்னமலை தன் ஊர்க்காரர்களிடம் சென்று வடிவுக்கரசி சொன்ன விசயத்தைச் சொல்லிமுடித்தார். ‘செரியான ஆப்பு!' என்று தலைவர் மனதில் நினைத்தார். பின்பாக வக்கீல் பொன்னம்பலத்திற்குக் கூப்பிட்டு தகவலைச் சொல்லி முடித்தார்.

“சரி பேசீட்டு இருங்க, இன்ஸ்பெக்டர் எப்ப வருவாருன்னு நானு உள்ளார போயி கேட்டுட்டு வந்துடறேன்! பசங்களுக்கு பன்னும் டீயும் வாங்கீட்டு வர்றதுன்னா நான் போயி அஞ்சு நிமிசங்கழிச்சி ரெண்டுபேரு கொண்டு வாங்க!'' என்றவர் ஸ்டேசனை நோக்கிச் சென்றார். தலைவர் வருவதைக்கண்டதும் பெரியபாளைய குரூப் ஒதுங்கி மரியாதை கொடுத்து நின்றனர். “எல்லாம்!'' என்று ஒரு வார்த்தை சொல்லி புன்னகைத்தபடி ஸ்டேசனுக்குள் நுழைந்தார். “வணக்கம் ரைட்டர் சார்'' “வணக்கம் கணேசன் சார்... ஸ்டேசன்ல

நீங்க ரெண்டே பேருதான் இருக்கீங்க'' என்று பேசிக்கொண்டே ரைட்டரின் முன்னால் சேரில் அமர்ந்தார்.

"எல்லாரும் வாகன சோதனைன்னு போயிட்டாங்க. இன்ஸ்பெக்டர் இன்னும் கால்மணி நேரத்துல வந்துடுவாருங்க! உங்க ஊர்ல இருந்து ரிட்டயரான ஆசிரியர் ஒருத்தரு வந்தாருங்களே... அவருகிட்ட சொல்லி அனுப்பினேன்... அந்தப் பொண்ணுகிட்ட பேசிப்பாருங்கன்னு! ஸ்டேசனுக்கு வந்ததுலயே பெரிய கேஸ் இப்பத்திக்கி இதுதானுங்க உங்க ஊர்ல இருந்து..."

"கேஸ்ல என்னங்க சார் பெரிய கேஸ் சின்ன கேஸ்... எங்களால முடிஞ்சா இங்கயே சமாதானமா போங்கன்னு சொல்லிப்பாக்குறோம். கேக்கலையா போகட்டும்னுட்டு போயிடறோம். எதோ நம்மூருக்காரங்கன்னு வந்து நிக்கிறோம். சார் இந்தப் பசங்ககிட்ட ரெண்டு வார்த்தை பேசிக்கறனுங்களே!"

"போயிப்பேசுங்க. திருதிருன்னு உக்கோந்துட்டு இருக்கானுங்க! சார் கூட, பத்துவருசம் உள்ளார தாண்டான்னு சொன்னாரு. அதா இந்தக் கடைசீல கட்டம் போட்ட சட்டை போட்டுட்டு ரெண்டு பேரு இருக்கானுங்கல்ல... கூன்னு அழுவுறானுங்க! ஏன் போயி அடிக்கணும் அப்புறம் இங்க வந்து உக்கோந்துட்டு அழுவணும்? போயிப் பேசுங்க!" என்று ரைட்டர் சொல்லவும் எழுந்து அவர்களிடம் சென்றார் தலைவர். சென்றவர் வேலுச்சாமியிடம்தான் சென்று நின்றார்.

"சொல்லுங்க தலைவரே!" என்றான் வேலுச்சாமி.

"உங்கொக்கா கிட்ட உங்க ஊருக்காரங்க பேசீட்டாங்க. சொத்துல பாதிவேணும்னு சொல்லியிருக்கா... அப்புறம் உங்க பெரீப்பன் போயிப் பேசி எழுபத்தஞ்சு லட்சம் குடுக்குறதா கையெழுத்துப் போட்டுக்குடுத்துட்டீன்னாலும் முடிஞ்சுது. இது உனக்கு ஒத்து வருமா? மிதிச்சது மிதிச்சுட்டே. நீ அந்தப்பயலைத்தானே மிதிச்சே? உடு மிதிச்சான் வேலுச்சாமீன்னு ஒரு பேரும் இருக்கும்டா! என்ன பெரிய பத்து வருஷம்? சிங்கம்டா வேலுச்சாமீன்னு சொல்லுவாங்க காலத்துக்கும்'' என்று தலைவர் சொன்னதும், அந்த நேரம் வரை என்ன ஆகுமோ ஏது ஆகுமோ? என்ற நினைப்பில் இருந்தவன் நிமிர்ந்து உட்கார்ந்தான்.

சைசாய் கவனித்த தலைவர்... "உன்னோட பத்து ஏக்கரா காட்டை நான் பத்து வருசத்துக்கு குத்தகைக்கி எடுத்து எதையோ போட்டு வளர்த்துறேன். காட்டுக்கு வருசம் ரெண்டு லட்சம் குடுத்துடறேன். நீ வெளிய வர்றப்ப இருவது லட்சம் குடுத்துட்டு நான் ஒதுங்கிக்கறேன். அதான் சரீன்னு படுது வேலுச்சாமி. நீ என்ன சொல்றே?" என்றார். பக்கத்தில் அமர்ந்திருந்த குருசாமியும் துளசிமணியும் தலைவர் காலைப்பிடித்துக்கொண்டு அழ ஆரம்பித்தார்கள். 'டேய் உடுங்கடா! பொட்டப்பசங்களாட்டம் அழுதுட்டு! வேலுச்சாமியப் பாரு... எவ்ளோ தைரியமா இருக்கான்னு! அவனுக்கு இருக்குற தைரியம் கூட உங்களுக்கு இல்லாமப் போயிடுச்சாடா?"

"தலைவரே அவனுக்கு கல்யாணங்காச்சி எதுவுமில்ல... அவன் போயி வந்தா இருவது லச்சம் நீங்க குடுப்பீங்க தலைவரே! நாங்க வெளிய வந்தா யாரு குடுப்பா? செத்துத்தொலையலாம்லன்னு பொண்டாட்டி கொழந்தைங்க சொல்லுங்க தலைவரே!" கேட்டுக்கொண்டிருந்த கணேசன் சாரும் ரைட்டர் சாரும் சிரித்தார்கள். "நல்லாப்பேசுறாங்க உங்க ஊருப்பசங்க!" என்றார் ரைட்டர் சார். "பொண்டாட்டி கொழந்தைங்க நெனப்பெல்லாம் இப்பத்தான் ஸ்டேசனுக்குள்ள வந்திருக்குமாட்ட!" என்று கணேசன் சார் சொன்னார். அப்போது நிலையத்தினுள் செல்வமும் மாரிமுத்துவும் டீக்கடை தம்ளர் வளையில் ஏழுடம்ளர் டீயுடனும், பன்னுடனும் வந்து ரைட்டரின் முகம் பார்த்து நின்றார்கள். அவர்களை என்ன என்பது போல பார்த்தார் ரைட்டர்.

"சார் டீயுங்க!" என்று ஒரு தம்ளரை எடுத்து அவர் டேபிளில் மாரிமுத்து வைக்கப்போக, "எங்களுக்கு வேண்டாம்! அவனுங்களுக்கு வேணா கொண்டுபோயி குடுங்க! சுதந்திரப்போராட்ட தியாகிங்க அவனுங்க... உங்க வயசென்ன? அவனுங்களுக்கு டீயும் பன்னும் தூக்கீட்டு வந்திருக்கீங்க!" என்றார். செல்வம் அவர்களிடம் போய் கொண்டு வந்திருந்த வட்ட பன்களைக் கொடுத்தார். அவர்கள் வாங்கிக்கொண்டு டீயை மாரிமுத்துவிடம் வாங்கிக்கொண்டார்கள்.

"சீக்கிரம் குடியுங்கடா... இன்ஸ்பெக்டர் வர்ற நேரமாச்சு. வந்துட்டாருன்னா ஸ்டேசனுக்குள்ள என்ன கூட்டம்னு சத்தம் போடுவாரு" என்றார் கணேசன் சார். இவர்கள் அவசரமாய் பன்னை விழுங்கி டீயைக் குடித்தார்கள். காலி தம்ளர்களை வளையில்

வைத்துக்கொண்டு மாரிமுத்து செல்வத்தைக் கூட்டிக்கொண்டு வெளியில் சென்றார்.

“சரி சொல்றதைச் சொல்லிட்டேன். இனி நீங்க அஞ்சு பேரும் முடிவு பண்டி ‘இப்பிடி முடிவு பண்டியிருக்கோம் சார்’ அப்படின்னு ரைட்டர் சார்கிட்ட சீக்கிரம் சொல்லிடுங்க! இன்ஸ்பெக்டர் வந்தாருன்னா அப்புறம் எதையும் நீங்க பேச முடியாது... சொல்லிட்டேன்!” என்று சொன்ன தலைவர் ‘சரி அவனுங்க முடிவு பண்டிச் சொல்லட்டுங்க சார்’ என்று சொல்லிவிட்டு வெளியேறினார். அவர் சென்றதும் வேலுச்சாமியை நால்வரும் பார்த்தார்கள்.

“வேலா டேய்... தலைவரு கிட்ட என்னடா அப்பிடிச் சொல்லிட்டே... எங்க நிலைமையை நீ யோசிச்சே பாக்கலியாடா?” என்று குருசாமி கேட்டான்.

“செரி என்னதாண்டா சொல்றீங்க நீங்க? சொல்லுங்க கேட்டுக்கறேன்” என்றான் வேலுச்சாமியும்.

“எழுவத்தஞ்சி லச்சம் உங்கொக்கா கேக்கறாளாம்டா... நாங்க வேணா ஆளுக்கு அஞ்சி லச்சம் உனக்கு குடுத்துடறம்டா வேலா...” என்றான் குருசாமி.

“எம்பட காட்டுல ஒரு ஏக்கராவை வித்தாவது நான் உனக்கு அஞ்சி லச்சம் குடுத்துடறண்டா! இந்தச் சந்திரனும், முனியப்பனும் கூட குடுத்துடுவானுங்க!” என்று துளசிமணி சொல்ல, ஆமாம், என்று சொன்னார்கள் அவர்களும்.

“இப்பவே குடுன்னு எங்கக்கா நின்னாள்னா என்னடா பண்ணுறது? எங்கபோயி வாங்கிட்டு வந்து குடுப்பேன்?”

“அப்பிடியெல்லாம் பண்ட மாட்டாங்கடா வேலா... ஒரு மாசம் டைம் குடுத்துத்தான் எழுதிக் கையெழுத்து வாங்கிக்குவாங்க! அதுக்குள்ள பெறட்டிக் குடுத்துடலாம். நீயி சாரு கிட்ட சொல்லீருடா!” என்றான் துளசிமணி.

“சார் இவிங்கக்கா கேக்குற பணத்தை நாங்க குடுத்துடறோம் சார்!” என்று குருசாமிதான் ரைட்டரிடம் சொன்னான். அவனுக்கு சீக்கிரம் இங்கிருந்து வெளியில் போய் ஒரு கோட்டர் சாத்தவேண்டும் என்றிருந்தது. சரக்கு உள்ளே போனால்தான்

நெஞ்சுப்படபடப்பெல்லாம் அடங்கும். திடீரென வெளியே பரபரப்பு கூடியது. இன்ஸ்பெக்டர் ஜீப் ஸ்டேசன் வாசலில் வந்து நின்றது. ரைட்டரும், கணேசன் சாரும் எழுந்து நின்றார்கள். இன்ஸ்பெக்டர் அமர்ந்திருந்த இவர்களைக் கண்டுகொள்ளாமல் தன் அறைக்குள் சென்றமர்ந்தார். ரைட்டர் கேஸ் ஃபைலைத் தூக்கிக்கொண்டு அவர் அறைக்குள் சென்றார். அமர்ந்திருந்த இவர்கள் இருதயம் தடக் தடக்கெனத் துடிக்க ஆரம்பித்து விட்டது.

“கணேசன்” என்று இன்ஸ்பெக்டர் குரல் கேட்கவும், “சார்” என்று சொல்லிக்கொண்டு கணேசன் அவசரமாய்ச் சென்றார். இரண்டு நிமிடத்தில் அவரது அறையிலிருந்து வெளிவந்தவர் பேடு ஒன்றில் தாளைச் செருகி கிளிப் மாட்டிக்கொண்டு இவர்களிடம் வந்து நின்றார். வேலுச்சாமியை எழுந்து நிற்கச் சொன்னார் கணேசன் சார். அவன் எழுந்து நின்றான்.

“பேரு, ஊரு எல்லாம் சொல்லு… தலும்பு எங்காச்சிம் இருக்கா உடம்புல? இருந்தாக் காட்டு! மச்சம் எங்கிருக்கு காட்டு!” என்று ஆரம்பித்து குறித்துக்கொள்ளவும் குருசாமியும் துளசிமணியும் தேம்ப ஆரம்பித்தார்கள். “எதுக்கு தனிபேப்பர்ல இதையெல்லாம் கேட்டு எழுதுறாங்க? அப்ப நிச்சயம் ஜெயில்தான் பத்து வருசத்துக்கு!” என்று உறுதியானார்கள். எல்லோரிடமும் கேட்டு எழுதி முடித்த கணேசன் சார் தன் இருக்கையில் சென்று அமர்ந்தார்.

ஸ்டேசனையொட்டி வெளியே இன்ஸ்பெக்டர் வந்துவிட்டதால் என்ன நடக்குமோ? வென இரு ஊர்க்காரத் தலைகளும் வாசலில் நின்றிருந்தன எட்டி எட்டிப்பார்த்தபடி. இன்ஸ்பெக்டர் அறையிலிருந்து “யார்றா அது கணேசன்?” என்று சத்தம் போட்டபடியே வெளிவந்தார். அவர் கையில் கனத்த தடியொன்றிருந்தது. கணேசன் நடுங்கிக்கொண்டு எழுந்து நின்றான். “அப்பிடி உள்ளார போயி நின்னு சட்டை வேட்டியை அவுருடா!” என்றார். கணேசன் தள்ளிப்போய் தன் சட்டையையும் வேட்டியையும் அவிழ்த்துவிட்டு ஜட்டியோடு நின்றான். அவ்வளவுதான்.

கணேசனுக்கு சரமாரியாய் கெண்டைக்காலில் தடியடி ஆரம்பித்து விட்டது! “ஐய்யோ! வேண்டாங்க சார் வேண்டாங்க சார்!” என்று கணேசனின் ஓலம் வெளியில் நின்றிருப்பவர்களுக்கே பீதியைக் கிளப்பிற்று. அமர்ந்திருந்த நால்வரும் கணேசன் அடிபடும்

திசையையே பார்க்காமல் அமர்ந்திருந்தார்கள். கணேசனின் சத்தத்தைவிட தடி அடியின் ஒலி படீர் படீரென வெளியில் கேட்டது. இன்ஸ்பெக்டர் அடியை எப்போது நிறுத்துவாரெனவும் தெரியவில்லை. "பொம்பளைப்பிள்ளையை பெசையச் சொல்லுதாடா உன்னோட கையி? என்ன ஜென்மம்டா நீயி?" அடித்து ஓய்ந்து தன் அறைக்குத் திரும்பினார் இன்ஸ்பெக்டர். கணேசன் அடிவாங்கின இடத்திலேயே சுவரில் சாய்ந்து அமர்ந்தான். ஸ்டேசனில் எந்தச் சத்தமுமில்லை.

"அந்த வடிவுக்கரசிங்கற பொண்ணு எங்க இருக்கு?" இன்ஸ்பெக்டர் ரைட்டரிடம் கேட்டார்.

"வெளிய நின்னுட்டு இருக்கும் சார்... இதா இப்பவே கூட்டிட்டு வர்றேன் சார்" என்று ரைட்டர் வெளியில் வந்து "வடிவுக்கரசி" என்று அழைத்தார். "சார் கூப்பிடறார்" என்று சொல்லிப்போக, வடிவுக்கரசி ஸ்டேசனில் நுழைந்து இன்ஸ்பெக்டர் அறைக்குள் நுழைந்தாள். கொஞ்சம் நேரத்தில் அவள் அறையிலிருந்து வெளியேறினாள். தலைவர் வக்கீலோடு இன்ஸ்பெக்டர் அறைக்குள் வணக்கம் வைத்துக்கொண்டு சென்றார்.

"இதென்ன உங்க ஊரு கேஸா?" என்று தலைவரைப்பார்த்து இன்ஸ்பெக்டர் கேட்டார்.

"ஆமாங்க சார்..."

"வன்கொடுமை சட்டத்துல போடச்சொல்லித் தெளிவா எழுதிக்குடுத்திருக்கு அந்தப் பொண்ணு. கொலை செய்ய முயற்சி, பாலியல் துன்புறுத்தல்னு தெளிவா ஒவ்வொருத்தன் மேலயும் குடுத்திருக்கு. என்ன நடந்துச்சோ... அந்தப் பொண்ணைப் பேசி சரிக்கட்டியிருக்கீங்க!"

"நான் பேசலைங்க சார். அந்தப் பொண்ணோட பெரியப்பா போயி பேசினாரு. அவரு சொன்னதைக் கேட்டுக்குச்சுங்க சார் அந்தப் பொண்ணு"

"சரி அதான் வக்கீலு வந்துட்டாரே... மறுபடியும் இது தொடர்பா அடிச்சிக்கிட்டாங்க, குத்திக்கிட்டாங்கன்னு வராம சிக்கலில்லாம முடிச்சுக்குங்க!" என்று சொல்லி எழுந்தார் இன்ஸ்பெக்டர். "தேங்ஸ் சார்!" என்று சொல்லிய வக்கீலும் எழுந்தார். அறையிலிருந்து

வெளியேறிய இன்ஸ்பெக்டர் ரைட்டரிடம், "ரெண்டு தரப்புலயும் தெளிவா எழுதி வாங்கிட்டு தாட்டியுடுங்க!" என்று சொல்லிவிட்டு ஸ்டேசனை விட்டு வெளியேறிச்சென்று ஜீப்பில் ஏறினார். டிரைவர் ஜீப்பை கிளப்பிக்கொண்டு சென்றார். புயல் அடித்து ஓய்ந்த நிலையில் ஸ்டேசன் இருந்தது அப்போது.

வக்கீல் பொன்னம்பலம்தான் டைப்படித்துக்கொண்டு வந்திருந்த பேப்பர்களை ரைட்டரிடம் கொடுத்தார். "வரும் பதினாறு நாட்களில் எழுபத்தைந்தாயிரம் ரூபாயை வேலுச்சாமி என்பவர் வடிவுக்கரசி என்பவரிடம் கொடுத்து பிரச்சனையை முடித்துக்கொள்ள வேண்டும். மீறினால் தன் சொத்து அளவில் பாதியை அடுத்த பத்து நாட்களில் வடிவுக்கரசி பெயரில் எழுதிக்கொடுத்துவிட வேண்டும்" என்பது மட்டுமே அந்தத் தாள்களில் முக்கியமாய் இருந்ததை ரைட்டர் பார்த்துவிட்டுப் புன்னகைத்தார் அமர்ந்திருந்தவர்களைப் பார்த்து.

OOO

10. வலிக்குது இன்னமும்

ஊரின் கிழக்கில் மூன்று சாலைச் சந்திப்பில் அன்றுதான் முதலாக டப்பா வடிவில் செலவு குறைவாகத் தகரமடித்து கறிக்கடை போட்டிருந்தான் பழனிச்சாமி. “அங்கே பேருந்து நிழற்குடையிலேயே கொஞ்சம் நாள் கட்டையைப் போட்டு வெட்டி கறிக்கடையை ஓட்ட வேண்டியதுதானே பழனிச்சாமி... யாரு வந்து ஏன்டா இங்கே கறிக்கடை போட்டேன்னு கேட்டுருவாங்க? கேட்டா என்கிட்ட அவிங்களைப் பேசச்சொல்லு... நான் பேசிக்கறேன்!” என்று பஞ்சாயத்துத் தலைவரே இவனிடம் முன்பாகச் சொல்லியிருந்தார். இவனுக்கு அதில் விருப்பமில்லை. ஞாயிறு அன்று ‘சாந்தாமணி கறிக்கடை’ திறப்பு என்று சென்னிமலை பிரஸ்ஸில் நோட்டிஸ் அச்சடித்து சுத்துவட்டாரம் முழுக்க நோட்டிஸ் விநியோகித்திருந்தான்.

கொரோனா சமயத்தில் ஆங்காங்கே தோட்டங் காடுகளில் ஆட்டை வெட்டிக் கூறுகறி விற்பனை செய்தார்கள். ஆட்டின் உடலுறுப்புகள் அனைத்தும் கலந்த கூறுகறி ரூபாய் ஐநூறு என்று சூரியன் கிளம்புவதற்கும் முன்பாகவே பொட்டணங்கள் ஓடிவிடும். அதற்கு மூன்று மணிக்கே ஆட்டை அறுத்து சுத்தம்பண்டி வெட்டிக் கூறு பிரிக்க வேண்டும். பழனிச்சாமியும் அவ்விதமே கூறுகறி விற்பனை உண்டு என்று இரண்டு ஆட்டை வெட்டி விடிவதற்குள்ளாகவே முடித்திருந்தான்.

விடிந்ததும் நோட்டிஸ் பார்த்த ஊர்க்காரர்கள் பலர் கடைவாசலுக்கு வந்துவிடவே அவன் மனைவி சாந்தா ஆட்டின் கால்களைக்கட்டி

கடைமுன்பாகப் படுக்க வைத்து சூரிகத்தியால் அறுத்து ரத்தத்தைப் பெரிய குண்டானில் பிடித்தாள். ஆட்டை அப்படியே போட்டுவிட்டு சிக்கன் கேட்டவர்களுக்கு படப்படவென வெட்டி ஒதுக்கி வைக்க பழனிச்சாமி இலையில் அதை வைத்து அழகாக மடித்துக்கட்டி பேப்பர் சுற்றி, கேட்டவர்கள் கையில் கொடுத்தான்.

முதல்நாள் என்பதால் ஒருகிலோ கறி வாங்குபவர்கள் அனைவருக்கும் பத்து முட்டைகள் இலவசம் என்று நோட்டிஸ் சொன்னதால் அதற்கெனவே கூட்டம் வந்திருந்தது. பழனிச்சாமி கடையினுள் முன்பாகவே பத்துப்பத்து முட்டைகளை பாக்கெட் செய்து வைத்திருந்தான். அதிலிருந்து ஒவ்வொரு பாக்கெட்டாய் எடுத்து கறி வாங்கியவர்களுக்கு சிரித்த முகத்துடன் கொடுத்தான்.

பழனிச்சாமி ஓரளவு கூட்டத்தை எதிர்பார்த்திருந்தான் என்றாலும் இப்படி திமுதிமுவென வந்துவிடுவார்கள் என்று எதிர்பார்க்கவில்லை. விஜயமங்கலம் முருகேசனுக்கு போனடித்தான். கறிவெட்ட ஆள் ஒருவரை உடனே அனுப்புமாறு கூறினான். “இந்திக்கார பயலொருத்தன் இருக்கான்... டிவிஎஸ் குடுத்து இப்ப அனுப்பிடறேன்'' என்றான் முருகேசன்.

சாந்தாமணி சளைக்காமல் கறிவெட்டுவதைக் கண்டதும் இவனுக்குப் பாடாய்ப்போயிற்று. மணி காலை ஏழுதான் ஆகியிருந்தது. எப்படியும் இன்னமும் ரெண்டுமணி நேரம் வரை கூட்டம் குறையாது. சென்னிமலை, விஜயமங்கலம் என்று போய் கறி வாங்கி வருபவர்கள் எல்லோருமே ஒரே அழுத்தில் இங்குவந்து நின்றுவிட்டார்கள்.

சாந்தாமணி இந்திக்காரப் பயல் வந்து கத்தியைப் பிடித்ததும் தான் செய்யும் வேலையில் வேகத்தைக் குறைத்தாள். நெற்றியில் வழியும் வியர்வையை இடதுகை புறங்கையால் அப்படியே துடைத்துக்கொள்வதையெல்லாம் பார்த்த பழனிச்சாமி நாலு பேர் நின்றிருந்தால் என்ன? போய் துணியொன்றினால் அவள் வியர்வையைத் துடைத்துவிடுவோமே... என்றே யோசித்தான்.

“பழனிச்சாமிக்கி எப்பிடியொரு சம்சாரம் அமைஞ்சிருக்குதுன்னு பாருங்கப்பா... லேட்டானாலும் லேட்டஸ்ட்டா கட்டீட்டு வந்திருக்கான். இருக்குமுல்லொ அந்தப் பொண்ணுக்கும் வயது முப்பது? என்ன கொஞ்சம் பொண்ணு கறுப்படிச்சாப்ல இருக்கா!”

“ஏப்பா கலரா முக்கியம் அவனுக்கு? பொண்ணு கெடைக்கிறதே குதுரக்கொம்பா இருக்குற காலத்துல அவனுக்குனு ஒருத்தி கெடச்சிருக்கா பாருப்பா! எட்டுகிலோ ஆட்டை அந்தக் கிலுவை மரத்து வாதுல பூவாட்ட தூக்கிப்போய் தொங்கவுட்டு சூரிக்கத்தியை வெச்சா பாருப்பா. பத்து நிமுசத்துல தோலை உருவி தனியாப்போட்டுட்டா! அப்புறம் கத்தியை வெச்சா பாரு... கொடலு பூராத்தியும் வழிச்சு எடுத்துச் சொய்யுன்னு கையால ஒரே இழு! கொடலுக்குள்ள இருந்த சமாச்சாரம் பூராவும் சலபுல சலபுலன்னு வந்தாச்சு. அப்பிடியே ஒரு கீழ்முடிச்சுப் போட்டு தண்ணிய மேலயிருந்து ஊத்தி இப்பிடியும் அப்பிடியும் ரெண்டே ஆட்டு ஆட்டி பளிச்சுனு உட்டுட்டா தண்ணியை. அப்பவே கொடலு கண்ணாடியாட்டம் தெரியுது. செரியான வேலைக்காரிப்பா அவ! பட்டுப்பட்டுனு நாலு வெட்டுல கறியத் தூக்கிட்டு வந்து கொக்கீல மாட்டீட்டாளே! பழனிச்சாமிக்கி அதுல ஒரு கூறும் தெரியாது. ஆனா பொண்டாட்டி இருக்குற தைரியத்துல கடையைப் போட்டுட்டான் பாரு.”

“ஒரு வருசத்திக்கிம் மின்ன அவன் இருந்த இருப்பென்ன? இப்ப இருக்குற இருப்பென்ன! ஏப்பா பெருந்துறை வரைக்கிம் நாலஞ்சு கடைங்களுக்கு ஆடு கொண்டுட்டு போறானாமாப்பா!”

“நீயி வாயைப் பொளந்துட்டு பேசுறதைப் பார்த்தா கண்ணுபோட்டுடுவியாட்ட இருக்குதா!”

“நாங் கண்ணுபோட்டுத்தான் அஞ்சாறு ஆவப்போவுது இனி. சரி நம்ம பயலொருத்தன் ஏதோ ஒரு தொழிலு செஞ்சு முன்னுக்கு வந்தாச்செரி!”

“ஏப்பா நானும் வந்தாப்புல புடிச்சிப் பாக்குறேன் பொண்டாட்டிகிட்ட இந்தப் பழனிச்சாமி ஒருபேச்சுப் பேசாமயே பொட்டணங்கட்டிக் குடுத்துட்டு இருக்கானே! ரெண்டுக்கும் சண்டையோ?”

“அட அவ கறிவெட்டீட்டு காரியத்துல முசுவா இருக்காப்பா... கூட்டம் கொறஞ்சிதுன்னாத்தான கொஞ்சிக்குவாங்க!”

ஒரு மாதம் முன்பாக பழனிச்சாமி பள்ளிப்பாளையத்திற்கு பெரியார் சார் அழைத்ததன் பேரில் ஆட்டோ எடுத்துச் சென்றிருந்தான். அவரது வீட்டுக்குப் பூச்சுவேலை செய்யவிருப்பதால் சென்னிமலை

வரை சென்று பெயிண்ட், டிஸ்டெம்பர் என்று எல்லாவற்றையும் வாங்கிப்போட்டுக்கொண்டு வந்துவிடலாமென்றார். அப்படித்தான் பெரியாரும் பூச்சுவேலைக்காரன் ஒருவனோடு ஆட்டோ ஏறினார். சென்னிமலைபோய் எல்லாச் சாமான்களையும் வாங்கி ஆட்டோவில் ஏற்றி வீடு கொண்டு வந்து சேர்த்தினர்.

வாங்கிவந்த பொருட்களையெல்லாம் பத்திரமாய் எடுத்து பழனிச்சாமியும் பூச்சுவேலைக்காரனும் சாரின் வீட்டினுள் கொண்டுபோய் வைத்தனர். டெய்ஸி டீச்சர் இவர்களுக்கு ஹார்லிக்ஸ் போட்டு வந்து கொடுத்தாள். பூச்சுவேலைக்காரனும் பின்பாக சாரிடம், நாளைக்கி நாலு பேருடன் வந்து காலையிலேயே வேலையைத் துவங்கிவிடுவதாகச் சொல்லி விடைபெற்றுப் போய்விட்டான். பின்பாக வீட்டின் முன் புங்கை மரத்தடியில் சேரில் அமர்ந்திருந்த பழனிச்சாமி சாரிடம் விடைபெறுவதாகச் சொல்லி எழுந்த போது அவனை அமர்த்திவிட்டார்.

“போலாமிரு பழனிச்சாமி. அப்புறம் உன்னோட ஆட்டேவாரமெல்லாம் நல்லமுறையில போயிட்டு இருக்குமாட்ட இருக்குது!”

“ஆமாங்க சார்... நீங்க மட்டும் சொல்லாம இருந்திருந்தீங்கன்னா எனக்கு இந்த வழியும் தெரிஞ்சே இருக்காதுங்க சார்.”

“சரி மாசம் எப்பிடியும் ஒரு நாப்பது அம்பது சம்பாதிப்பீல்ல?”

“இருக்கும் சார்... திடீருன்னு வீட்டுக்குப் பூச்சு வேலை ஆரம்பிக்கறீங்களே எதாவது விசேசம் பண்றீங்களா சார்?”

“அது கிறிஸ்துமஸ் வருதுல்ல... அதுக்காக! என் பொண்ணு மலர்விழி புருசனோடயும் பேத்திகளோடயும் வர்றா! அதைவிடு நீயி. கல்யாணம் பண்ணிக்கிறதைப்பத்தி என்ன நினைக்கிறே நீயி?”

“நல்ல விசயம்தான் சார். ஆனா பொண்ணு கிடைக்கணுமே... என்னோட வயது நாப்பது சார். எனக்குத் தெரிஞ்சு என்னோட வயசுக்காரனுங்க கொழந்தையோட இருக்குற விதவைங்களைக் கட்டிக்கறாங்க. கட்டி வாழ்ந்துட்டும் இருக்கறாங்க. எனக்கு ஏனோ அதுக்கு மனசு ஒப்பலை.”

“சரி நான் உனக்காகப் பேசி ரெடி பண்ணா நீ மறுக்க மாட்டீல்ல? இல்ல உங்களுதுலயேதான் கட்டிக்கணும்னு இருக்கியா?”

“எங்கம்மா அப்பிடி இருந்தாத்தான் நல்லதுன்னு சொல்லும் சார்!”

“உங்கம்மாவை விடு... அவிங்ககிட்ட நான் பேசிக்கறேன். நீயி என்ன சொல்றே? இப்பிடி நீயி யோசிக்கறதைப்பார்த்தா உன்னை நம்பி நான் இறங்கலாமா வேண்டாமான்னு இருக்குது பழனிச்சாமி! பள்ளிப்பாளையத்துல ஒரு லவ் மேரேஜ் பத்துவருசத்திக்கிம் முன்ன நடந்துச்சு தெரியுமா உனக்கு?”

“இந்த ஊர்ல நடக்குற சமாச்சாரமெல்லாம் பெருசா எனக்குத் தெரியாதுங்க சார்.”

“கீரப்பாளையம் கறிக்கடைக்கி ஆடு சப்ளை பண்ணப் போறியா நீயி?”

“ஆமாங்க சார்... அவரு ஞாயித்துக்கிழமை மட்டும்தான் கடை போடுவாரு. சக்கரைக்கத்தீன்னு தெரியும்”

“ஆமா! அவரு கடையில ஒரு பொண்ணு வேலை செஞ்சுட்டு இருக்குமே... நீ பார்த்திருக்கியா?”

“அதுங்களா சார்... கொண்டுபோற ஆட்டை பத்துக்கிலோ வரும்னு சொல்வேன் சார். அந்தப் பொண்ணைத்தான் கூப்பிட்டு எடையைப் பாக்கச் சொல்வாரு. சேலையை இடுப்புல ஒசக்கத் தூக்கி சொருவீட்டு ஆட்டைத் தூக்கிப் பார்த்துட்டு, ‘ஒம்பது கிலோ வரும்... கழிச்சதெல்லாம் போக!’ அப்படின்னுட்டு கறிவெட்ட போயி நின்னுக்கும் சார்”

“அது அவரோட பொண்ணுதான். அதுக்கு வயசு என்ன இருக்கும்னு நினைக்கிறே?”

“தெரில சார்... இருந்தா ஒரு இருபத்தாறு ஏழு இருக்கும்...”

“முப்பதாம். அதோட அக்காதான் இங்க ஒருத்தரை லவ் பண்ணி கட்டிக்கிச்சி. இதென்ன நாலு ஊடு தள்ளி இருக்குது. ஏழெட்டு வருசமா அது கீரப்பாளையம் போகாம இருந்து, இப்ப போக்குவரத்து இருக்குது. அதான் என்கிட்ட வந்து ஒருநாளு பேசிட்டு இருக்கப்ப, ‘இந்த மாதிரி எங்கப்பன் என் தங்கச்சியைக் கறிக்கடையில போட்டுட்டான். பத்து இருவது ஆடுங்களை காட்டுமேட்டுல மேய்ச்சுட்டு கருத்துப்போயி கிடக்கா... அவளுக்கு ஒரு கல்யாணம் பண்ணி தாட்டியுடாம வீட்டோட வெச்சுட்டு இருக்கான், என்னெ மாதிரி லவ்வுப்பண்டி கட்டிக்கிற சாமார்த்தியமும் அவகிட்ட

இல்லன்னு' சொல்லிட்டு இருந்தா."

"எல்லாஞ்செரீங்க சார், அவங்கப்பன் எனக்குக் குடுக்கச் சம்மதிக்கோணுமே சார்."

"அந்தக் கவலையெல்லாம் உனக்கெதுக்கு? அந்தப் பொண்ணோட அக்காவோட நான் போயி அவங்கப்பன் கிட்ட பேசுறேன். நகை நட்டுன்னு ஆசைப்படறியா பழனிச்சாமி?"

"அப்படி ஆசையெல்லாம் படுற வயசுங்களா சார் எனக்கு" அப்படிச் சொன்னவன் பின்பாக அங்கிருந்து கிளம்பினான். ஒரு வாரத்தில் பெரியார் சார் இவனைக்கூப்பிட்டு நல்ல தகவலாய் சொன்னார். இவன் அம்மாவும் சம்மதம் சொல்லிற்று. பத்திரிகை அடித்தெல்லாம் ஊருக்கு அழைப்பு போடவில்லை இவன். சென்னிமலை ஈஸ்வரன் கோவிலில் நெருங்கிய சொந்தங்களை வைத்துக்கொண்டு சாந்தாமணி கழுத்தில் தாலி கட்டினான். இருவரும் முதலாக பெரியார் சாரின் காலில் விழுந்துதான் ஆசீர்வாதம் வாங்கினார்கள். அவர் கண்களில் கொஞ்சமாய் ஈரத்தை அன்று பழனிச்சாமி பார்த்தான். அவர்தான் பின்பாக கறிக்கடை போடும் யோசனையையும் இவனுக்குச் சொன்னது. ஆனால் அதுபற்றியான விசயத்தை அவர் கேட்டது சாந்தாமணியிடம்.

ООО

அன்றைய முதல் நாள் வியாபாரத்தை முடித்து கடையைச் சாத்துகையில் மணி பனிரெண்டைத் தொட்டுவிட்டது அவர்களுக்கு. இந்திக்காரப்பயலுக்கு அவனுக்கான தொகையைக் கொடுத்து தாட்டி அனுப்பினான் பழனிச்சாமி. அவன் வாயெல்லாம் பல்லாக சிரித்துச் சென்றான். அன்று ஆறரை மணியைப்போல பழனிச்சாமிக்கு பிரேமாவின் அழைப்பு செல்போனுக்கு வந்தது. எடுத்தவன் "என்ன பிரேமா? ஏன் இன்னிக்கி இன்னமும் சுப்பிரமணி வரலை? வண்டியில எதாச்சிம் பிரச்சனையா?" என்றான். அவளோ இவனை "கோழிப்பாளையம் உடனே வாங்க!" என்றாள்.

வேறொன்றும் சொல்லாமல் அவள் போனை வைத்துவிட்டதால்,

என்னான்னே தெரியலையே! என்று அவசரமாய் இவன் பைக்கை எடுத்தான். சாந்தாமணியிடமும் ஒன்றும் சொல்லிக்கொள்ளாமல் செல்லவே அவள், "ஏனுங்கத்தே... ஒண்ணுஞ் சொல்லாம திடீருன்னு கட்டல்ல படுத்திருந்த மாமன் வண்டியைத் தூக்கீட்டு சர்ர்னு போவுதே!" என்றாள். "அவன் அப்பிடித்தான்... போறப்ப எங்க போறன்னு எப்பயும் எங்கிட்டயும் சொல்லீட்டே போமாண்டான்!" என்றது அம்மா.

பழனிச்சாமி கோழிப்பாளையம் போவதற்கும் முன்பாகவே ஆட்டோ சாலையில் இருளில் நின்றிருப்பதைப்பார்த்து வண்டியை நிப்பாட்டினான். வண்டியிலிருந்து இறங்கிய மறுநிமிசமே பிரேமா ஓடிவந்து இவனைக் கட்டிக்கொண்டு விசும்பினாள். சுப்பிரமணி கிழக்கிலிருந்து பீடி பிடித்தபடி வந்துகொண்டிருந்தான் இருளில்.

"என்னாச்சுன்னு சொல்லு!" என்றான் அவளைத் தள்ளி நிறுத்தியவன்.

"ஒரு மாசமா சும்மாதான் ஜாலியா பேசீட்டு வந்தாப்ல இந்த சுப்பிரமணி. இன்னிக்கி சரக்கு அடிச்சிடுச்சாட்ட இருக்குது... டப்புன்னு இந்த இடம் வந்ததீம் வண்டியை நிறுத்தீட்டு கேனைவாக்குல புடிச்சி இதுங்களைக் கசக்குது. காதோட ஒரு அப்பு அப்பீட்டு வண்டீல இருந்து இறங்கி நின்னுட்டேன். அப்புறம் தான் உங்களைக் கூப்பிட்டேன்" அவள் சொல்லி முடித்த சமயம் சுப்பிரமணியும் வந்து சேர்ந்தான்.

"என்னடா சுப்பிரமணி இதெல்லாம்?" என்று அவனிடம் கேட்டான் பழனிச்சாமி.

"இப்பிடீன்னு புடிச்சேன்டா... அதுக்கென்னமோ பளார்னு என் கன்னத்துல அடிச்சுட்டா! புடிச்சதுனால அது என்னாகிப் போயிரும் இப்ப... நானும் எத்தனை நாளைத்தான் ஜங்குஞ் ஜங்குனு குதிக்கிற அதுங்களை பார்த்துட்டு பெருமூச்சு உட்டுட்டெ இருக்குறது?"

"செரி நீயி என் பைக்கை எடுத்துட்டு வந்து சேரு!" என்றவன் ஆட்டோவைக் கிளப்பினான்.

"அவனை வேண்டாமுன்னுட்டு வேற ஒரு பெரியவரை வண்டியோட்ட சேர்த்திடட்டா பிரேமா..."

"அப்ப நீங்க ஓட்ட வரமாட்டீங்களா?"

“எனக்கு ஏது டைமு? இனி சுப்பிரமணிகிட்ட ஆட்டோ ஓட்ட வேண்டாம்டா வேற ஆளைப் பார்த்துக்கறேன்னு சொல்லவும் சங்கடம்தான் எனக்கு. ஒண்ணு பண்ணு இனிமேல் சாயந்திரம் அஞ்சு மணிக்குள்ள ஏவாரத்தை முடிச்சுக்க. நான் அவன்கிட்ட சொல்லிடறேன். இந்தமாதிரி பிரேமாகிட்ட பண்ணாதடான்னு! என்ன ஒண்ணுஞ் சொல்ல மாட்டீங்கறே? இல்லீன்னா முன்னாடி அவன்கூடவே வந்து உட்காராதே. மொதல்லயே இன்ன இன்ன ஊரு போறோம்னு சொல்லிட்டு பின்னாடியே உட்கார்ந்துக்க!”

“சரீங்க!”

“சுப்பிரமணி நல்லவன்தான் பிரேமா... நீ உன்புருசன்கிட்டயிருந்து டைவர்ஸ் வாங்கிட்டீன்னா இவனையே கூட கட்டிக்கலாம்...”

“எப்பிடிப்போட்டு நசுக்கீட்டான் தெரியுங்ளா... வலிக்குது இன்னும்ம். காட்டானாட்ட இருக்குது!” என்றாள். இவனுக்கு சிரிப்புத்தான் வந்தது. அன்றே சுப்பிரமணியிடமும் பேசிப்பார்த்தான் பழனிச்சாமி. அவன் திரும்பத்திரும்ப ஒன்றையே சொல்லிக்கொண்டிருந்தான். “இப்பிடின்னு புடிச்சதனால என்னாயிப்போச்சாமா?”

“டேய் கொஞ்சம் நேம்பா நைஸா பழகினா அவளையே கட்டிக்கலாம்டா நீயி!”

“நானும் கட்டிக்கிறதுக்குத்தான் நாம்பிப்புடிச்சேன்!” என்றான் சுப்பிரமணி.

அடுத்த மாதத்தில் ஒருநாள் காலையில் சென்னிமலை செல்லும் பேருந்திற்கு இருவரும் நின்றிருந்தார்கள். பைக்கில் சென்ற பழனிச்சாமி அவர்களருகில் நிறுத்தினான். இவன் எதுவும் பேச்சுக்கொடுக்காமலேயே இருக்கவும் சுப்பிரமணியே சொன்னான்...“கொழந்தைக்கி ஒடம்பு செரியில்லீன்னு சொன்னா பழனி இவொ. வயித்தாலயே வெடிய வெடியப் போச்சாம். செரீன்னுட்டு சென்னிமலை மணி டாக்டரைப் பார்த்துட்டு வரலாம்னு பஸ்சுக்குக் கிளம்பிட்டோம்’ என்றான். பழனிச்சாமி உள்ளுக்குள் சிரித்தபடி அங்கிருந்து கிளம்பினான்.

ooo

11. ஒடஞ்ச சட்டி ஒலைக்கி ஆவாது

வேலுச்சாமி மூன்று மாதகால தாடியோடு திரிந்தான் ஊருக்குள்.

அன்று எழுதிக் கையெழுத்துப் போட்டுக் கொடுத்துவிட்டு தவுட்டுப்பாளையம் ஸ்டேசனிலிருந்து எல்லோரும் வீடு வந்து சேருகையில் இரவு பத்துமணியாகிவிட்டது. ஆயாவுக்கு கருப்புக்காரியத்தை அடுத்த நாள் மதியம்தான் வைத்தார்கள். கருப்பு நிகழ்ச்சியில் கூட சனமெல்லாம் முந்தினநாள் நடந்த முடிந்திருந்த சம்பவங்களைப்பற்றியே பேசினார்கள்.

குருசாமியும் சந்திரானும் துளசிமணியும் கருப்பு நிகழ்வில் பெயருக்கு மட்டும் இருக்குமிடம் தெரியாமல் ஆளுக்கொரு பக்கம் சேரில் அமர்ந்திருந்து விட்டுச் சத்தமில்லாமல் எழுந்து போனார்கள். அவர்கள் யாரும் வேலுச்சாமியிடம் ஒருவார்த்தை பேசிக்கொள்ளவில்லை. மதியம் கருப்பு நிகழ்வு என்பதால் விஜயமங்கலத்திலிருந்து சாப்பாட்டை ஆட்டோவில் கொண்டு வந்து இறக்கி வைத்துவிட்டு வெறுமனே பழனிச்சாமியும் சேரில் அமர்ந்துகொண்டான். எழவு விழுந்த வீட்டில் எப்போதுமிருக்கும் அமைதியை விட அங்கு அதிகமிருந்தது.

ஆயாளுக்காக வேலுச்சாமி மொட்டை போட்டு மீசையை சரைத்துக் கொண்டான். செல்வமும் மாரிமுத்துவும்தான் காரியங்களைப் பார்த்துக்கொண்டார்கள். கூரையில் சொந்தபந்தங்கள் காக்கைக்கு

உணவு வீசிவிட்டு ரொம்ப நேரமாகக் காத்திருந்தும் ஒரு காக்கையும் சோறெடுக்க வரவில்லை. அதைப்பற்றி அங்கு யாருமே கவலைப்படவுமில்லை. நிகழ்ச்சிகள் முடிந்து ஒவ்வொருவராய் நல்ல வார்த்தைகள் சொல்லி பதினாறாம் நாள் சாமி கும்பிட வந்து சேருவதாய்ச் சொல்லிப்போனார்கள் வேலுச்சாமியிடம்.

பழனிச்சாமி தனக்கான வாடகைப் பணத்தையும் சாப்பாட்டுக் கடைக்கான பணத்தையும் மாரிமுத்துவிடம் பெற்றுக்கொண்டான். சுள்ளிமேட்டூர் மண்டபத்தில் எடுத்த சேர்களை நாளை வந்து தூக்கிப்போய்விடுவதாயும், சாமியானா போட்ட சென்னிமலைக்காரர்கள் நாளை வந்து கழற்றிக்கொண்டு போய்விடுவார்களெனவும் மாரிமுத்துவிடம் சொல்லிவிட்டு வேலுச்சாமியிடம் போய் நின்று மண்டையை ஆட்டிவிட்டுக் கிளம்பிவிட்டான்.

பதினாறாம் நாளுக்குள் அக்கா வடிவுக்கரசிக்குத் தரவேண்டிய தொகையே வேலுச்சாமியின் கண்முன்னால் நின்றுகொண்டு அவனைத் தூங்க விடாமல் செய்தது. அவனுக்கென வைப்புத்தொகை யூனியன் பேங்க்கில் ஐந்து லட்சமும் இந்தியன் பேங்க்கில் ஐந்து லட்சமும் கிடந்தது.

இரண்டு வங்கிகளிலும் போன வருடம்தான் அதை மாற்றி மேலும் இரண்டு வருடங்களுக்குப் போட்டு வந்திருந்தான். இரண்டு ஏடிஎம் அட்டைகளிலும் சேர்ந்து ஒரு எம்பதாயிரம் வரை இருக்கலாம். மொத்தக் கையிருப்பே அவனிடம் அவ்வளவுதான். மத்தபடி பார்த்தால் காட்டுப்பத்திரம்தான் இருக்கிறது. அதை வைத்துத்தான் பணத்தை ஏற்பாடு செய்ய முடியும்.

அவனுக்கு இரண்டு மூன்று நாட்களாகத் தூக்கமே இல்லை. யாரும் வேலுச்சாமியைத் தேடி அவன் வீட்டுக்கு வரவில்லை. எந்த நேரமும் இவனது தோட்டச்சாலையில் சரக்கடிக்க அமரும் குருசாமியும் துளசிமணியும் போனில் கூட இவனை அழைத்து, ‘சரக்கு வாங்கிட்டு வர்றியாடா வேலா?’ என்று கேட்கவில்லை. ‘நடந்தது நடந்துபோச்சு பாத்துக்கலாம்டா வேலா! நம்மகிட்ட என்ன இல்லாமப் போச்சு?’ என்று சொல்ல ஒருவனும் இல்லை என்ற தனிமைதான் அவனை வாட்டியெடுத்தது. பசிக்காக வீட்டில் கிடந்த தக்காளிப்பழங்களையும் உருளைக்கிழங்கை சுடுநீரில் போட்டு வேக வைத்தும் தின்று கழித்தான்.

மூன்றாம் நாள்தான் வேலுச்சாமி குடியைப்பற்றி நினைத்தான். வண்டியை எடுத்துக்கொண்டு சென்னிமலை சென்றவன் சரக்கை வாங்கிக்கொண்டு பாரினுள் சென்றான். உள்ளே கொட்டக்காட்டு கணேசனும் சந்திரனும் டேபிளில் அமர்ந்து குடித்துக்கொண்டிருந்தார்கள். அவர்களிடம் சென்று சேர் ஒன்றை எடுத்துப்போட்டு அமர்ந்தான். கணேசன் ஆத்தாவின் கருப்பு காரியத்துக்கு வரவில்லை. வேலுச்சாமிக்கு அவன் வந்ததாக நினைப்பிருந்தது.

“ஆத்தா கருப்புக்கு வந்துட்டு ஏன்டா எங்கிட்ட பேசாம போயிட்டே முனியப்பா?” என்றான் தம்ளரில் ஊற்றிய சரக்கை வாயில் ஊற்றி முடித்ததும்.

“நான் கருப்புக்கு வரலைடா வேலா. வர்றமாதிரி நிலையில இருந்தனா நானு? வாங்குன அடியில ரெண்டு நாளா ஊட்டுலயே சோறுதண்ணி இல்லாம கிடந்தேன். மாப்ளெதான் காத்தால வந்து என்னை இங்க கூட்டிட்டு வந்தான்” என்றான்.

“கணேசன் பொண்டாட்டி பிள்ளையைத் தூக்கீட்டு அவிங்கூருக்கே போயிட்டா மாப்ளெ!” என்றான் சந்திரன்.

“போனா வேற பொண்டாட்டி கட்டுனாப்போவுது உடுறா கணேசா... போனவள தொரத்தீட்டு பொறவுக்கே போயி கால்ல உழுந்தா கூட்டீட்டு வந்து குடித்தனம் பண்ட முடியும்? ஆமா பொண்டாட்டி போறதுக்கு ஒரு ரீசன் வேணுமுல்ல... என்ன ரீசனு?” அடுத்த கட்டிங்கை ஊற்றிக்கொண்டான் வேலுச்சாமி.

“ஸ்டேசனுக்குப்போயி ஈடு தின்னுட்டு வந்தவன் கூட பொழைக்க முடியாதுன்னுதான் போயிட்டாளாம் மாப்ளெ!”

“சரி அதைப்பேசி என்னாகுது இப்ப! நம்ம மேட்டருக்கு வருவோம். இந்தத் துளசிமணி கீது உங்களைக் கூப்பிட்டானா?”

“இல்லியே மாப்ளெ! உங்கூருக்காரன் உன்னையே கூப்பிடலையா? அப்ப குருசாமி?”

“எவனும் என்னைக் கூப்புடுல. எல்லாரும் பெருமைய உட்டுக்குடுக்கக்கூடாதுன்னு வம்படியாப்போயி காரியத்தைப் பண்ணீட்டு ஊட்டுக்குள்ள உக்கோந்துட்டானுங்க. சரக்கைப்

போட்டுட்டு என்ன மாதிரி பேசுனானுங்க தெரியுமா? எங்கக்காளை உசுரோட உடக்கூடாது... அந்த சண்முகன் பயலை உசுரோட உடக்கூடாதுன்னு பல்லைக் கடக் கடக்குனு கடிச்சுட்டு என்னையும் உசுப்பேத்தி உசுப்பேத்தி இப்பிடி உக்காத்திவச்சுட்டு பொண்டாட்டிக பொச்சுக்கு பின்னாடி போயி ஒளிஞ்சுக்கிட்டானுங்க! அவனுங்களுக்கு எத்தனை பண்ணியிருப்பேன் நானு! சொல்லிக்காட்டுறேன்னு நெனைக்காதீங்க..."

"உடு மாப்ளெ! நடந்து முடிஞ்ச விசயத்தை மறந்துடு! ஏதோ கெட்ட நேரம்னு நினைச்சுக்கோ."

"சரி அப்பிடியே உட்டுருவோம். இப்ப எங்காத்தாவுக்கு சாமி கும்பிடுற பதினாறாம் நாளு எங்கக்காளுக்கு எழுவத்தியஞ்சு லச்சம் குடுக்கணுமே நானு... நீங்கெல்லாம் ஆளுக்கு அஞ்சு லச்சம் தர்றேன்னீங்களே... அதப்பத்திப் பேசுவோம்!"

"மாப்ளெ! உனக்கே நல்லாத்தெரியும்... எங்கூட்டுல எங்கிருந்து நானு உனக்கு அஞ்சு லச்சம் பொறட்டிக்குடுப்பேன். ஒண்ணு பண்ணலாம் மாப்ளெ... நீயி அந்தப் பணத்தை குடுத்துடு. பின்னால நான் இருக்குறப்ப உனக்கு அந்தத் தொகையை குடுத்துடறேன்."

"அதான்டா... எல்லாரும் இப்ப வெளிய வந்து உக்கோந்துட்டு என்ன வேணா பேசுவீங்க! எவனுமே எனக்கு பணம் குடுக்கப்போறதில்லெ. சும்மா என்ன சொல்வீங்கன்னு கேட்டுப்பார்த்தேன். எந்த நாயி எந்தச் செருப்பக்கடிச்சா எனக்கென்னன்னுட்டு போறீங்க!எலிக்கி நோவுன்னா பூனைகளுக்கென்ன... ஒப்பாரியா வைக்கப்போவுதுக?"

"எனக்கு பொண்டாட்டியே கோவிச்சுட்டு போயிட்டா வேலா... எங்காயாளும் அப்பனும் ரெண்டுநாளா என்னை நாக்கைப்புடுங்கீட்டு சாவுறாப்புல பேசுறாங்க... எம் பொண்டாட்டி கழுத்துல கெடந்ததையாச்சிம் நைசாப்பேசி வாங்கி வித்துக் குடுத்துடலாம் உனக்குன்னு இருந்தேன் நானு" என்றான் கணேசன்.

"ஒடஞ்ச சட்டி என்னிக்குமே ஒலைக்கி ஆவாது கணேசா... எங்கக்கா மொலையைப் பிடிச்சுக் கசக்குனீல்ல... அனுபவிச்சுத்தான் ஆகணும். ஒருத்தனும் தரவேண்டாம்டா... எல்லாரும் போயி அவனவன் குடும்பத்தப்பாருங்க. என்னை மாதிரி இன்னொரு சாவு வீட்டுலயோ, கல்யாண வீட்டுலயோ போயி பெருமையக் காப்பாத்துறேன்னு

நெஞ்சை நிமுத்தீட்டு பண்ணீட்டு அவனையும் தெருவுக்கு இழுத்துக்கொண்டாந்து உட்டுறாதீங்கடா... நான் கெளம்புறேன்... சோத்துக்கு இங்கிருந்து ஓட்டல் கடையிலதான் பொட்டணம் கட்டீட்டு ஊடு போகணும். ஆனை மேயுற காட்டுல ஆட்டுக்கு நாலு பில்லு கெடைக்கமயா போயிரும்!'' சொல்லிக்கொண்டு எழுந்து கிளம்பினான் வேலுச்சாமி.

“மாப்ளெ! சங்கடப்பட்டுக்காதே... ஒரு வருசத்துல நான் என்னோட அஞ்சு லச்சத்தை கண்டிப்பா உனக்குக் குடுத்துடறேன்” என்றான் சந்திரன்.

“ஆடு நனையுதேன்னு கவலெப்பட்டு ஓநாயி ஊளையுடறாப்லையே இருக்குது நீ சொல்றது... இங்கிருந்தா சண்டையாயிரும்... நாளையிம் பின்னியும் ஒருத்தரு ஒருத்தரு மூஞ்சியப்பார்த்தா எதோ சிரிக்கிற அளவுக்காவது வெச்சுக்குவோம்! நெதானமா குடிச்சுட்டு நெதானமா வந்து சேருங்க ரெண்டு பேரும்” சொல்லிக்கொண்டு வெளியேறினான் வேலுச்சாமி.

எல்லா நாளும் சென்னிமலை செல்வதும் சாப்பாட்டு பொட்டணம் கட்டிக்கொண்டு வீடு வருவதுமாக இருந்தான் வேலுச்சாமி. ஊருக்குள் யாரையும் தேடிப்போய் பேசும் எண்ணமுமில்லை. போதையில் ஒரு நாள் குருசாமிக்கு போனடித்தான் இரவில்.

“சொல்லு வேலா... என்ன வீட்டுல இருக்கியா?” என்றான் குருசாமி.

“சென்னிமலை போயிருந்தேன்டா குருசாமி... சரக்கு வாங்கீட்டு வந்தேன். வர்றியா எம்பட ஊட்டுக்கு?” என்றான்.

“இல்லீடா, நான் குடியை உட்டுட்டேன்டா. குடிச்சா பொண்டாட்டி ஊட்டுமுன்னாடி வாதநாராயண மரத்துல தூக்குப்போட்டு செத்துப்போயிருவேங்கறா... கொழந்தைங்க ரெண்டும் தாயில்லாப்பிள்ளைங்களா போயிரும் பாத்துக்கன்னு மெரட்டறாடா வேலா! நீயி கல்யாணம்னு எவளையும் கட்டிக்காதடா! ஒரே சீரழிவுடா பொம்பளைங்களோட.”

“தர்றதா சொன்னியேடா அந்த அஞ்சு லச்சம்....”

“பொண்டாட்டி வர்றாடா வேலா... நாளைக்கி நானே கூப்பிடறேன்!” போனை வைத்துவிட்டான் குருசாமி. இவனுக்கு ஏனோ சிரிப்பாய்

வந்தது. உரக்கவே சிரித்தான். கட்டிலுக்கும் சற்று தூரத்தில் படுத்திருந்த மணியான் நாய் குரைத்துவிட்டு அடங்கியது.

அடுத்த நாள் மாரிமுத்து இவன் வீடு வந்தார்.

அவர்தான் தலைவரிடம் இவனைக் கூட்டிப்போய் இருக்கும் நிலைமையைச் சொல்லி பணம் ஏற்பாடு செய்து தரச் சொன்னார். தலைவர் இவன் பத்திரங்களை வாங்கி பத்திரப்படுத்திக்கொண்டு வக்கீலை வரவைத்து பாண்டு எழுதி ஸ்டாம்ப் ஒட்டிக் கையெழுத்தும் வாங்கிக்கொண்டு எம்பது லச்சம் கொடுத்தார். தலைவருக்கு அந்த இடம் தனக்குத்தான் என்று ஸ்டேசனை விட்டு வீடு வருகையிலேயே புரிந்துபோனது. இப்போது வட்டி கட்டக்கூட அவனால் முடியாது என்பதும் தெரிந்ததும் நிம்மதியானார்.

அடுத்தநாள் ஆயாவுக்கு சாமி கும்பிடும் நாள். நெருங்கிய உறவுசனம் மட்டுமே வீடு வந்து சேர்ந்து மதியமாய் கும்பிட்டு விட்டுக் கிளம்பிப்போயிற்று. பதினாறாம் நாளுக்கு ஊருக்குள்ளிருந்து குருசாமியின் அப்பனும் ஆயாளும் மட்டுமே வந்தார்கள். துளசிமணி வீட்டிலிருந்து அவன் அப்பன் மட்டுமே வந்து போனார்.

எல்லோரும் சென்றபிறகு மாரிமுத்து தன் டிவிஎஸ்சில் வேலுச்சாமியை அமர வைத்து பெரியபாளையம் வந்தார். கோவில் முன்பாக நின்றவர் அங்கே விளையாடிக்கொண்டிருந்த பையன்களில் ஒருவனிடம் “வடிவுக்கரசியை பார்க்க வந்திருக்கோம்னு போயி அவிங்கூட்டுல சொல்லு” என்று அனுப்பி வைத்தார். கொஞ்சம் நேரத்தில் வடிவுக்கரசியே கோவிலருகே வந்தாள். எழுபத்தி ஐந்து லட்சத்தை அவர் பெரிய மஞ்சள் பையில் போட்டு டிவிஎஸ் பொட்டியில் வைத்துக்கொண்டு வந்திருந்தார்.

தலைவரிடம் பணம் வாங்கச் செல்கையில் அவருமே ஒரு பாண்டு பேப்பரில் வடிவுக்கரசியிடம் தரும் தொகைக்கான விளக்கம் எழுதி ஸ்டாம்ப் ஒட்டிக் கொண்டு வந்திருந்தார். டிவிஎஸ்சின் சீட்மீதே தாளை வைத்து வடிவுக்கரசியிடம் கையெழுத்து வாங்கிக்கொண்டவர் பெட்டியைத் திறந்து பையை எடுத்துக் கொடுத்தார். வடிவுக்கரசி அதை வாங்கிக்கொண்டு அவரிடம் எதுவுமே சொல்லாமல் கிளம்பிச்சென்றாள். இவருக்கு அதில் வருத்தமெதுவும் இருக்கவில்லை. இருவரும் ஊர் திரும்பினர்.

வீடு வந்து இறங்குகையில் வேலுச்சாமியிடம் மாரிமுத்து சொன்னார். "என்னதான் அக்கான்னாலும் தம்பின்னாலும் வாயிம் வயிறும் வேற வேறதான்டா வேலா... உன்கிட்ட கூட ஒரு வார்த்தை பேசாம பணத்தை வாங்கினதீம் போயிட்டா பாரு!" என்றார்.

"கேப்பாரு பேச்சைக் கேட்டு கெட்டழிஞ்சி போனவன் நானுங்கண்ணா... பன்னண்டு வருசங் கழிச்சி வந்தவளைப் போயி மிதிக்கோணும்னானுக போதையில. அப்பவே தண்ணியப்போட்டா மூடீட்டு போயி படுங்கடான்னு சொல்றதுக்கு எனக்குத்தான் அறிவில்லாமப் போச்சுங்கண்ணா! இன்னிக்கி அவனுங்க பொண்டாட்டிக சொல்றாளுகன்னு மூடீட்டு ஊட்டுல படுத்திருக்கானுங்க!" என்று சொல்லிவிட்டு வீட்டு கேட்டைத் திறந்து உள்ளே சென்றான்.

அன்று வீட்டுவாசலுக்கு வந்தவர் இன்று தான் வந்து சேர்ந்திருக்கிறார். எதாவது முக்கிய விசயம் என்றால் மட்டுமே மாரிமுத்து ஒரு வாசலுக்கே வருவார். வந்தவரை அழைத்துப்போய் வீட்டினுள் சேரில் அமர வைத்தான் வேலுச்சாமி. அவராக வந்த விசயத்தைத் துவங்கட்டுமென இவனும் ஒரு சேரில் அமர்ந்தான்.

"ஏன் இப்பிடி தாடியக்கூட சேவ் பண்ணிக்காம இருக்கே? சென்னிமலை போறே வர்றே தானே! அப்பிடியே கடையில் போயி உக்கோந்து ஒரு இழுப்பு இழுத்துட்டு வரலாம்ல!"

"மசுருல என்னண்ணா கிடக்குது அதையுடுங்க!"

"இந்தத் தண்ணி போடற பழக்கத்தைத்தான் உடேண்டா!"

"உடலாங்கண்ணா... அதுக்குன்னு ஒரு நேரங்காலம் வரும்ல..."

"நம்ம துளசிமணியவிய அப்பனும், குருசாமியவிய அப்பனும் ஒரு வாரமா என்ற ஊட்டுக்கு நடையா நடக்கானுங்க வேலா!"

"மேல சொல்லுங்கண்ணா! ஒரு வரட்டீயாச்சிம் வெச்சுப் பழகியிருந்தன்னா டீயாச்சிம் உங்குளுக்குப் போட்டுக்குடுத்திருப்பேன்!"

"டீயை உடு வேலா... உங்கொக்காகாரி வீடு வேலை ஆரம்பிச்சுட் டாளாம் பெரியபாளையத்துல. அந்த மல்லிக்கி ஊருக்கும் கிழக்கால கொஞ்சம் எடமிருந்திருக்குது. அதுல ஆரம்பிச்சிருக்காளாம்."

"ஊடு கட்டுறது நல்ல விசயம்தானுங்கண்ணா... கட்டி அவளாச்சிம்

பொழைக்கட்டும் புருசனோட. அங்கயே மல்லியோட ஊடு இருந்துச்சே...”

“அதுல மல்லியும் மல்லியோட பிள்ளையும் இருக்காங்களாம். எதையோ பேச வந்துட்டு எதையோ சொல்லீட்டு இருக்கேம்பாரு நானு. இவிங்க ரெண்டு பேருக்கும் உன்னோட நிலத்து மேல ரோசனை தட்டிக்கிச்சி வேலா.”

“பணம் தர்றேன்... நிலத்தை மொத்தமா குடுக்கச் சொல்லு வேலாங்கிட்டன்னு உங்ககிட்ட வந்து சொல்றாங்களாண்ணா?”

“ஆமா வேலா... எரியுற ஊட்டுல புடுங்குறது மிச்சங்கறாப்ல நடையா நடக்குறாங்க... காலம் போன கடைசியிலயும் இன்னும் நிலத்துமேல ஆசை போவலப்பாரு...”

“அண்ணா என் நிலைமை அப்பிடி. எரியுற ஊட்டுல வந்து சூடம் பத்திவெச்சுக்கூட கும்பிடுவாங்க! நீங்க என்ன சொன்னீங்கண்ணா?”

“நான் சொல்றதுக்கு என்ன இருக்குது வேலா? எம்பட நிலமா? நாம் பேச? கேட்டுச் சொல்லுன்னு வந்தாங்க. சரி கேட்டுச் சொல்றேன்னு சொல்லிட்டேன்!”

“ஏன் அவிங்க என்கிட்டயே வந்து நேரா கேக்கலாம்ல? ஓ... வந்தா அந்த அஞ்சு லச்சம் கேப்பேன்னு நினைச்சிருப்பாங்க! கடல்ல மூழ்கினாலும் கடன்ல மூழ்கிடக்கூடாதுன்னு சொல்லுவாங்கண்ணா... அப்பிடியாயிப்போச்சு பொழப்பு.”

“இந்தத் தலைவரு இருக்காருல்ல... அவரு இதே மாதிரிதான் வட்டிகட்ட முடியாத எல்லாப் பக்கமும் பத்திரத்தை வாங்கீட்டு நிலத்தை முழுசா எடுத்துக்குறாராம் அப்பிடின்னு இவங்க என்கிட்ட சொல்றாங்க. அவரு இருக்கப்பட்டவரு... இல்லாதப்பட்டவங்க போறப்ப அவரு சும்மா ஒண்ணும் எடுத்து பணத்தை நீட்டுறதில்ல. அது அவரு பிழைப்பு. இவங்க என்ன சொல்றாங்கன்னா, நம்மூரு நிலம் நம்மகிட்டயே இருக்கட்டும். ரெண்டு பேரும் ஆளுக்குப் பாதி பாதி நெலத்துக்கு உனக்கு பணம் குடுத்துடறேங்கறாங்க. தலைவருகிட்ட வாங்கின பணத்தையும் வேலான் திருப்பிக் குடுத்துறட்டும்னு சொல்றாங்க. ஏக்கராவுக்கு பதனஞ்சு தர்றேங்கறாங்க. அங்கதான் எனக்கு ஒதைச்சுது. எப்பிடி விலையை இவங்க பேசி நிர்ணயிக்கறாங்க பாரு வேலா... அட ஒரு இருவத்தஞ்சு

சொன்னாக்கூட செரீன்னு யோசிக்கலாம்...”

வேலுச்சாமி மோட்டுவளையை வெறித்துக்கொண்டு அமர்ந்திருந்தான்.

“என்ன கம்முன்னு உக்கோந்துட்டே?”

“நீங்க சொல்லீட்டு இருந்தீங்கண்ணா... சரி இவங்க ஏன் இந்த வீட்டையும் வீட்டு எடத்தையும் கேக்காம இருக்காங்க? இதையும் குடுத்துட்டு நான் அப்பிடியே தெருவுல போயி சுத்தீட்டு நம்ம கோயல் திண்ணையில படுத்துக்கறனே...”

“ஏ வேலா இப்பிடியெல்லாம் பேசுறே?”

“அண்ணா இவங்களுக்கு நிலத்தைக் குடுத்துட்டாலும் என்னைய உசுரோட உடமாட்டாங்கண்ணா... கொன்னு அவிங்க குடுத்ததுல மிச்சம் மீதி எங்கிட்ட இருந்தா பங்கு போட்டுக்குவாங்க! நானு ஒருத்தன் இப்பிடி இங்க உக்கோந்துட்டு இருக்கேன்... எங்கப்பன் பொழைச்ச பொழப்பென்ன... கணக்கென்ன... நாலு பேரு வந்து, பாத்துக்கலாம்டா வேலா... நாம பணத்தை செரிபண்டி கட்டுனாப்போவுதுன்னு சொல்ல வாயி வராம உங்களைப்புடிச்சுட்டு தூது உடறானுங்க... எல்லாமுங் கிடக்க எருதுக்கு சீமந்தம் பண்ணப்பாக்கானுங்க! காடுங்கெடையாது ஒண்ணுங்கெடையாதுனு போயிச் சொல்லீடுங்கண்ணா... நாம தான போனோம் தலைவரு ஊட்டு வாசலுக்கு. போயி நின்னது நிக்க எம்பது லச்சம் எடுத்து நீட்டுனாருண்ணா அவரு. அன்னைக்கி ஸ்டேசன்ல கையெழுத்துப்போடறப்ப படிச்சுப்பார்த்தேன்... பதினாறு நால்ல பணத்தைக் குடுத்துடணும். இல்லன்னா நிலத்துல பாதியை எங்கக்காளுக்குக் குடுத்துடணும்னு இருந்துச்சு. அங்க ஒரு திருத்தம் பண்டிக்குடுங்க தலைவரேன்னு... அந்தப் பதினாறு நாளு கழிச்சதீம் பணம் குடுக்கலீன்னா... அஞ்சு பேரும் வந்து சரணடைஞ்சர்றோம்னு மாத்தியிருக்கணும். அப்ப சரியா இருந்திருக்கும். என்னையப்புடிச்சு தொங்கீட்டு கெடந்திருப்பானுங்க. என்னண்ணா நாஞ் சொல்றது?”

“குடுத்தா தலைவருக்கேதான் குடுப்பேன்னு வேலான் சொல்றதா சொல்லிடறேன்...”

“சொல்லுங்கண்ணா அப்பிடியே!” என்றான் வேலுச்சாமி.

○○○

12. நல்ல தூக்கம் தூங்கனீங்களா?

மொத்தமாய், தான் உலகத்தினரால் ஒதுக்கப்பட்ட மனிதனாகத் தன்னை நினைத்துக்கொண்டவன் இங்கே வாழ்ந்து என்னதான் செய்வதென யோசித்துக்கொண்டே இருப்பான். அவனுக்கான பிடிமானம் எங்கிருந்தாவது கிட்டினால் மட்டுமே அதைப் பற்றுக்கோளாகப் பிடித்துக்கொண்டு கரையேற முயற்சிப்பான். மனிதர்கள் அனைவருமே குத்தீட்டி, வேல்கம்புகளோடு அவ்வளவு வெறியுடன் அவனைக் கொன்றுவிட துரத்தியோடுகிறார்கள்.

இத்தனைக்கும் இவர்களின் தாக்குதலிலிருந்து முடிந்தமட்டிலும் தன்னைக் காத்துக்கொள்ள அவன் ஓடுகிறான். ஓடுகையில் அவனுக்கு ஏதேதோ நினைப்புகளெல்லாம் வருகிறது. அப்படி என்ன தவறு செய்துவிட்டேன்? என்றொரு கேள்வி அவனுக்கும் ரெண்டு தப்படி முன்னால் ஓடிக்கொண்டிருக்கிறது. எங்கு தேடியும் அதற்கு விடையில்லை. ஒரு கட்டத்தில் இவர்கள் என்ன என்னைத் தாக்குவது? நானே என்னைத் தாக்கிக்கொள்கிறேன். அதற்காக அவர்கள் மகிழ்ச்சியடைந்து திரும்பிப்போகட்டும் என்றே ஓடுகையில் நினைக்கிறானவன்.

வேலுச்சாமி சமீபகாலங்களில் தன் அளவை மீறி குடிக்கத் துவங்கிவிட்டான். முப்பத்தியொரு வயதில் வாழ்க்கை அவனுக்கு சில விசயங்களை கோரமாகவே காட்டிவிட்டது. அவனால் மீள

முடியாத கோரமாக அது இருப்பதாய் நம்பினான். அளவான போதை அவனை யோசிக்கச் சொல்கிறது. மனம் தறிகெட்டுப்பாய்கிறது. சென்னிமலையிலிருந்து குடித்துக்கிளம்பும் அவனை சக குடிகாரர்கள் கவனிக்கிறார்கள். 'இவ்ளோ போதையில வண்டியை எடுத்துட்டு போகாதீங்க பாஸ்' என்கிறார்கள். இவன் தன்னால் முடியுமென நினைத்துத்தான் கிளம்புகிறான்.

அப்படிப் பலமுறை பத்திரமாய்த்தான் வீடு வந்து கட்டிலில் விழுந்து கிடந்திருக்கிறான். காலையில் விழிக்கையில்தான் சென்னிமலையிலிருந்து யார் கார் போட்டுக் கொண்டு வந்து இங்கே கிடத்திவிட்டுப் போனார்கள்? எப்படி இங்கே வந்து சேர்ந்தேன்? என் பைக் எங்கே? என் மணிபர்ஸ் எங்கே? எல்லா கேள்விகளும் வந்துவிடுகின்றன.

சாலையில் வருகையில் ஒரு குட்டிநாயை நசுக்கிவிட்டு தன் பைக் தாண்டி வந்ததாக நினைவு வருகிறது. குட்டிநாய் தப்பித்திருக்க வாய்ப்பிருக்கிறதா? நிஜமாகவே செத்துவிட்டதா? என்று வண்டியை நிறுத்தி இறங்கிப்போய் அந்த நாயைப் பார்த்தோமா?

இவன் போதையில் வருகையில் எதிர்க்கே வரும் வாகனக்காரர்கள் எல்லோருமே இவனைக் கடந்து செல்கையில் அதீத புன்னகையை வீசிவிட்டுச் செல்கிறார்கள் என நினைத்தான். போதையின்றித் தெளிவான நிலையில் செல்கையில் அதே மனிதர்கள் இவனைக் கண்டும் காணாத முகத்தோடு உர்ரென்றே வைத்துக் கடந்து செல்கிறார்களே? அது ஏன்?

அப்படித்தான் அன்று பாரில் அதிக போதையில் தலை திடீர் திடீரென குத்திக்கொண்டு செல்லும் நிலையில் அமர்ந்திருந்தான். அவனுக்கு பசியாய் இருந்தது. இப்போதெல்லாம் மிக அதிகமாய் தன் வயிறானது பசிக்கிறது என்றே நினைத்தான். சீக்கிரம் வீடுபோய் பொட்டணச் சாப்பாடு சாப்பிட்டுவிட்டு கட்டிலில் கிடக்கணும் என்ற எண்ணம் வந்தது.

எதிர்க்கே முகம் தெரியாத ஒருவர் அமர்ந்திருந்தார் அல்லது அமர்ந்திருந்தான். அவன் இவனிடம், 'இந்த வாழ்க்கை இருக்கே பாஸ்!' என்று எதோ சொல்ல முயற்சித்தான். 'அதைப் படுக்கப்போட்டு நீ செய்யி!' என்று சொல்லிவிட்டு எழுந்தவன்,

சாக்னா கடையில் பில்லை கொடுத்துவிட்டு வெளியே வந்தான். எதிர்க்கே முனியாண்டி விலாஸ் சென்று சாப்பாட்டு பொட்டணம் கட்டிக்கொண்டான்.

வண்டியை எங்கே நிறுத்தினோமென ஞாபகத்திற்கு வரமாட்டேன் என்றது. டாஸ்மாக் கடைக்கு எதிரே நின்றிருந்த வண்டிகளனைத்தும் இரண்டிரண்டாகத் தெரிந்தன. 'என்ன பாஸ் தேடறீங்க? உங்க வண்டியா? வண்டிக்கி லட்சுமீன்னு கீது பேரு வச்சிருப்பீங்கள்ள... கூப்பிடுங்க பேரு சொல்லி. நான் இங்க இருக்கேன், அப்படின்னு சொல்லும்ல!' யாரோ காதுக்கருகாமையில் சொல்வது போலவே கேட்டது. இவன் "மணி" என்றான்.

முனியாண்டி விலாஸ் முன்பாக வண்டிகள் இரண்டிரண்டாகத் தெரியவில்லை. இவனருகிலேயே இவன் வண்டி நின்றிருந்தது. உடனே இவன் மனதில் மகிழ்ச்சி வெள்ளம் கரைபுரண்டு ஓட ஆரம்பித்தது. "மணி நீ இவத்திக்கேதான் நிக்கிறியா? ஒரு பேச்சு என்னைக் கூப்பிட்டு சொல்லியிருக்கலாம்ல?" என்று தனக்குத்தானே பேசியவன் டேங்க் கவரில் பொட்டணத்தை வைத்து விட்டு மிகக் கவனமாய் தாண்டுக்கால் போட்டு வண்டியில் ஏறி அமர்ந்தான். தான் தெளிவாய் இருப்பதாய் மற்றவர்கள் நம்பிக்கை கொள்ள வேண்டுமென அவசரப்படாமல் அப்படியே சுற்றிலும் ஒரு பார்வை பார்த்தான். இவனை யாரும் கவனித்ததாகவே தெரியவில்லை.

யாரேனும் இவனிடம் கிட்டே வந்து, 'பார்த்துப் போங்க பாஸ்!' என்று சொல்லி அனுப்பினால் நன்றாக இருக்குமென நினைத்தான். யாரும் வரப்போவதில்லை என்கிற போது முனியாண்டி விலாஸ் கடை கல்லாவில் அமர்ந்திருந்த பெரியவரை நோக்கி, "நாளைக்கி பாக்கலாங்க பாஸ்!" என்று பெரிதாய் குரலிட்டு கையை டாட்டா காட்டினான். அவர் இவனை ஒரு புழுவைப் பார்ப்பது போல பார்த்தார். இவன் வண்டியைக் கிளப்பினான்.

சாலையில் சென்றுகொண்டிருக்கும்போது திடீரென தலைக்கவசம் ஞாபகம் வந்தது. வீட்டிலிருந்து வருகையில் தலைக்கவசத்துடன் கிளம்பினோமா? தெரியவில்லை. அந்த இத்துப்போன தலைக்கவசத்தை உடைத்தெறிந்துவிட்டு வேறொன்று நல்லதாய் வாங்கிக்கொள்ள வேண்டும். சாலையில் வாகன ஓட்டம் அதிகமாகிவிட்டது. 'நாயகன் மீண்டும் வர்றான்... எட்டுத்திக்கும் பயம்தானே!' வாய்

அதுபாட்டுக்குப் பாடியது. பாடலைப் பாடுகையில் வண்டி வேகமாய்ச் செல்வதாய் இருக்கவே மனசுக்குள்ளேயே பாடலை முனகினான். வண்டியின் வேகம் மட்டுப்பட்டது போலத்தானிருந்தது.

வளைவுகளில் ரேசில் ஓட்டுபவர்களைப்போல படுத்து எழுந்து செல்ல வேண்டும்! போதையில் இருக்கையில் மிக எளிதாக படுத்தமானிக்கி வளைத்து பூப்போல நேர் நிமிர்ந்து சாலையில் பிரயாணிக்கலாம். ஆனால் அந்தச் சாலைகளெல்லாம் தங்கச்சாலைகள். இது கிரஷ்சர் லாரிகள் முக்கி முக்கி ஓடும் கந்தரகோலமான டேமேஜ் சாலைகள். குண்டும் குழியும் சாலையில் நிறைந்திருக்கும்.

திடீரென தோப்புப்பாளையத்தைத் தாண்டிவிட்டோமா? இல்லை நேரே ஊத்துக்குளி சாலையில் சென்றுகொண்டிருக்கிறோமா? என்பதை உறுதிப்படுத்திக்கொள்ள சாலையின் இருமருங்கிலும் கவனம் வைத்தான். அதெப்படி? சேச்சே! நாமே ஊத்துக்குளி சாலையில் போனாலும் வண்டி புதுரோட்டில் போகாதே! புளியமர ஸ்டாப்பிங்கை தாண்டியிருந்தான் வேலுச்சாமி. நேரம் மதியம் மூன்று இருக்குமா தெரியவில்லை.

வெயில் இவன் முதுகைச் சுட்டது. சீக்கிரமாய் வீடு போய் பொட்டணத்தை காலி செய்ய வேண்டும். பசியேப்பம் குபீரென வருகிறது. எதிர்க்கே ஒரு டிவிஎஸ் வந்தது. அதை ஓட்டி வருவது யாரென உற்றுப்பார்த்தான். தெரிந்த முகம் தானே வீடு செல்லும் சாலையில் வரும்! தெரியாத முகங்கள் வருவதற்கு வாய்ப்பில்லை. ‘நாயகன் மீண்டும் வர்றான்... எட்டுத் திக்கும்....’ திடுகுப்பென வண்டி சாலையில் உருளுவது இவனுக்கே தெரிந்தது. அடங்கோயா... உருண்டுபோய் சாலையோர டிச்சினுள் குப்புறடித்து விழுந்தான் வேலுச்சாமி. டிவிஎஸ் உருவம் யாரெனத் தெரியவில்லை. ஆனால் அது குருசாமியாகத்தான் இருக்கணும். “டேய் குருசாமீ! கீழ உழுந்துட்டண்டா!” முடிந்த மட்டிலும் உடலைத் திருப்பி குழியில் நேராய் கிடக்க முயற்சித்தான். ஓரளவு முயற்சியில் வெற்றி பெற்று அரைகுறைப் பார்வையாய் மேட்டில் குருசாமி முகத்தை ஒரு நிமிசம் பார்த்துக் கையை நீட்டினான். அவ்வளவுதான். இருளுக்குள் மூழ்குவதையும் உணர்ந்தான்.

ooo

தான் கட்டிக்கொண்டிருக்கும் வீட்டிற்கான நிலவு மற்றும் ஜன்னல்கள், பத்துமூட்டை சிமெண்ட் என்று பழனிச்சாமி ஆட்டோவில் ஏற்றிய பிறகு சண்முகன், "அப்ப நானு முன்னால பைக்கை எடுக்கறனுங்க. நீங்க பெரியபாளையம் வந்து சேருங்க!" என்றான். "செரி நீ கெளம்பு..." என்ற பழனிச்சாமியும் தன் ஆட்டோவைக் கிளப்ப ஏறி அமர்ந்தான்.

சண்முகன் பெரியபாளையத்தில் வீட்டு வேலைகள் ஆரம்பித்து இரண்டு மாதங்களாகிவிட்டன. ஹாலோப்ளாக் கற்கள் வைத்துத்தான் எல்லோரும் சமீப காலங்களில் மிக விரைவாகக் கட்டி முடித்துவிடுகிறார்கள். வேலையாட்களின் கூலியும் உயர்ந்து கொப்பத்தில் போய் நின்றுவிட்டது. எம்சாண்ட் மணல்தான் பூச்சுக்கு வருகிறது. ஆனாலும் வடிவுக்கரசி செங்கல்லில்தான் வீடு கட்டவேண்டுமெனச் சொல்லி அதன்படியே வேலை நடக்கிறது.

நிலவு வைத்து பூஜை போடுவது நாளை என்று முடிவாகிவிட்டதால் சொல்லி வைத்திருந்த நிலவையும் ஜன்னல்களையும் எதற்கும் இருக்கட்டுமே என்று பத்துமூட்டை சிமெண்ட்டையும் வீடு கொண்டுபோய்ச்சேர்த்த ஆட்டோவை வரவைத்தான் சண்முகன்.

வேலை சுத்தமாக முடிய இன்னமும் இரண்டு மாதங்களாகிவிடுமென மேஸ்திரி சொல்கிறார். ஆகட்டும் என்று சொல்லி வடிவுக்கரசியே கலவை போட்ட சட்டியை ஆட்களுக்கு எடுத்துப்போய் கொடுக்கிறாள். விட்டால் கரண்டி பிடித்து செங்கல் வைத்து பூச்சு வேலையில் கூட இறங்கிவிடுவாள் போலிருந்தது சண்முகனுக்கு.

சண்முகன் சென்னிமலையிலிருந்து குறுக்குச்சாலையில் பெரியபாளையம் போகாமல் டாஸ்மாக் கடை மெயின் ரோட்டில் இருப்பதால் அதுவழியாக வந்து அரை கட்டிங் போட்டு மீதத்தைத் தண்ணீர் கலந்து வண்டியின் டேங்க் கவரில் வைத்துக்கொண்டு தோப்புப்பாளைய சாலையையே தேர்ந்தெடுத்து முறுக்கினான்.

கொஞ்சமாய் போதை குறைகையில் செல்லும் வழியில் மரத்தடி நிழலில் நின்று மீதத்தைக் கவிழ்த்திக்கொண்டு பாட்டிலை வீசி விட்டுப் போய்விடலாம். அப்படித்தான் தோப்புப்பாளையத்திலிருந்து பிரிந்து வண்டியை முறுக்கியவன் பாறைப்பகுதியைத் தாண்டியதும் வாகான மரத்தடி நிழல் தேடி பயணித்தான்.

எதிர்க்கே இரண்டு டிப்பர் லாரிகள் பாதையை முழுதாக அடைத்துக்கொண்டு உறுமியபடி வந்தன. அதற்காக வேகத்தைக் குறைத்தவன் சாலையின் மிக ஓரமாய் நிதானமாய் வந்தான். லாரிகள் இரண்டும் கூட முடிந்த அளவு இவன் செல்வதற்கு இடதுபக்கம் ஒதுங்கிக் கடந்தன.

புளியமர ஸ்டாப்பிங்கில் ஆள் அரவமே இல்லாததால் அங்கேயே வண்டியை நிறுத்தி, வண்டியிலிருந்து இறங்காமலேயே டேங்க் கவரிலிருந்து பாட்டிலை எடுத்து கடகடவெனக் குடித்து விட்டு டிச்சுக்குழியில் வீசினான் காலி பாட்டிலை. வாயைத் துடைத்துக்கொண்டு போலோ மிட்டாய் நான்கை வாயில் போட்டு கடக் கடக்கெனக் கடித்து மென்று விழுங்கியவன், புளியமர நிழல் குளுகுளுவென இருக்கவே அப்படியே நின்றான்.

பெரியார் சார் சென்னிமலையிலிருந்து ஊர் போக டிவிஎஸ்சில் வந்து கொண்டிருந்தவர் கொஞ்சம் ஸ்லோ செய்து, “இங்கேன் நின்னுட்டே?” என்று கேட்டார். “சார் நீங்க உடுங்க முன்னால பொறவுக்கே வர்றேன். சித்தெ நெழலுக்கு நின்னேன் சார்” என்றான். மண்டையை ஆட்டியபடி பெரியார் சார் சென்றார். இவனும் அவர் வண்டி முக்குத் திரும்பியதும் கிளம்பினான். வேகமாய் முறுக்கி அவர் வண்டியைத் தாண்டிச் செல்லவும் இவனுக்கு விருப்பமில்லை.

இவன் முக்குத் திரும்புகையில் பெரியார் சார் அவசரமாய் தூரத்தில் டிவிஎஸ்சை ஸ்டாண்டு போடுவது தெரிந்தது. உச்சா அவசரமாய் இருந்திருக்குமோ அவருக்கு? என்று சண்முகன் நினைத்தான். அவரோ இவனை நோக்கி “வா வா” என கையை அசைத்துக் கூப்பிட்டார். இவன் வேகமாய் முறுக்கினான்.

உடும்பு கீது ஓடிப்போய் வங்கில் புகுந்திருக்குமோ? கிட்டே செல்கையில்தான் நிலவரமே தெரிந்தது. அவசரமாய் வண்டியை ஓரங்கட்டி நிறுத்திவிட்டு குழிக்குள் தடாலெனக் குதித்தான். வேலுச்சாமி குழிக்குள் கிடந்தான். அவனின் மூக்கினருகே விரல் வைத்துக் கண்ணை மூடிக்கொண்டு அமர்ந்தான்.

“என்னடா ஆச்சு? வண்டியென்னடா அங்கே கிடக்கு கழுத்தை திருப்பீட்டு? பொட்டணச் சோறு கொண்டாந்திருப்பானாட்ட இருக்குது... வண்டிக்கவர்ல வெச்சுட்டு. அந்த நாயிக்கி நல்ல

வேட்டை! எப்ப உழுந்தான்னே தெரியலியே... ஏன்டா ஒருத்தங்கூடவா ரோட்டுல இன்னாவரைக்கிம் போயிருக்க மாட்டான்?"

"சார் எம்பட மச்சானுக்கு ஆயுசு கெட்டி!" என்றவன் குழியிலிருந்து மேடேறினான்.

"என்னடா மச்சான் நொச்சானுட்டு மேலேறிட்டே?"

"பின்ன தூக்கி மேல கொண்டாந்து வெயில்ல ரோட்டுலயா படுக்க வைக்கிறதுங்க சார்? அங்க கூட புல்லுக்குள்ள ஜம்முனு மச்சான் படுத்திருக்கார். இருங்க ஆட்டோவுக்குக் கூப்பிடறேன்!"

"பழனிச்சாமிக்குக் கூப்பிடு!" என்றார் பெரியார். "தண்ணியப் போட்டுட்டு வண்டியை ஓட்டாதீங்கடா பசங்களான்னு சொன்னா எவங்கேக்குறான்?" என்று முனகினார். அவரால் குழிக்குள் இறங்க முடியாது. இறங்கியே ஆகணுமென்றால் உட்கார்ந்து நவுந்து நவுந்துதான் இறங்க முடியும். ஆனாலும் எப்பிடியேனும் கீழே போகவே தடுமாறி தூரமாய் எங்கேனும் மேடாய் இருக்கிறதாவென போய்ப்போய் பார்த்தார். வெகுதூரம் வரை குழியாகவே இருந்தது. அவருக்கென்னமோ வேலுச்சாமி கிடப்பது பிணம் போலவே தெரிந்தது. இந்த சண்முகன் பயல் வேணும்னே மச்சானுக்கு ஆயுசு கெட்டீங்கறானோ?

சண்முகன் வடிவுக்கரசிக்குத்தான் போனைப் போட்டான். ஐய்யய்யோ! என்று தகவலைக் கேட்டதும் அவள் போனிலேயே அழ ஆரம்பித்தாள்.

"பழனிச்சாமி ஆட்டோ வந்துடுச்சா வடிவா?"

"இன்னும் இல்ல மாமா! அதா வருது வருது.... அவனுக்கு என்னாச்சு மாமா உம்மையச் சொல்லு இப்ப நீயி!"

"அழுவாதே வடிவா... இப்பத்தான் நானும் சாரும் பார்த்தோம். சும்மா மொக்க அடிதான் போல இருக்குது. போதையில தூங்குறாப்லன்னு தெரியுது. வேலைக்காரங்களை உடனே ஜன்னலு, நெலவை எடுத்து வைக்கச் சொல்லிட்டு ஆட்டோவை சீக்கிரம் புளியமர ஸ்டாப்பிங்குக்கு கொஞ்சம் மேக்கேன்னு சொல்லி அனுப்பியுடு. சென்னிமலை கூட்டிட்டு போறோம்!" என்று சொன்னவன் போனை டவுசர் பாக்கெட்டில் போட்டுக்கொண்டான்.

“என்னடா நீயி உம் பொண்டாட்டிகிட்ட தகவலைச் சொல்லிட்டு இருக்கே? அந்த வண்டியை எப்பிடி மேல ஏத்துறது?”

“வண்டி கெடக்கட்டும் சார்... நீங்க பதட்டப்படாதீங்க சார்... ஒண்ணும் ஆகாது எம்பட மச்சானுக்கு. அவரு போதையில தூங்குறாப்ல!” என்றான் சண்முகன்.

சித்தங்கூரியத்தில் பழனிச்சாமி ஆட்டோ வேகமாய் மேற்கிலிருந்து வந்தது. வந்ததும் இவர்கள் வண்டி நிற்கும் பக்கமாக நிறுத்தியவன் ஆட்டோவை அணைக்காமலே டோரைத் திறந்து இறங்கி ஓடி வந்தான். வடிவுக்கரசியும் கூடவே வந்திருந்தாள். “டேய்த்தம்பீ...” என்று ஓலமிட்டவளை சண்முகன்தான் அடக்கவேண்டியதாயிற்று. சண்முகனும் பழனிச்சாமியும் குழிக்குள் இறங்கி வேலுச்சாமியைத் தூக்கியபடி சிரமப்பட்டு மேடேற்றினார்கள். மேடு ஏறினதுமே ஆட்டோவை நோக்கி தூக்கியபடி சென்றார்கள். “சார் வாங்க... இந்த டோருக்கதவைத் திறங்க!” என்றான் பழனிச்சாமி. பெரியார் சார் டோர் கொக்கியை உயர்த்தி டோரை இறக்கினார்.

சண்முகன் மேலேறி வேலுச்சாமியை வாங்கிக்கொண்டான். பின்பாக பழனிச்சாமியும் மேலேற வடிவுக்கரசியும் வண்டிக்கு ஏறினாள். வேலுச்சாமியைப் படுக்க வைக்கையில் அவன் தலையைத் தன் மடியில் வாங்கி வைத்துக்கொண்டாள். வேலுச்சாமியின் மண்டையில் அடிபட்டு ஒழுகியிருந்த ரத்தம் உறைந்திருந்தது. கீழே இறங்கிய சண்முகன், பழனிச்சாமியிடம், “நேரா கவருமெண்ட்டு ஆஸ்பத்திரிக்கி வண்டிய வுடுங்க... நானும் சாரும் என்னோட பைக்குல பொறவுக்கு வந்துடறோம். வடிவு... ஆஸ்பத்திரில ரேவதி இருப்பா... அவளைப் புடிச்சுட்டீன்னா எல்லாத்தையும் பார்த்துக்குவா!” என்றவன் டோரை உயர்த்தி கொக்கியை மாட்டினான். ஆட்டோ வேகமாய் கிளம்பிற்று. 108 வேன் கூட அந்த வேகம் போகுமா? என்ற வேகத்தில் ஆட்டோவை செலுத்தினான் பழனிச்சாமி.

பெரியார் சார் டிவிஎஸ்சை புளியமரத்தடியில் நிறுத்தி பூட்டி சாவியை எடுத்துக்கொண்டு சண்முகன் பைக்கில் ஏறினார். இவர்கள் இருவரும் ஆஸ்பத்திரிக்குள் நுழைந்த போது பழனிச்சாமி ஆட்டோ வேப்பைமரத்தடியில் நின்றிருந்தது. அங்கேயே கொண்டு போய் வண்டியை நிப்பாட்டிவிட்டு ஆஸ்பத்திரியினுள் நுழைந்தார்கள் இருவரும். பழனிச்சாமி ஒரு அறையின் வாயிலில் நின்றிருந்தான்

அறைக்குள் எட்டிப் பார்த்தபடி.

பெரியார் சார் போய் அவன் கையைப் பிடித்தார். அவன் இந்தப்புறமாய் திரும்பி, "நல்லவேளைங்க சார்... நம்ம வந்த நேரத்துக்கு டாக்டரு கிளம்பிட்டு இருந்தாரு... உள்ளார பெட்ல படுக்கப்போட்டுக் காயத்துக்கெல்லாம் நர்ஸ் புள்ளை மருந்து போட்டுட்டு இருக்குது. டாக்டர் போதையில இருக்குறவனுக்கு ஊசியெல்லாம் போடமாட்டாரு" என்றபோது, டாக்டர் அறையிலிருந்து வெளியேறி இவர்களைக் கண்டுகொள்ளாமல் சென்றார். கொஞ்சம் நேரத்தில் தனி அறையில் வேலுச்சாமி படுக்க வைக்கப்பட்டான். சண்முகன், ரேவதியிடம் கேட்டுப்பார்த்தான்.

"பயப்பட ஒண்ணுமில்லண்ணா... ஊசியெல்லாம் காலையில போட்டாப்போதும். காயத்துக்கு மருந்து வச்சுக் கட்டியாச்சு! கையி காலுலயெல்லாம் சிராய்ப்புக் காயம்தான். தப்பிச்சாப்ல மனுசன். எனக்கு டூட்டி முடிஞ்சுதுண்ணா... வேற நர்ஸ் அஞ்சு மணிக்கி மேல வருவாங்க. நான் காலையில ஏழு மணிக்கி வந்ததீம் ஒரு ஊசியைப் போட்டுடுவேன். எட்டுமணிக்கி டாக்டர் வந்து பார்த்துட்டா அனுப்பிடுவாரு வீட்டுக்கு!" ரேவதி சொல்லிவிட்டுக் கிளம்பினாள். பெரியார் சாரும் சண்முகனும் பழனிச்சாமியும் அறையினுள் சென்றார்கள்.

"மாமா, போயி ஒரு லுங்கியும் சட்டையும் வேலுச்சாமிக்கி வாங்கிட்டு வாங்க! லுங்கி கிழிஞ்சிருக்குது... சட்டையெல்லாம் மண்ணு..." என்றாள். "வாங்கிக்கலாம் வாங்கிக்கலாம்!" என்றான் சண்முகன்.

பெரியார் சாரும் பழனிச்சாமியும் காலையில் ஏழு மணிக்கே வருவதாய்ச் சொல்லிவிட்டு கிளம்பிச் சென்றார்கள். சண்முகன் லுங்கி சட்டை வாங்கி வந்து வேலுச்சாமிக்கு மாற்றிவிட்டு பழையதை கவரில் போட்டெடுத்துக்கொண்டான். வாங்கிவந்திருந்த உணவுப்பொட்டணத்தையும் தண்ணீர் கேன்களையும் ட்ராவில் வைத்தான் சண்முகன்.

"நீங்க வீட்டுக்குப் போயிட்டு காலையில வாங்க மாமா! நான் இங்கயே இருக்கேன்!" என்றாள் வடிவுக்கரசி.

"எப்ப எந்திரிச்சாலும் பசியா இருக்கும் உன் தம்பிக்கி. உடனே சாப்பாட்டைக்குடு வடிவு. இவரு சாப்பாட்டை இவரு

வண்டியிலயிருந்து நாயொண்ணு தின்னுடுச்சு. ரெண்டுபேரும் அதையும் இதையும் பேசி சண்டைக்கட்டிக்காதீங்க... இது ஆஸ்பத்திரி. மச்சான் எதாச்சிம் பேசுனா திருப்பிப் பேசவேண்டாம்!" சொல்லியவன் கிளம்பினான்.

வேலுச்சாமி இரவு எட்டு மணிக்குத்தான் கண்விழித்தான். முதலில் மேலே சுழலும் மின்விசிறியைப் பார்த்தவன் குழம்பினான். தலையில் என்னவோ இறுக்கமாய் இருக்கவே என்னது? என்று கையை உயர்த்தித் தொட்டுப்பார்த்தான். ஆஸ்பத்திரி வாசம் அவன் மூக்கிற்கு வீசிற்று. வண்டியை எங்க நிறுத்தீட்டு வந்தேன்? இங்கெதுக்கு வந்து படுத்துட்டு இருக்கேன்? பசிவேற! என்று தலையைத் திருப்பினான். சேரில் வடிவுக்கரசி அமர்ந்திருப்பதைப் பார்த்தான்.

அசைவு தெரிவதை உணர்ந்தவள் தம்பியின் முகத்தைப்பார்த்ததும்... பொலபொலவென கண்ணீர் விட்டு... "என்னடா பாக்குறே? அப்பிடி என்னடா குடி உனக்கு? நாயிடா நீயி!" என்றாள். வேலுச்சாமிக்கு ஏனோ உதடு பிதுங்குவது போலிருந்தது. "நாயி நாயி" என்றுதான் முன்பெல்லாம் வடிவு கூப்பிடுவாள் இவனை. முகத்தை அந்தப் பக்கமாய் திருப்பிக்கொண்டு உதட்டைக் கடித்துக்கொண்டான்.

"என்னைய குருசாமியாக்கா கொண்டாந்து இங்க சேத்தினான்?" என்றான்.

"ம்! குருசாமி நொட்டுவான்!"

"அவந்தானக்கா நான் உழுந்தப்ப டிவிஎஸ்ல வந்தான். என்னைப் பார்த்தானே... எனக்கு ஞாவகம் இருக்குதுக்கா!"

"பெரியாரு வாத்தியாரும், உம்பட மச்சினனும்தான் பார்த்து பழனிச்சாமி ஆட்டோவுல தூக்கியாந்தோம்!"

"அவிங்கெல்லாம் எங்கே? ஏன் நீ மட்டும் உக்கோந்திருக்கே?... செரி எனக்கு பசிக்குதுக்கா." என்றான். இவள் எழுந்தாள்.

ooo

விடிந்து ஏழுமணி என்கிறபோது யூனிபார்மில் ரேவதி அறைக்குள் வந்தாள். வடிவுக்கரசி அந்தச் சமயத்தில் தம்பிக்கும் தனக்கும்

இட்லி வாங்கிவர ஆஸ்பத்திரியை விட்டு வெளியே சென்றிருந்தாள். அப்போதுதான் வெறுமனே பல யோசனைகளில் வேலுச்சாமி படுத்திருந்தான். இரவில் அக்காளிடம் கொஞ்சம் மனம்விட்டுப் பேசியிருந்த திருப்தி அவனிடம் இன்னமுமிருந்தது.

“நல்ல தூக்கம் தூங்கனீங்களா?” என்று கேட்ட ரேவதி சிரிஞ்சி எடுத்து மருந்தை அதனுள் ஏற்றிக்கொண்டாள்.

“தூங்கத்தான் இங்க கொண்டாந்து சேத்தியிருக்காங்க!”

“நாம் போறப்ப சாயந்தரம் கிழிஞ்ச லுங்கியும் கிழிஞ்ச சட்டையும் போட்டிருந்தீங்க... இப்ப என்னடான்னா புதுசா இருக்குது?”

“எம்பட மச்சனன் வாங்கிட்டு வந்து மாட்டியுட்டுட்டு போனானாமா... ஆமா, நீயி பெரியபாளையத்து தொரையன் புள்ளையில்லொ...”

“ஆமாங்க. உங்கக்கா என்ன சொல்லுதுங்க?” என்று பேசியபடி இவனைத் திரும்பி ஓரக்கடையாய் படுக்கச் சொல்லி இடுப்பில் ஊசி போட்டாள்.

“பயங்கரமா குத்தீருவீன்னு பல்லைக் கடிச்சுட்டு இருந்தேன்... நேம்பா போட்டுட்டியா... வலியுமில்ல ஒண்ணுமில்ல. எங்கக்கா சொரக்காயிக்கி உப்பில்லீன்னு பேசீட்டு இருந்தா ராத்திரி. ஆமா உங்கப்பன் தொரையன் ஏன் உனக்கு இன்னமு கல்யாணம் பண்ணி தாட்டியுடாம இருக்கான்?”

“எனக்கு விருப்பமிருந்தாத்தானுங்க நான் கட்டிக்குவேன்!”

“அதென்னமோ நெசந்தான். படிச்சு பாஸ் பண்ணி நர்ஸ் வேலைக்கி வந்து நின்னுட்ட புள்ளெ படிச்சவனைக் கட்டிக்கத்தானே ஆசைப்படும்! உங்கொம்மா பேரென்ன...?”

“பொம்மிங்க!”

“ஆமா பொம்மி! அந்த மல்லி... உங்கொப்பன் தொரையன், பொம்மி, பொடுசான்னு நான் சின்ன வயசா இருந்தப்ப எங்க தோட்டத்துல வேலை செய்ய வந்தாங்க! செரி உம்பட வயசென்ன இருக்கும்?”

“ஏன் எனக்கு மாப்பிள்ளை பார்த்துச் சொல்றீங்களா?”

“எனக்கே சுத்துப்பட்டு பாஞ்சு கிலோ மீட்டருக்கு பொண்ணே இல்ல... உங்குளுதுலெல்லாம் நிறைய மாப்பிள்ளைங்க

இருக்காங்களே! செரி உம்பட வயசைச் சொல்ல வேண்டாம்... உனக்கு மாப்பிள்ளை பாக்குற வேலையை என் தலையில கட்டியுட்டுருவே நீயி... எனக்கெதுக்கு வம்பு! என்னைய யாரு கொண்டாந்து இங்க சேர்த்துனாங்க?"

"எங்கண்ணன் சண்முகனும் வாத்தியாரும் ஆட்டோக்காரரும் தானுங்க! எனக்கொரு சந்தேகம்... குடிச்சா ஏன் போயி கீழ உழுறாங்க? வண்டில உடறாங்க?"

"சாவுறதுக்குன்னு குடிச்சுட்டு வண்டியில போறதுதான்! நானெல்லாம் சாவணும்னுதான் குடிச்சுட்டு ஓட்டீட்டு...." வடிவுக்கரசி ப்ளாஸ்டிக் கவரோடு அப்போது உள்ளே நுழைய அப்படியே பேச்சை நிப்பாட்டினான் வேலுச்சாமி.

"என்றா... சாவுறக்கு வண்டியோட்டினேன்னு அந்தப்புள்ளெ கிட்ட பெருசா பீத்தீட்டு இருக்கே? குடிக்கறியா? உம்பட மச்சினனுக்கு ஒரு போனை போடறேன். வர்றப்ப பாட்டலு வாங்கீட்டு வந்துருவாப்ல. நைட்டுதான சொன்னேன். குடி வேண்டாங்கல? ஆனா ஊட்டுக்கு வாங்கீட்டு போயி வெச்சுக்குடி. வவுத்துக்கு நல்லா கறியா சாப்பிடு!"

"அக்கா, உங்க தம்பி நல்லா சாப்பிடற மாதிரியே தெரியலியே... ஆனா நல்லா குடிக்கிறது மட்டும் தெரியுது!"

"எவ இருக்கா ஊட்டுல இவனுக்கு ஆக்கிப்போட? ஊரானுகளோட சேர்ந்துட்டு அக்காளை மிதிக்கறதுன்னா முன்னால வந்துருவான்."

"நீங்க பேசீட்டிருங்கக்கா... டாக்டர் வர்ற நேரமாச்சு... நானு இன்னும் பேசண்டுகளைப் பார்க்கப் போகணும்" ரேவதி அங்கிருந்து நழுவினாள். அப்போது பெரியார் சாரும் சண்முகனும் பழனிச்சாமியும் அறைக்குள் நுழைந்தார்கள்.

"தயவு செஞ்சு யாரும் குடிச்சுட்டு போயி ஏண்டா உழுந்தேன்னு மட்டும் பேசாதீங்க. வேற என்ன வேணா பேசுங்க கேட்டுக்கறேன்..." என்றான் படுகையிலிருந்து எழுந்து உட்கார்ந்தபடியே வேலுச்சாமி.

"செரி மாப்ளே, நீயி குடிக்கறதுக்கு ஒரு காரணம் இருக்குமுல்லொ... அதச் சொல்லு! அதப் பேசுவோம்" என்றான் பழனிச்சாமி.

"காரணம்னா, எங்கக்கா கேட்ட பணத்துக்காக நெலப்பத்திரத்தைக் கொண்டி தலைவருகிட்ட குடுத்து எம்பது லச்சம் வாங்கிட்டேன்.

மூணு மாசமா வட்டி கூட கட்டலை. பக்கத்து காட்டுக்காரனுங்க நெலத்தை மாரிமுத்தண்ணனை விட்டு வெலைக்கி கேக்குறானுங்க! பாஞ்சு லச்சம்தான் குடுப்பானுங்களாமா... நானு அப்பிடிக்குடுக்குறாப்ல இருந்தா தலைவருக்கே குடுத்துக்குவேன்னு போயிச் சொல்லுங்கண்ணானுட்டேன்.”

“நம்ம நிலத்தை ஏனுங் மச்சா அடுத்தவங்களுக்கு விக்கோணும்? பணம்தானெ... திருப்பிக்குடுத்துப்போட்டு பத்திரத்தை வாங்கீட்டு வந்துடலாம் மச்சா! மழை பெய்யுதோ பெய்யிலியோ ஒரு போரைப்போட்டம்னா போதும். எதைவேணாலும் வளர்த்திக்கலாம். அந்தளவுக்கு எளப்பமா போயிட்டீங்களா நீங்க? சொல்லு வடிவு!” என்றான் சண்முகன். இப்பிடிச் சொல்வதற்குக் கூட மனுசனில்லையே என்ற வேதனையோடுதான் வேலுச்சாமி திரிந்தான். மச்சனன் இப்படிப் பேசவும் அவனுக்குள் தெம்பு புதிதாய் வந்து ஒட்டிக்கொண்டது போலாயிற்று.

“பணம்தான் பிரச்சனைன்னா நாலு நாள்ல நாம ரெண்டு பேரும் தலைவரு ஊட்டுக்குப்போயி பணத்தை வட்டியோட குடுத்துட்டு வந்துடலாம். நாங்க தாண்டாம்பாளையத்துல ரெண்டேக்கரா மெயின் ரோட்டுலயே ஆறு வருசம் மிந்தி வாங்கிப்போட்டிருந்தோம். அதை ஒரு மெட்ரிக்குலேசன் பள்ளிக்கோடத்துக்காரன் கேட்டுட்டே இருக்கான் ஆறு மாசமா... ஏக்கராவுக்கு அம்பது லச்சம் குடுக்கேங்கறான். எம்பட மாமனை அனுப்பி விட்டா அங்கயே உக்கோந்து ரெண்டு நாள்ல பணத்தோட வந்துடும். நீயி அதுக்கெல்லாம் சங்கடப்பட்டுட்டு இருக்காதையாமா!” என்றாள் வடிவுக்கரசி.

“அப்பிடியே இவனுக்கொரு பொண்ணையும் பார்த்துக் கட்டிவெச்சுடோணும் சீக்கிரம்! பழனிச்சாமி நாஞ் சொல்லித்தான கட்டினான் பொண்ணை!” என்றார் பெரியார் வாத்தியார்.

“சார் ஏன் சார் நீங்க வேற மனுசன் நிலைமை புரியாம கல்யாணம் காச்சீன்னு!” என்றான் வேலுச்சாமி.

“எம்பட கதை உனக்கே தெரியும் மாப்ளே... நானே சாரு சொல்லி ஏற்பாடு பண்டங்காட்டித்தான் வேறயா இருந்தாலுஞ் செரியின்னு கட்டிக்கிட்டேன்! நம்முளுதுல இல்லீன்னா இருக்குற வேறையிலாச்சிம் கட்டி குடும்பம் நடத்தணும் மாப்ளெ! மாங்கு மாங்குன்னு

கறிவெட்டீட்டு கறிக்கடையில நிக்கிறா எம்பொண்டாட்டி. ஊரு என்ன சொல்லும்னு எல்லாம் இந்தக் காலத்துல பார்த்துட்டு இருக்க முடியாது மாப்ளெ!" என்றான் பழனிச்சாமி.

"எல்லோரும் சித்த நேரம் வெளிய இருங்க, டாக்டர் வர்றாரு!" என்று ரேவதி உள்ளே வந்தாள். எல்லோரும் வெளியெ சென்று நின்றனர். வடிவுக்கரசி உள்ளேயே நின்றுகொண்டாள். டாக்டர் உள்ளே சென்று ஐந்து நிமிடத்தில் வெளியேறி பக்கத்து அறைக்குள் சென்றபிறகு இவர்கள் அறைக்குள் நுழைந்தனர்.

"டாக்டரு என்ன சொன்னாரு வடிவு?" என்றான் சண்முகன்.

"மருந்துச் சீட்டுக் எழுதி கையில குடுத்துட்டாரு. கூட்டிட்டு போலாம்னுட்டாரு"

"ஊசி ஒண்ணும் போடலியா?"

"அதெல்லாம் அப்பலையாவே போட்டாச்சு மாமா! இட்லி வாங்கீட்டு வந்தேன். சாப்பிடட்டும். அப்புறம் கூட்டிட்டு போலாம். தெரிஞ்ச காரு இருந்தா சொல்லீருங்க மாமா!" என்றாள்.

அடுத்த ஒருமணி நேரத்தில் பெரியபாளையத்தில் தற்போதைக்கி வடிவுக்கரசியும் சண்முகனும் இருக்கும் வீட்டினுள் பாயில் படுத்திருந்தான் வேலுச்சாமி. வேலுச்சாமிக்குள் பெரியபாளையத்தினுள் படுத்துக்கிடப்பதான சங்கடமெதுவும் இருக்கவில்லை. வேலுச்சாமி கடைசியாய் தன் அக்காவையே முழுதாக நம்ப ஆரம்பித்திருந்தான்.

அப்படிச் சொன்னதுபோல தலைவருக்கு பணத்தைக் கொடுத்து விட்டால் பத்திரத்தைக்கூட அக்கா கையிலேயே பத்திரமாய் வைத்துக்கொள்ளும்படி கொடுத்துவிட வேண்டுமென நினைத்தான். அக்கா என்னமோ செய்துவிட்டுப் போகட்டும். அவன் கையிலிருந்தால் கொன்று கூட பத்திரத்தை எடுத்துப்போய்விடுவார்கள் என்று மிரண்டான். அன்று அங்கேயே தூங்கினான்.

அடுத்த நாள் மதியமாய் கட்டிட வேலைகளைச் சென்று நின்று பார்த்தான். இவனும் போய் அக்காளுக்கு உதவியாய் சட்டி தூக்கலாமென நினைத்தான். 'போயி படுடா நாயி.... வந்துட்டான் வேலை செஞ்சு கழட்ட!' என்று சத்தம் போடுவாள். மதியச் சாப்பாடுக்காக வந்தவள் இவனுக்கு வட்டிலில் சாப்பாடு போட்டு

பருப்புக்குழம்பு ஊற்றி வைத்தாள். தண்ணீர்ச்செம்பில் தண்ணீர் முகந்து போய் வைக்கையில், "நானும் சாப்புட்டு வந்து சட்டி தூக்கறனக்கா!" என்றான். "தின்னு போட்டு படுறா நாயி! சட்டி தூக்குறானாமா! பாசம் பொத்துக்குதோ?" என்றாள்.

சொன்னது மாதிரியே தாண்டாம்பாளையம் சென்றிருந்த சண்முகன் இரண்டாவது நாள் மாலையில் பணத்தோடு திரும்பியிருந்தான். வருகையில் மச்சானுக்கு சரக்கும் சில்லி சிக்கனும் மீன் சில்லியும் வாங்கி வந்திருந்தான். பிள்ளைகள் முன்பாக குடிவேலையை நடத்தக்கூடாதென பிள்ளைகளை மல்லிகா வீட்டுக்கு அனுப்பி விட்டாள் வடிவுக்கரசி. மல்லிகாவுக்கும் அப்பனுக்கும் ஆளுக்கொரு கோட்டர் கொடுத்துவிட்டுத்தான் வந்திருந்தான் சண்முகன்.

வீட்டினுள் கதவைச் சாத்தி ஃபேனை விரைவாக வைத்து விட்டு வட்டம் கட்டி அமர்ந்தார்கள் மூவரும். முதல் ரவுண்டு ஊற்றிக்கொண்டு சில்லி மென்றார்கள்.

"நீயி எப்பக்கா குடிச்சுப்பழகினே? ராவாவா குடிக்கிறியே...."

"நாங் குடிக்கிறேன்... அந்த நாயத்தை எப்ப என்னன்னெல்லாம் கேக்காதேயாமா! அது போச்சாது பொண்ணு ஒண்ணு இருக்குது கட்டிக்கிறியா? நாம்பண்ணி வெக்கிறேன் உனக்கு!"

"பொண்ணு இருக்குதாக்கா?"

"கேக்கறாம்பாரு நாக்கைத் தொங்க வச்சுட்டு... பொண்ணு இருக்குதான்னு... பொண்ணு உம்படதுலயேதான் வேணுமா?"

"யாருதா இருந்தாலுஞ் செரீக்கா... ஆனா எம்படதுல வேண்டாம். என்னைய கொன்னுபோடறதுக்குத்தான் வருவாங்க!"

"ஆமா எல்லாரும் உன்னை கொல்றதுக்குத்தான் ஊருல சுத்தீட்டு திரியறாங்க... ஆஸ்பத்திரில கெடந்தீல்ல... உனக்கு ஊசி போட்டாள்ல ரேவதி... அவளைக் கட்டிக்கிறியா?"

"ஏக்கா அவ நர்ஸா மாசமானா கவருமெண்ட்டு சம்பளம் வாங்கிட்டு இருக்கா... நானு எம் ஏ தமிழு படிச்சி பிரயோசனமில்லாம உக்கோந்துட்டிருக்கேன்! என்னைய கட்டிக்கறதுக்கு அந்தப் புள்ளைக்கி மொத சம்மதமான்னு கேளு! நாந்தான் நீ எதச் சொன்னாலும் மண்டையை ஆட்டுறதுன்னே முடிவு பண்டி உக்காந்திருக்கேன்!

நம்மூட்டுல போயி தனியா கெடக்கறதுக்குத் தொணைக்கி நீயிருக்கே... மச்சினன் இருக்கான்னும் மாமா மாமான்னு கூப்பிட பிள்ளைங்க இருக்குன்னும் இங்க இருக்கேன்!"

"அதெல்லாம் நேத்தே அந்தப் புள்ளைகிட்ட நான் கேட்டு சம்மதம் வாங்கீட்டேன்டா! எங்க மாமனுக்கு சித்தப்பம் புள்ளை அது. இவிங்க சித்தப்பனும் செரீன்னு சொல்லிடுச்சு!" கொஞ்சம் நேரத்தில் போதை ஏறினதுமே வேலுச்சாமி அக்காளின் காலைக் கட்டிக்கொண்டான்! "டேய் காலை உட்றா நாயே!" என்றாள். "எம்பட காலை நீயி ஒடைச்சி எறியக்கா... எம்பட காலுதானே உன்னை ஒதைச்சுது! அதை ஒடச்சு தூரமா வீசீருக்கா!" என்றான் வேலுச்சாமி.

"அட உடுங்க மச்சா... இப்பிடி நேரா உக்கோருங்க!" என்று இழுத்து சுவரில் சாய்த்து அமர்த்தினான் சண்முகன்.

"மச்சானுக்கு பித்த ஒடம்பு வடிவு... கோட்டருக்கும் மேல போனதீம் கிர்ருன்னு ஏறிக்கிச்சாட்ட!" என்றான் சண்முகன்.

ooo

13. அண்ணா ப்ளீஸ்ணா!

விடிகாலை ஐந்துமணிக்கே தலைவர் வீட்டு நாய் 'பவ் பவ்வென' குரைக்க, யாரோ வந்திருக்கிறார்களென தலைவர் படுக்கையிலிருந்து எழுந்தார். பாத்ரூம் சென்று பல் துலக்கிவிட்டு ஒரு அவசரக் குளியலையும் போட்டுக்கொண்டு லுங்கி சட்டை சகிதமாய் ஹாலைக்கடந்து வெளியில் வந்தார். அவர் மனைவி வந்திருந்தவர்களிடம் பேசியபடி நின்றிருக்க, இவர் வணக்கம் ஒன்றை வைத்தபடி சென்று 'வாங்க மாமா... ஏன் வெளியவே நின்னுட்டீங்க? வா மனோகரா... நீயாச்சிம் உள்ளார கூட்டிட்டு வந்து உக்கோர வச்சிருக்கலாம்ல!' என்றவர் திரும்பவும் வீட்டின் வரவேற்பறைக்கே சென்று ஷோபாவில் அமர்ந்தார். உள்ளே வந்த கோழிப்பாளையம் மாரியப்பனும் மாரியாயியும் சேரில் அமர்ந்தார்கள். தலைவர் காபி போட்டு எடுத்துவருமாறு துணைவியிடம் சொன்னார்.

அல்லக்கை கணேசன் சேரில் அமராமல் ஜன்னல் அருகே சென்று நின்றுகொண்டான். அவன் எப்போதும் அப்படித்தான். தலைவர் முன்பாக அமரவே மாட்டான். தலைவரும் அவனிடம் பலமுறை சொல்லியும் சலித்துப்போய் விட்டு விட்டார். "பொச்சுல வெக்கையா மனோகரா?" என்று ஒருமுறை கேட்டே விட்டார். அவனோ "அப்படியெல்லாம் இல்லீங்க தலைவரே... அதென்னமோ சின்ன வயசில இருந்து பழக்கமாயிடுச்சுங்க!" என்றே சொல்வான்.

மாரியாயி மாராப்பை வாயில் வைத்துக்கொண்டு விசும்பியது.

“ஏனுங்க அத்தெ கண்ணைக் கசக்கீட்டு இருக்கீங்க விடிகாலையில? சொல்லுங்க மாமா நீங்களாச்சிம். எதா இருந்தாலும் பண்டிக்கலாம்” என்றார்.

”எங்க புள்ளே வசந்தி தவுட்டுப்பாளையத்துல படிச்சுட்டு இருந்துச்சுங்கள்ளோ மாப்ளெ...”

“ஆமாங்க மாமா, பஸ்சுக்குப் போயிட்டு பஸ்சுக்கு வந்துட்டு இருந்துச்சே... இந்த வருஷம் பன்னண்டாவதுல்லொ போயிட்டிருந்துச்சு!”

“நேத்து பள்ளிக்கோடம் முடிஞ்சு பஸ்ல வந்து சேர வேண்டிய புள்ளெ வரலைங்க மாப்ளெ! செரீன்னுபோட்டு புள்ளைக்கி போனுப்பண்டியும் பார்த்தோம்... பஸ்ஸக்கீது உட்டிருந்தாள்னா ஒரு ஆட்டோவையாச்சிம் புடிச்சுட்டு ஊரு வந்து சேருன்னு சொல்லலாம்னு... ஆனா போனு சுச்சு ஆப்ல இருந்துச்சுங்க மாப்ளெ!”

“செரி கூடப்படிக்கிற புள்ளைங்க ஊட்டுக்குகீது போயிருக்கும் மாமா!”

“இல்லீங்க மாப்ளெ! நானு வண்டியெடுத்துட்டு தவுட்டுப்பாளையமே போயிட்டேன். போயி வசந்தி கூடப்படிக்கிற நம்ம சொந்தக்காரப் பொண்ணு ஊடு இருக்குது. அதும்மோட ஊட்டுக்குப்போயி இப்பிடி சமாச்சாரமாயா... வசந்தி இன்னும் எங்க ஊடு வந்து சேருலே... உனக்கெதாச்சிம் தெரியுமான்னு கேட்டேன்! வசந்தி மத்தியானமே ஒடம்பு செரியில்லீன்னு இவகிட்ட சொல்லிட்டு பள்ளிக்கோடத்துல இருந்து போயிட்டாள்னு சொல்லுச்சு. எனக்கா பகீர்னு ஆயிருச்சு! எதாச்சிம் விசயமிருந்தா ஒளிவு மறைவில்லாம சொல்லிடும்மான்னு அந்தப் பொண்ணோட அம்மாவும் சொல்லுச்சு அதுகிட்ட. எனக்கா என்ன பண்ணுறதுன்னே தெரியல மாப்ளெ! அப்புறஞ் சொல்லுது அங்க கடை வச்சிருக்குற டோபி பையன் கூட பேசிச் சிரிச்சுட்டு இருப்பாளுங்க அப்பிச்சிங்கறா!”

“என்ன மாமா சொல்றீங்க! நம்ம பிள்ளைங்களுக்கெல்லாம் இப்ப என்ன அறிவு நெனப்பெல்லாம் இருக்குதா இல்லியா? நாயிப்பொச்சுல தேனிருக்குதுன்னு போயி வழிச்சு நக்கீட்டே இருக்காங்க! சாணிச்சட்டி என்னிக்கிம் சமையல் சட்டி ஆவாதுங்ளே

மாமா... இப்பிடியே போனா நாளைக்கி யாரு எவரு... எங்க பொண்ணு கட்டியிருக்காங்கன்னு ஒரு பேரெழவும் தெரியாம மாப்ளெ மச்சான் போட்டுட்டு சுத்தோணுமாட்ட இருக்குதா?"

"அப்புறம் அந்தக் கடை எவத்திக்கின்னு வெசாரிச்சு போயிப்பார்த்தா அங்க வயசானவன் ஒருத்தன் இஸ்திரி போட்டுட்டு இருந்தான். சரி அவன் பையனோட அப்பனா இருக்குமுன்னுட்டு ஒண்ணுமே பேசாம வந்துட்டேன்! ஒருத்தன் அங்க தனியா நின்னுட்டு புள்ளையெங்கின்னு தேடவா முடியும் ஊரு முழுக்க? எனக்கென்னமோ ஸ்டேசன்ல போயி சொல்லிடலாம்னு நெனப்பு இருந்துச்சு மாப்ளெ! ஆனா போகல!"

"அட எனக்கொரு போனைப் போட்டிருக்கலாமல்லங்க மாமா... நைட்டோட நைட்டா நம்ம ஆளுங்களைத் தனித்தனியா அனுப்பி அவங்க ரெண்டுபேரும் எந்தச் சந்துல இருந்தாலும் புடிச்சு இழுத்துட்டு வந்திருக்கலாமே!"

"இவுருக்கு அப்ப புத்தி பேதலிச்சாப்ல ஆயிப்போச்சு. கையில போனு இருக்குறதெக்கூட மறந்துட்டாப்ல. இத்தனவருசம் பாசத்தக் கொட்டி ஒரு கடுஞ்சொல்லு சொல்லாம வளர்த்ததால, இப்பிடியுமா புள்ளெ பண்டுவாளுன்னு ஒரு நிதாயிப்போயிட்டாப்ல!" என்று மாரியாயி சொல்லிவிட்டு கண்ணைக் கசக்கியது.

"உனக்கெப்பத்தெரியும் மனோகரா?"

"என்னைய நாலு மணிக்கே விடிகாலைல வந்து எழுப்பி, இந்தமாதிரி புள்ளெ பண்ணிப் போட்டாளுன்னு ஐய்யன் சொன்னங்காட்டி, நேரா வாங்க போய் தலைவர பாக்கலாம்னு இங்க கூட்டீட்டு வந்துட்டேன்!"

"சேரீங்க மாமா... அத்தையக்கூட்டீட்டு நீங்க வீட்டுக்குப் போங்க! பொழுதுக்குள்ள புள்ளைய நானு உங்கூட்டுல கொண்டாந்து சேர்த்திடறேன்... காபி வந்துருச்சு பாருங்க..." என்றவர் போனை கையில் எடுத்துக்கொண்டு சரமாரியாய் அழைத்து விசயத்தைச் சிலரிடம் சொல்லிக்கொண்டிருந்தார். உடையை மாற்றிக்கொண்டு புறப்படலாமென சென்றார் வீட்டினுள். ஐந்து நிமிடத்தில் பளிச்சென வெளியே வந்தவர் செட்டில் நின்றிருந்த சுமோவை நோக்கி சாவியை சுழற்றிக்கொண்டு சென்றார். வண்டியைக் கிளப்பி வீட்டின் கேட்

அருகே வருகையில் அவர்களிடம் பேசிக்கொண்டிருந்த மனோகரன் அருகில் சென்று நிப்பாட்டினார். மனோகரன் முன்கதவைத் திறந்து ஏறி அமர்ந்துகொண்டான்.

“கவலப்படாம போங்க மாமா... எம்பட காரே மூணு தவுட்டுப்பாளையத்துலதான் வாடகைக்கு ஓடீட்டு இருக்குது... எல்லாருக்கும் கூப்பிட்டு சொல்லீட்டேன். எல்லாரும் கால்மணி நேரத்துல கிளம்பீருவாங்க. எங்க போனாலும் விடமாட்டோம் தைரியமா இருங்க!” சொல்லிக்கொண்டு சாலைக்கு வந்ததும் வேகமெடுத்தார்.

“இதுக்கே இப்பிடி கோவப்படறீங்களே தலைவரே... எங்கூரு வேலுச்சாமி கதை உங்களுக்குத் தெரிஞ்சா என்ன ஆவீங்க?”

“வேலுச்சாமிக்கி என்ன மனோகரா? அவந்தான் அவனோட அக்காவோட போனவாரம் வந்து பணத்தை எனக்குக் குடுத்துட்டு பத்திரத்தை வாங்கீட்டு போயிட்டானே!”

“வாங்கீட்டு போயிட்டானுங்க தலைவரே... எங்க போனான்னு தெரியுமா?”

“ஏண்டா அவன் எங்க போனா எனக்கென்னடா...”

“அவன் நேரா பெரியபாளையம் போயி அவங்கக்கா ஊட்டுலயே கிடக்கான். அந்த தொரையன் புள்ளையொண்ணு ஆஸ்பத்திரிக்கி நர்ஸா போயிட்டு இருக்குதுங்கள்ல தலைவரே... ”

“ஆமா ஸ்கூட்டீல சொய்ங்குனு போகுமே!”

“அதைப் பேசிமுடிச்சு வேலுச்சாமியோட அக்காகாரி அவனுக்குக் கட்டிவைக்கப்போறா!”

“என்னது? அப்புறம் அவன் நர்ஸ் புள்ளையை உங்கூர்ல கூட்டீட்டு வந்து உக்காத்திவெச்சுட்டு பொழைப்பானேடா... சரி எனக்கென்ன வந்துச்சு. நீயாச்சு உங்கூராச்சு.”

“என்ன தலைவரே இப்பிடிச் சொல்லீட்டீங்க...? நாளைக்கிக் காத்தால மலையில முருகன் கோவில்ல வச்சுத் தாலி கட்டுறான் வேலுச்சாமி!”

“நாளைக்கிக் காத்தாலையா? கட்டீட்டு போச்சாறான் உடு மனோகரா!”

அது ஒரு விசயமே இல்லை என்பது போல மனோகரனிடம் பேசிய தலைவர் உள்ளுக்குள் குமைந்தார். இப்பிடியே ஆளு மாத்தி ஆளு வெவ்வேறையில கட்டீட்டு இருந்தா ஒன்னுஞ் சுத்தப்படாது தான். க்ரஷ்சர் ஓடுவதால் வேலுச்சாமியை ரோட்டில் லாரியில் அடிபட்டது போலச் செய்துவிட வேண்டும். இப்படியே போனால் சங்கம் என்ற ஒன்றும் அழிந்துவிடும். சங்கப்படலை மூடிவிட வேண்டியதுதான்.

போகிற போக்கைப்பார்த்தால் இன்னும் முப்பது வருடங்களில் ஒன்றே குலம் ஒருவனே தேவனென்று ஆகிடும் போல இருக்கே... அவர் மூளை சுறுசுறுப்பாய் இயங்க ஆரம்பிக்கவும் ஏனோ தலைவர் விருப்பமில்லாத மாதிரி பேசிட்டாரே என்று வருத்தமாய் மனோகரனும் பேச்சு மூச்சில்லாமல் அமர்ந்துவிட்டான். தலைவர் தவுட்டுப்பாளையம் நுழைவதற்கு முன்பாக சுமோவை ஓரங்கட்டி நிறுத்தினார். ''ஏனுங் தலைவரே?'' என்றான் மனோகரன். ஒன்றும் சொல்லாமல் போனை எடுத்தவர் அதில் இறங்கினார்.

''யாரு முருகனா? நீ எங்கே போயிட்டிருக்கே? என்னது பழனியா? செரி அவுங்களுக்கும் சொல்லீரு... சிவன்மலைக்கோயிலு, திண்டல் மலைக்கோயிலு, சென்னிமலை வேண்டாம்... ஊத்துக்குளி கோயிலுக்கு சிவானந்தனை அனுப்பிடு. எப்பிடியும் கல்யாணம் பண்ணிக்கிறதுக்குத்தான் நிப்பாங்க... செரியா... பார்த்துக்க. அவிங்களை யாரு பிடிச்சுட்டாலும் என்னையக் கூப்பிடச் சொல்லிடு... நேரா நம்ம புதுவலவு தோட்டத்துக்கு தூக்கீட்டு வந்துடுங்க! செரியா...ம்'' என்று முடித்துவிட்டு போனை வைத்தார்.

அவர் போடும் கணக்கெல்லாம் மனோகரனுக்கு சுத்தமாய் புரியவில்லை. ஓடிப்போனவளை எந்தூர்ல இருக்காள்னு எப்பிடி கண்டுபுடிச்சு பொழுதுக்குள்ள ஊடு கொண்டாந்து சேர்த்துறேன்னு சொன்னாரு தலைவரு? அவரென்ன மந்திரவாதியா? மையி போட்டு கண்டுபிடிக்க? என்றே நினைத்தான்.

''மனோகரா மாமஞ் சொன்ன கடை எங்கிருக்குது? எங்கியோ பார்த்த மாதிரிதான் எனக்கும் இருக்குது. எங்கீன்னு ஞாபகம் வரமாட்டீங்குதுடா!''

''அது அந்தப் பிள்ளைங்க படிக்கிற பள்ளிக்கோடத்துக்கும் பக்கத்துலயே தான் மேக்குப்பார்த்த மாதிரி இருக்குதுங்க தலைவரே!''

“ஆமா... அதா இருக்குது பாரு கடை” என்றவர் சுமோவைக் கொண்டு போய் கடை வாசலில் நிறுத்தி இறங்கினார். கடையில் சுப்பான் பட்டுச்சேலையொன்றை பொட்டி போட்டுக்கொண்டிருந்தான். தலைவர் கடைப்படியேறி உள்ளே சென்று சேரை இழுத்துப்போட்டு அமர்ந்தார். சுப்பான் பொட்டியை வளையக் கம்பிமீது வைத்துவிட்டு “யாருன்னு அடையாளம் தெரியலீங்களே!” என்றான் பின்மண்டையைச் சொறிந்தபடி.

“அது தெரியாட்டிப் போச்சாது... உம்பட பையன் பேரென்ன? என்னமோ சொன்னானே... அதுக்குள்ள மறந்துபோச்சு...”

“குணசேகரனுங்க!”

“ஆமா குணசேகரன்... அவன் இப்ப எங்கே?”

“அவனைத்தான் நேத்து மத்தியானம் புடிச்சுக் காணமுங்களே... ஒருத்தன் நானு இந்தக் கடையில நின்னுட்டு என்ன பண்ணுவேன்... எனக்கென்ன நாலு கையிங்களா இருக்குது? போற பக்கம் இன்ன விசயமாப் போறேன்னு சொல்றானுங்களா ஒண்ணா. இந்த புட்டுர் பைக்கி ஒண்ணா வாங்குனானுங்க போன வருசம். அதுலயே சுத்தீட்டு சொல்லுப்பேச்சு கேக்காம ஊரைச் சுத்தறானுங்க!”

“சேரி, உம்பையன் நேத்துக் கல்யாணம் பண்டிக்கறதுக்கு ஒரு பிள்ளையைக் கூட்டீட்டு எம்பட தோட்டத்துல வந்து உக்காந்துட்டான். நான்தான் கூட்டீட்டு போயி கல்யாணம் பண்டி வைக்கணும்னு சொல்றான்!”

“என்னுங்கோ நீங்க சொல்றீங்கொ... இவனுக்கு ஏன் இப்பிடி புத்தி போவுது? கலியாணமும் வேண்டாம் ஒண்ணும் வேண்டாம்னு அவனைக் காதோட ரெண்டு அப்பு அப்பி இழுத்துட்டு வரவேண்டியது தானுங்கொ நீங்கொ!”

“அதெல்லாம் நீயி வந்து உன் பையனுக்குச் சொல்லிக் கூட்டீட்டு வந்துக்கோ!”

“புள்ளை எங்க சனமுங்களா?”

“எனக்குத் தெரியலியப்பா... நீ வந்து யாரு எவருன்னு புள்ளை கிட்ட கேளு.”

“சேரீங் நடங்க போலாம். இதென்ன பொட்டித்தீயில தண்ணிய ஊத்தி அமைச்சிட்டு வர்றேன்” என்ற சுப்பான் மளமளவென அதை தூரமாய் மூலையில் வைத்துவிட்டு வெளியில் வந்தான். ஆறு மரப்பலகைகளையும் எடுத்துச் செருகி பின்பாக ரெண்டு பூட்டுப் போட்டுப் பூட்டி, சாவியை எடுத்துக்கொண்டு சுமோவினுள் வந்தமர்ந்தான். வண்டி கிளம்பிற்று புதுவலவு தோட்டத்திற்கு.

புதுவலவு தோட்டத்திற்குள் தலைவர் சுமோவைக் கொண்டு போய் வீட்டின் முன்பாக நிறுத்தினார். தோட்ட வேலையிலிருந்த பெண்களும் ஆண்களும் தலைவர் வந்துட்டாரு என ஓடி வந்தனர். தலைவர் அவர்களைப் பார்த்தபடி இறங்கினார். மனோகரன் இறங்கி சுப்பானுக்காக பின் கதவைத் திறந்துவிட்டான். ‘எங்கீங்க எம்பட பையன்?’ என்று இறங்கிய சுப்பான் மனோகரனிடம் கேட்டான்.

மனோகரன் சுப்பானின் கன்னத்தில் ஓங்கி ஒன்று வைத்தான். “தேனுங்கோ!” என்றான் சுப்பான். “போயி அந்தத் தென்னை மரத்துக்கடியில சத்தமில்லாம உக்கோரு போ!” என்றான். தலைவர் மனோகரனை ஒன்றும் சொல்லவில்லை. வேலையாட்கள் ஓடி வந்து தலைவருக்கு வணக்கம் வைத்து நின்றார்கள். தலைவர் அவர்களுக்கு இரண்டு ஐநூறு ரூபாய் தாள்களைக் கொடுத்து, “நாளைக்கி வந்து வேலையைப் பாருங்க எல்லோரும். இப்ப கிளம்புங்க!” என்றார். அவர்கள் ஏன் எதற்கு என்று கேட்காமல் கிளம்பினார்கள்.

தலைவருக்கு அப்போது போன் வந்தது. செந்திலின் அழைப்பாக இருந்தது அது. எடுத்து, “சொல்லு செந்திலு!” என்று போனைக் காதில் வைத்தார். “என்ன சிவன்மலையிலயா?” என்றார். சிவன்மலையில் இடும்பன் கோவிலில் திருமணத்தை முடித்துக்கொண்டு குணசேகரனின் மூன்று நண்பர்களோடு படிகளில் இறங்கி வந்தார்களாம். அவனது நண்பர்களை மிரட்டி அனுப்பிவிட்டு காரில் பொண்ணையும் குணசேகரனையும் கூட்டி வருவதாய் செந்தில் சொன்னான்.

“மனோகரா, இந்தா சாவி... கதவை நீக்கி உள்ளார போனீன்னா கடைசில ஒரு ரூமு இருக்கும் வீட்டுக்குள்ள. அது சும்மா தாழ்ப்பாள் தான் போட்டிருக்கும். போயி ஜன்னலை எல்லாம் நீக்கி உட்டுட்டு வடைக்கவுறு இருக்கும்... பக்கத்துல மூக்கணாங்கவுறும் ரெண்டுமூணு கெடக்கும். அதுங்களை எடுத்துட்டு வா!” என்று சாவியை அவனிடம்

கொடுத்தார். மனோகரன் செல்லவும் மரத்தடியில் இவர் முகத்தையே பார்த்தபடி அமர்ந்திருந்த சுப்பானைப் பார்த்தார்.

சற்றுத் தள்ளிப்போய் உயர்ந்து வளர்ந்து நின்றிருந்த வேப்பை மரத்தினடியில் போய் நின்று உசக்கே அண்ணாந்து பார்த்தார். ஓரளவு திருப்தியாயிருந்தது அவருக்கு. மனோகரன் வடைக்கயிற்றையும், மூக்கணாங்கயிற்றையும் ஒருசேரச் சுருட்டி வைத்துத் தூக்கமாட்டாமல் தூக்கி வந்தான்.

“மனோகரா... வேப்பைமரத்துல இந்தக் கீழ்வாதை விட்டுரு... அதுக்கு மேல் வாது இருக்குதில்லியா, அதுல கவுத்தைக்கொண்டி மாலை போட்டாப்புல போட்டுட்டு வா!” என்றதும் கயிற்றின் ஒரு தலவை வாயில் கவ்விக்கொண்டு மனோகரன் மரத்தின் மீது வாகு பார்த்து ஏறினான். கிளைக்குப்போனதும் கயிற்றின் தலவை வாயிலிருந்து எடுத்து, ஊற்றிய ஜலவாயைத் துப்பிவிட்டு மீண்டும் வாயில் கடித்துக்கொண்டு பல்லிமாதிரி மரத்தில் ஊர்ந்து தலைவர் சொன்ன மேல்வாதிற்கு வந்து சேர்ந்தான். கயிற்றை மேலே உருவி எடுத்து மறுபக்கம் இறக்கினான். இறக்கிவிட்டு மரத்திலிருந்து கீழிறங்கினான்.

“வீட்டுக்குள்ள போயி சேர் ஒண்ணு எடுத்துட்டு வந்து இவத்திக்கிப்போடு. அப்பிடியே தண்ணிக் கொடத்தையும் டம்ளரோட எடுத்தா” என்றார். முதலாக மனோகரன் தலைவருக்கு சேர் கொண்டு வந்து போட்டுவிட்டு வெறும் குடத்தைத் தூக்கிக்கொண்டு டேங்கிற்குச் சென்றான். அடுத்த அரைமணி நேரத்தில் இரண்டு மாருதி கார்கள் தோட்டத்தினுள் நுழைந்து வந்து சுப்பான் அமர்ந்திருந்த தென்னை மரத்தினருகில் போய் நின்றன. இனி பழனிக்குப்போன வண்டி வந்தால் போதும். ஊத்துக்குளி சென்ற வண்டி வாடகை இருப்பதாய் போய்விட்டது. செந்திலும் மணியானும் வந்து தலைவருக்கு வணக்கம் வைத்தார்கள்.

“கலியாண ஜோடியைப் புடிச்சே போட்டே செந்திலு... மீறுன ஆளப்பா நீயி... கூட யாரைக்கூட்டீட்டு போனே?”

“நம்ம கறிக்கடைக்காரனுங்களைக் கூட்டீட்டு போனனுங்க தலைவரே!”

“அவனுங்களைக் கடையிலயே உட்டுட்டு வந்துட்டியா? சேரி

பொண்ணு மாப்பிள்ளை காருக்குள்ள உக்கோந்துட்டு என்ன பண்ணுதுகோ? ரெண்டு பேரும் போயி ஆரத்தி ஊத்திக் கூட்டியாந்து பையனை அதா... கவுறு தொங்குதுல்லோ... அதுல காலு மேல போறாப்புல கால் கட்டை இறுக்கமா போடு. கையையும் தனிக்கவுத்துல கட்டோணும்," என்றபோது தண்ணீர் கொடத்தைக் கொண்டு வந்து வைத்தான் மனோகரன்.

செந்திலு மாலையும் கழுத்துமாய் இருந்த பொண்ணையும் மாப்பிள்ளையையும் கூட்டி வந்து தலைவர் முன்பாக நிறுத்தினான்.

"மணியா... ரெண்டு பேருத்து கையையும் பொறவுக்கு வெச்சுக் கட்டு. கழுத்துல இருக்குற மாலையைக் கழட்டி தூரமா வீசுங்க! தாலிய கழட்டீறாதீங்கப்பா... அதை உட்டுருங்க! இன்னுஞ் சித்தங்கூரியத்துல பொண்ணுப்பிள்ளையே புருசன் மூஞ்சில கழட்டி வீசீருவா!" என்றதும், "நானெனத்துக்கு எம்புருசன் கட்டுன தாலியைக் கழட்டி வீசுறேன்!" என்றாள் மணப்பெண் வசந்தி.

தலைவர் அவளுக்கு ஒன்றும் சொல்லவில்லை. மணியான் கீழே கிடந்த மூக்கணாங்கயிற்றை எடுத்துப்போய் வசந்தியின் கையை பின்னால் இழுத்து சேர்த்துக்கட்டினான். பின்பாக குணசேரனின் கையையும் பிடித்து பொறவுக்கு வைத்துக் கட்டினான். "அப்பிடியே சேர நான் இவன் காலையும் சேர்த்தி கட்டீர்றனுங்க தலைவரே!" என்று வடைக்கயிற்றின் ஒரு தலவை குணசேகரனின் காலைச்சுற்றி நறுக்கென இறுக்கினான். இத்தனைக்கும் இருவரும் ஒருவார்த்தையும் பேசவில்லை.

"பார்த்துட்டு இருக்காட்டி என்ன செந்திலு? போயி அந்தத் தலவை ஒரு இழு இழுத்தா பையன் தலைகிழுதா மேல போயிருவான்லொ... அப்பிடியே அந்தக் கொய்யா மரத்துல கட்டீட்டின்னா பையன் தொங்கீட்டு கிடப்பான்" என்றார். அப்படித்தான் செந்தில் போய் கயிற்றை இழுக்கவும் பொண்ணுப்பிள்ளை வாயைத்திறந்தது...

"வேண்டாமுங்க மாமா... அவனை அப்பிடி தலைகிழுதா தூக்க வேண்டாமுன்னு சொல்லுங்க மாமா! எங்களை எங்காச்சிம் அனுப்பிச்சி உட்டுருங்க மாமா... நாங்க தூரமா கண்காணாதபோயி பொழச்சிக்கறோம் மாமா," வசந்தி கண்களில் ஈரமுடன் சொன்னாள்.

"சேரி சாமி! நீ சொல்றாப்லையே பண்ணிக்கலாம். செந்திலு...

இன்னுமா கட்டுறே? மனோகரா... உங்கப்பிச்சிக்கி போனைப்போட்டு புதுவலவு தோட்டத்துக்கு வரச்சொல்லு... அவரு மட்டும் வந்தாப்போதும்னு சொல்லு!'' 'ஐயோ!' என்று சபதமிட்டான் தலைகீழாகத் தொங்கிய குணசேகரன். அவன் சத்தம் போட்டதும்தான் சுப்பான் எழுந்து ஓடிவந்தான்.

“என்னுங்கோ நீங்கொ... பையனை இப்பிடி தலைகிழுதா தொங்க விட்டிருக்கீங்கொ! நானு அந்த காருங்க மறைச்சிருச்சுன்னு உக்கோந்துட்டு இருந்தனுங்கொ! அதுக்குள்ள இந்த வேலை செஸ்சு போட்டீங்களே! அவுத்து உடுங்க... நானு எம்பையனைக் கூட்டீட்டு போயிடறேன்!''

“அப்பிடியா... செரிப் போயி உம் பையங்கிட்ட பேசு'' என்றார் தலைவர். மனோகரன் கோழிப்பாளையத்திற்கு போனடித்துச் சொல்லிவிட்டு வந்தான். சுப்பான் பலவிதமாய் அண்ணாந்து பார்த்து மகனுக்குச் சொல்லிப்பார்த்தான். அவனோ ஒருவார்த்தை 'செரீங்கப்பா!' என்று சொல்லவில்லை.

“மனோகரா சொல்லீட்டியா ஐயனுக்கு... செரி எங்காச்சிம் தேடி ஒரு கருங்கல்லு எடுத்தாந்து மாப்பிள்ளை தொங்கறாம்பாரு... அவன் தலைக்கி நேரா வையி! கவுத்தை அவுத்துட்டா மண்டை வந்து கல்லுல மோதி மூளையெல்லாம் சுத்தியும் செதறு தேங்கா மாதிரி செதறீரோணும் பார்த்துக்க. அப்பிடிக்கல்லு எடுத்தா...'' என்றார். மனோகரன் கல்லைத் தேடிக்கொண்டு காட்டினுள் சென்றான்.

“மாமா... நானு இவனைக் கட்டிக்கிட்டா உங்களுக்கு எங்க கொடையுது மாமா? நீ ஏன் எம்பட குடும்பத்துக்குள்ள மூக்கை நுழைக்கிறே? நீ உன்னோட வேலையைப் பார்த்துட்டு போவேண்டீது தானோ! நீயெல்லாம் ஒரு ஆளுன்னு உனக்கு ஓட்டுப் போட்டு ஜெயிக்க வெச்சாங்க பாரு... எம்பட ஊட்டுக்காரனை அவுத்து உட்டுரு ஆமா... இந்தச் பூச்சாண்டி காட்டுற வேலையெல்லாம் வெச்சுக்காதே என்கிட்ட. போலீஸ்ல சொல்லி உன்னோட மானம் மருவாதைய காத்துல பறக்கடிச்சிருவேன்!''

“சேரி சாமி... நீயி எம்பட மானத்தைக் காத்துல பறக்கவுடு அதுபாட்டுக்கு வானத்துல பறந்துட்டு இருக்கட்டும்... அட மனோகரா... தூக்க மாட்டாம கருங்கல்லாப்பார்த்து தூக்கீட்டே

வந்துட்டியா... போடு கொண்டி நேரா! நம்ம காட்டுக்குள்ள இத்தன நாளா எங்கண்ணுல சிக்காம கெடந்திருக்குது பாரு. புள்ளெ பேச்சு செரியில்ல... அப்பிடியே பையனோட அப்பன் வாயைத் துணியை வெச்சுக் கட்டீரு! பையன் செத்தான்னா கத்துப்புடிச்சாலும் புடிச்சுருவான். எறக்கு செந்திலு கவுத்தை!'' என்றார் ஒரு ஜாடையில். செந்திலு புரிந்துகொண்டு கயிற்றை சர்ரென விட்டு குணசேகரனின் மண்டையானது கல்லில் முட்டுமளவு நிற்குமாறு கணக்காக இழுத்துப்பிடித்தான். குணசேகரன் மிரண்டு கயிற்றில் துள்ளினான். 'ஐயோ' என்று ஓலமிட்டான். அடுத்த நிமிடமே ஜட்டி நனைந்து பேண்ட் நனைந்து அவன் வயிற்றுப்புறத்தில் சிறுநீர் படர்ந்து வடிந்தது.

"பாரு சாமி யூரின் போயிட்டானாட்ட இருக்குது உம்பட ஊட்டுக்காரன். அடுத்தது நீதான். உங்கொப்பன் வந்ததீம் பார்க்கணும்ல! மேல தூக்கு செந்திலு அவனை!'' என்றவர், வசந்தியின் அருகில் சென்று அவளை அலாக்காகத் தூக்கிக்கொண்டு வீடு நோக்கி நடந்தார். அவளோ கால்களை உதறினாள் வெறித்தனமாய். கீழே இறக்கியவர் அவளின் காதோடு சேர்த்து ஓங்கி ஒரு அப்பட்டம் வீசினார்.

"மணியா இங்க வா!'' என்றவர் அவனைத் தனியே அழைத்துப்போய் குசுகுசுத்துவிட்டு மீண்டும் மரத்தடிக்கே வந்து சேரில் அமர்ந்தார். மணியான் வசந்தியைத் தூக்கிக்கொண்டு வீட்டினுள் நுழைந்தான். நுழைந்தவன் அறை அறையாப் பார்த்துப் படுக்கை இருக்கும் அறையில் நுழைந்து வசந்தியைப் படுக்கையில் வீசியெறிந்தான். கதவை இழுத்து உள்தாழ்ப்பாள் போட்டான். போட்டவன் தன் மேல்சட்டையைக் கழற்றி அருகிலிருந்த டேபிளில் போட்டான். அடுத்து பேண்ட்டை உருவி அதையும் டேபிளின் மீது போட்டவன் அவளை பெட்டிலிருந்து இழுத்து சேலையை உருவி டேபிளில் போட்டான்.

"உனக்கு அப்பிடி அரிப்பெடுத்து படிக்கிறப்பவே அவனை இழுத்துட்டு போவச் சொல்லுதா? கலியாணம் பண்டிக்கிறதுக்கு உனக்கு வேற ஆளே கெடைக்கலியா?'' அவளின் ஜாக்கெட்டில் கைவைக்க வந்தபோது அவன் காலில் விழுந்தாள் வசந்தி. 'என்னைய ஒண்ணும் பண்ணிடாதீங்கண்ணா... நீங்க சொல்றதையெல்லாம் கேக்குறேனுங்கண்ணா...''

"தலைவருகிட்டயே திமுரு நாயம் பேசினியேடி நீயி... தலைவரு தான் அவளைப் போடாம வெளிய வந்துடாதடா மணியான்னு சொல்லி அனுப்பினாரு என்கிட்ட!"

"ஐயோ அண்ணா... நீங்க என்ன சொன்னாலும் கேட்டுக்கறண்ணா... என்னைய உட்டுருங்கண்ணா. அண்ணா ப்ளீஸ்ணா!"

"அப்ப வெளிய வந்து அந்தப்பய முன்னாடி தாலியைக் கழட்டி வீசீட்டு அவனைப் போவச் சொல்லீர்றயா? தலைவரு அவனைக் கொன்னு அந்தாளுக்கு பையனில்லாமப் பண்ணீருவாரு! உன்னையும் உசுரோட உடமாட்டாரு! அவரென்ன உன்னைய வெச்சு தமாசு பண்ணீட்டு இருக்குறதா உனக்கு நெனப்பா? உங்கப்பன்தான் கண்ணுல கண்டா புள்ளையை அவத்திக்கே கொன்னுடுங்கன்னு சொல்லி அனுப்பினாராம்! நேத்தே அவரு நீயி யாருகூட கிளம்புனீன்னு தெரிஞ்சுக்கிட்டாரு! என்னடி ஒண்ணுஞ் சொல்ல மாட்டீங்கறே?"

"நானு தாலியைக் கழட்டி அவன் கையிலயே குடுத்துடறனுங்கண்ணா!"

"வா! அப்படின்னா சேலையை கட்டீட்டு கிளம்பு" என்ற மணியான் தன் பேண்ட்டை எடுத்துப் போட்டுக்கொண்டான். வசந்தி சேலையை எடுத்து அணிந்துகொண்டாள். மணியான் சட்டையை எடுத்து மாட்டிக்கொண்டு கதவை நீக்கினான். அவளும் அறைக்குள்ளிருந்து வெளிவந்தாள்.

"போயி நேரா அவன் முன்னாடி நின்னு தாலியைக் கழட்டி வெச்சுட்டீன்னா அவனை இறக்கி உட்டுருவாங்க! போடி!" என்று அவளை முன்னால் விட்டுப் பின்னால் வந்தான். வசந்தி நேராக தலைகிழுதாக தொங்கிக்கொண்டிருந்த குணசேகரன் முன்பாகச் சென்று நின்றாள். குணசேகரன் அரைக்கண்ணால் வசந்தியைப் பார்த்தான். வசந்தி கழுத்தில் கிடந்த தாலியைக் கழற்றி அவன் முன்னால் கீழே போட்டு விட்டு தள்ளிவந்து நின்ற சமயம் அவள் அப்பா மாரியப்பன் டிவிஎஸ்சில் வந்து சேர்ந்தார். அவரைக் கண்டதும் வசந்தி அழுதுகொண்டே ஓடினாள்.

குணசேகரனைக் கொஞ்சமாய் கீழே இறக்கினான் செந்தில். "தண்ணி குடுங்கோ! தாவமா இருக்குது! தண்ணீ!" என்று குணசேகரன் கத்தினான். மனோகரன் போய் அவன் முன்னால் நின்று லுங்கியைத் தூக்கி "குடீடா!" என்று அவன் முகத்தில் மூத்திரம் பெய்தான்.

“புள்ளையக்கூட்டீட்டு ஓடச்சொல்லுதா உஞ் சாமா?” என்று ஓங்கி அவன் கன்னத்தில் ஒன்று வைத்தான்.

“உடு மனோகரா... அவனைப்போயி அடிச்சுட்டு!” என்றார் தலைவர். குணசேகரனைக் கீழே இறக்கி கட்டுக்களை அவிழ்த்து விட்டனர்.

கீழ கெடக்குற தாலியை எடுத்து ஜோப்புல போட்டுக்க... ஏன்டா ஆயும் போயிட்டியாடா... நாறுது!” என்றான் மனோகரன். கீழே அமர்ந்திருந்த குணசேகரனுக்கு சுப்பான் தம்ளரில் தண்ணீர் கொண்டுபோய் அவன் வாயில் ஊற்றினான்.

○○○

14. நாலஞ்சிதாட்டி அடிச்சுப்பார்த்துட்டனுங்க!

பழனிச்சாமி, வேலுச்சாமியின் திருமணத்திற்காக காலையில் நேரமே எழுந்து குளித்துமுடித்துத் தயாராகியிருந்தான். சாந்தாமணியையும் கூட்டிப்போவதாக முந்திய நாள் இரவு சொல்லியிருந்தான். அவளும் தயாராகியிருந்தாள். இருவரும் அம்மாவிடம் போய்வருவதாய்ச் சொல்லிக்கொண்டு பைக்கில் கிளம்பினார்கள்.

“நம்ம கல்யாணத்துக்கு இந்த வேலுச்சாமி வந்தாப்லைங்ளா?”

“சொல்லியிருந்தாத்தான வந்திருப்பான், நான்தான் சொல்லவே இல்லியே!”

“மாப்ளையாவுதுன்னு சொல்றீங்க நம்ம கல்யாணத்துக்குக் கூப்பிடாம உட்டுருக்கீங்க?”

“நம்முளுது கெழட்டுக்கல்யாணம் சாந்தா...” என்று பழனிச்சாமி சொல்லவும், “ஆமா!” என்று பழனிச்சாமியின் முதுகில் ஒரு குத்து குத்தினாள்.

“ஆமா அதெப்படி உங்க மாப்ளய கட்டிக்க நர்ஸ் புள்ளை சம்மதம் சொல்லுச்சு?”

“இப்ப என்னைய கட்டிக்கிறதுக்கு நீ எப்பிடி சம்மதஞ் சொன்னே?”

“நாங் கேக்குறது என்ன நீங்க சொல்றது என்ன? எனக்கு வந்து வாத்தியாரும், எங்கக்காவும், எடுத்துச்சொல்லிச் சம்மதிக்க வச்சாங்க... நானும் மண்டையை ஆட்டி சம்மதஞ் சொல்லிட்டேன்! நானே கறி வெட்டீட்டு ஆடு மேச்சுட்டு சுத்துனவ. சேரீன்னுட்டேன். ஆனா நர்ஸா போற பிள்ளையெப்பிடிங்க சம்மதஞ் சொல்லும்?”

“அதுக்குப் படிச்ச மாப்ளை வேணும்னும், வேறையில கட்டிக்கணும்னு ஆசை இருந்திருக்கும்.”

“எங்கக்கா இருக்குற ஊரு வழியாவா வண்டியை விடறீங்க?”

“ஆமா சாந்தா, மாப்ளெ ஊட்டையும் ஒரு எட்டு எட்டிப்பார்த்து நெலவரத்தைப் பார்த்துட்டுப் போயிடலாம்!” என்றவன் பள்ளிப்பாளையத்தினுள் நுழைந்து வேலுச்சாமி வீட்டின் முன்பாக வண்டியை நிறுத்தினான். பயணத்திற்காக மாருதி வேன் ஒன்று வாசலில் நின்றிருந்தது. திருமண வீடென்றால் எப்படியும் ஜனம் நிரம்பியிருக்கும். ஆனால், வாசலில் யாருமில்லாமல் வெறோச்சென இருந்தது வேலுச்சாமியின் வீடு. வாழைமரம் கூட கட்டியிருக்கவில்லை. அவன் திருமணத்தை ஊரே வெறுக்கிறது போல.

“புது மாப்ளெ! என்ன ரெடியா?” என்று கேட்டபடியே பழனிச்சாமி வீட்டினுள் சென்றான். உள்ளே வேலுச்சாமி மாப்பிள்ளை தோரணையில் பலநாள் தாடியை ஷேவ் செய்து முழுக்கை வெள்ளைச்சட்டையும் வேட்டியும் கட்டி சேரில் அமர்ந்திருந்தான். சேவ் செய்ததுமே அவனுக்கு மாப்பிள்ளைக் களை வந்துசேர்ந்திருந்தது. வடிவுக்கரசி தன் அப்பனின் போட்டோவுக்கும் ஆயாளின் போட்டோவுக்கும் பூமாலையைப் போட்டபடியிருந்தாள். அவளின் பிள்ளை பிரியா தலைநிறைய பூவைத்துப் புதிய சுடிதார் அணிந்திருந்தது. அவளின் பையன் ஜனார்த்தனனை அங்கே காணவில்லை.

“வா மாம்ஸ்! பொண்ணு வீட்டு சைடுல ரெண்டு வேனு போட்டுக் கிளம்பிட்டாங்களாம். இங்க நம்ம வீட்டு சைடுல கூட்டத்தப்பாருங்க மாம்ஸ்... வீடு ரொம்ப மூச்சு உடக்கூட சிரமமா இருக்குதுல்லொ? தனியாவா வந்தீங்க... வீட்டுல கூட்டீட்டு வரலியா?”

“போயிப்பார்த்ததீம் வந்துடறேன்னு சொல்லிட்டு பைக்கிட்ட நிக்க வச்சுட்டு வந்தேன் மாப்ளெ! எங்க உம்பட மச்சினனைக் காணமே!”

“மச்சினன் பொண்ணுவீட்டு வேன்ல வந்துடறதா சொல்லிட்டான். இங்கிருந்து நாங்க மூணு பேரு அப்புறம் காரு டிரைவரு... அவ்வளவுதான். நீங்களும் வண்டியை இங்க நம்மூட்டுல ஓரங்கட்டி நிறுத்தீட்டு காருலயே ஏறிக்கங்க மாம்சு!”

“எனக்கு பைக்குதான் வசதி மாப்ளெ! சரி நீங்க சீக்கிரம் சாமியைக் கும்புட்டுட்டு வந்துசேருங்க மலைக்கி. லேட்டுப்பண்ணிப்போடாதீங்க! நாங்க முன்னால போறோம்!” என்று சொன்ன பழனிச்சாமி வெளியேறி வந்தான். பைக்கை ஸ்டார் செய்து கிளப்ப சாந்தாமணி பின்சீட்டில் உட்கார்ந்து பழனிச்சாமியின் இடுப்பை வலது கையால் பிடித்துக்கொண்டாள்.

“இதென்ன சம்பிரதாயமுன்னே தெரியல சாந்தா... மாப்ளையூட்டுல இருந்தேதான் கல்யாணத்துக்கு மாப்ளெ கிளம்பி வந்து சேரணுமா? அதான் மச்சினன் ரெண்டு மினிபஸ்சு போட்டு பெரியபாளையத்துல இருந்து கிளம்புறான்ல... சம்பிரதாயம் பார்த்துப் பார்த்தே பண்ணுறாங்களாம். எத்தனை காலத்துக்குன்னு தெரியில!” என்றவன் ரோட்டோரத்தில் நின்றிருந்த நான்கைந்து க்ரஷ்சர் லாரிகளைக் கடந்தான்.

சென்னிமலை வந்து சேர்ந்து பூக்கடை முன்பாக வண்டியை நிப்பாட்டினான் பழனிச்சாமி. சாந்தாமணி இறங்கிப்போய் மல்லிகைப்பூ மூணுமுழம் வாங்கி, தலையில் வைத்துக் கொண்டு வந்து அமரவும் கிளப்பினான். வண்டி மலைப்பாதையில் ஏறிச்சென்றது.

“இந்த மலையில எத்தனை வளைவு இருக்குதுங்க? நான் ஒருநாள் கூட வந்ததேயில்ல சென்னிமலைக்கி!”

“உங்கொப்பன்தான் உன்னை ஊருக்குள்ளயே போட்டுட்டானே...”

“எங்கப்பனைக் கொறை சொல்றதை உடுங்க நீங்க... அதெல்லாம் அந்தக் காலத்து மனுசங்க அப்படித்தான் இருப்பாங்க!”

“பேசாம கீழ இறங்குறப்ப உனக்கு ரெண்டு செட்டு சுடிதாரு எடுத்துக்கலாமா? இப்பிடி பைக்குல வர்றப்ப தாண்டுக்கால் போட்டு என்னைய கட்டிப்புடிச்சுக்கிட்டே வரலாம்ல நீயி!”

“கெழ்டுக்கு ஆசையப்பாரு... சுடிதாராமா... தாண்டுக்காலு

போட்டுக்கறதாமா... நாலுபேரு ரோட்டுல பார்த்தா திரும்பி நின்னுட்டு சிரிப்பாங்க..."

"சிரிச்சா சிரிச்சுட்டு போச்சாறாங்க, நம்முளுக்கு நம்ம வசதி."

இவர்கள் உச்சிமலையை அடைந்ததும் வண்டியை மற்ற வண்டிகள் நிற்குமிடத்தில் ஓரம் கட்டி நிறுத்தி சைடுலாக் போட்டு சாவியை எடுத்துக்கொண்டான். சாந்தாமணியைக் கூட்டிக்கொண்டு நடந்தான். இன்று நல்ல முகூர்த்தநாள் போலிருந்தது. மலைக்கோவிலில் ஜனக்கூட்டம் அதிகமிருந்தது. சண்முகனும் அவன் சித்தப்பன் தொரையனும் இவர்கள் இருவரையும் எதிர்கொண்டு வணக்கம் வைத்து வரவேற்றார்கள். பொண்ணுப்பிள்ளை ரேவதி பட்டுச்சேலையில் பார்க்க அம்சமாயிருந்தாள். அடர்நீல வர்ணத்தில் சேலை அணிந்திருந்தாள். இம்மாதிரியான வர்ணங்களில் சேலைகள் கடைகளுக்கு வருவதே ரேவதி மாதிரியான பெண்களுக்காத்தானிருக்கும்.

"எம்பட மச்சானூட்டு வழியாவா வந்தீங்க?" என்று கேட்டான் சண்முகன் இவனிடம்.

"ஆமா சண்முகா... அவங்க சாமி கும்புட்டதீம் கிளம்பிடறதா சொன்னாங்க... நாங்க முன்னால போறோம்னு சொல்லிட்டு வந்துட்டோம். இந்த நேரத்துக்குக் கிளம்பி வந்துட்டு இருப்பாங்கன்னு நினைக்கிறேன் சண்முகா!"

"எமபட மச்சான் கல்யாணத்தை மூச்சு வைக்கிற ஐயரு இப்பத்தான் மாப்பிள்ளை வந்தாச்சான்னு கேட்டாரு... இல்லீன்னு சொன்னதீம் இன்னொரு கல்யாண ஜோடிக்கி முடிச்சு வெச்சுட்டு வந்துடறேன்னு போயிருக்காரு. இன்னிக்கி மலையில பத்துஜோடிக கல்யாணம் நடக்குதுங்களாமா! சரி நீங்க ஒரு போனைப்போட்டு எவத்திக்கி வந்துட்டு இருக்காங்கன்னு கேளுங்களேன் போச்சாது" என்றான்.

பழனிச்சாமி தன் போனை எடுத்து சற்று ஓரமாய்ப்போய் நின்று வேலுச்சாமிக்கு அழைத்தான். 'திஸ் நெம்பர் ஈஸ் கரண்ட்லி சுவிச்சுடாப்' என்றது. என்னது சுவிட்ச் ஆப்பா? என்னடா இது கல்யாணத்தன்னைக்கி சுவிட்ச் ஆப் பண்ணீட்டு வெளையாடறானா மாப்ளை? மீண்டும் ஒருமுறை அழைத்துப்பார்த்தான். இந்தமுறை ஒரு தகவலுமில்லை எதிர்முனையில். பழனிச்சாமி தன் போனில் டவர் இருக்கிறதா? எனப் பார்த்தான். இருந்தது. போனை ஒருமுறை

ஆப் செய்து ஆன் பண்ணி கூப்பிட்டான். எதிர்முனையில் ஒரு சத்தமும் இல்லை. சண்முகன் இவனிடம் வந்து நின்று, "என்ன சொல்றாப்லைங்க? காரு மலையேறீட்டு இருக்குதுங்ளா?" என்றான்.

"சண்முகா... நீயி வேலுச்சாமியோட அக்கா நெம்பருக்குக் கூப்பிட்டுப்பாரு... அந்த நெம்பரு எங்கிட்ட இல்ல!" என்றான்.

"நானு நாலஞ்சிதாட்டி அடிச்சுப்பார்த்துட்டனுங்க... இப்பக்கூட அடிச்சேன்... ரிங்கு முழுசாப்போவுது... எடுத்து ஒரு பதிலும் சொல்ல மாட்டீங்கறாப்ல. எம்புள்ளெ அவிங்க கூடத்தானுங்க இருக்குது... அதாச்சிம் எடுத்துச் சொல்லலாம்ல... எனக்குன்னா பைத்தியமே புடிச்சிருமாட்ட இருக்குதுங்க அப்பலையாபுடிச்சி... ஏனுங்க யாருக்காக நாம இங்க நின்னுட்டு இருக்குறோம்? அவிங்க நம்முளுக்குக் கூப்புட்டு சொல்லோணுமா இல்லீங்களா? இந்த மாதிரி இன்னஞ்சித்தங்கூரியத்துல வந்துருவோம்னு... என்ன போங்க!" என்றான் சண்முகன்.

ஆண்மயில் ஒன்று சற்று தூரத்தில் கார்மீது நின்று தோகையை விரித்து ஆடிக்கொண்டிருந்தது. அதை நான்கைந்துபேர் தங்கள் செல்போனில் வீடியோ எடுத்துக்கொண்டிருந்தார்கள்.

○○○

(கதையில் வரும் சம்பவங்களோ கதையில் வரும் மனிதர்களோ எல்லாமும் என் கற்பனையே!)

வா.மு.கோமு

வா.மு.கோமு என்ற பெயரில் எழுதிவரும் வா.மு.கோமகன், ஈரோடு மாவட்டத்தில் சென்னிமலைக்கும் மேற்கே 12 கிலோ மீட்டரில் இருக்கும் வாய்ப்பாடி என்கிற கிராமத்தைச் சேர்ந்தவர். 91ல் திருப்பூரிலிருந்து நடுகல் என்கிற சிற்றிதழைக் கொண்டு வந்தவர். சமீபமாக நடுகல் இதழ் மீண்டும் காலாண்டு இதழாக வெளிவருகிறது. 91ல் இலக்கியக் களம் இறங்கியவரின் சிறுகதைகள் பல்வேறு சிற்றிதழ்களில் வெளிவந்தன. மனதில் நினைத்தவற்றை எழுத்தில் சொல்ல, சிறிதும் தயக்கம் காட்டாத எழுத்தாளர் என்ற பெயரைக் கூடிய சீக்கிரமே பெற்றவர். கள்ளி, சாந்தாமணியும் இன்னபிற காதல் கதைகளும், எட்றா வண்டியெ, மங்கலத்து தேவதைகள், 57 சினேகிதிகள் சினேகித்த புதினம், மரப்பல்லி, சகுந்தலா வந்தாள், நாயுருவி, சயனம், ரெண்டாவது டேபிளுக்கு காரப்பொரி, தானாவதி, ராட்சசி, குடும்ப நாவல், ஆட்டக்காவடி, நெருஞ்சி என்கிற நாவல்களை வெளியிட்டுள்ளார். கொங்கு வாழ்வியலை அப்பட்டமாகக் காட்டும் எழுத்துக்குச் சொந்தக்காரர்.

www.ingramcontent.com/pod-product-compliance
Lightning Source LLC
LaVergne TN
LVHW100227051026
849517LV00006B/1824
* 9 7 8 9 3 9 5 5 1 1 5 1 3 *